போலி

அபுல் கலாம் ஆசாத்

எழுத்து
பிரசுரம்

Title: Poli
Author's Name: Abul Kalam Azad

Published by Ezutthu Prachuram

Ezutthu Prachuram
(An imprint of Zero Degree Publishing)
No. 55(7), R Block, 6th Avenue,
Anna Nagar,
Chennai - 600 040

Website: www.zerodegreepublishing.com
E Mail id: zerodegreepublishing@gmail.com
Phone: 89250 61999

Ezutthu Prachuram First Edition: December 2022
ISBN: 978-93-95511-27-8
TITLE NO EP: 388

Cover Design & Layout: Vijayan, Creative Studio

போலி

சமர்ப்பணம்:

நண்பன், வகுப்புத் தோழன், ஸ்டண்ட் நடிகர்,
காலஞ்சென்ற முகமது ரஃபிக்கு...

நன்றி:

சோமசேகரன்
சக்திநாதன்
சமியுல்லாஹ்
முஹம்மது யூனுஸ்
சுரையா பானு ஆசாத்
தென்னிந்தியத் திரைப்பட & டிவி ஸ்டண்ட் இயக்குநர்கள்,
ஸ்டண்ட் நடிகர்கள் யூனியன்

1. கூண்டுக்கிளி

இன்னும் சில ஆண்டுகளில் என் பெயரை நீங்கள் தமிழ்த் திரையில் தனியாகக் காண்பீர்கள். ‘உதவி சண்டைப்பயிற்சி இயக்குநர்’ பதவி தொட்டுவிடும் தூரத்தில் இருக்கிறது. அதற்குப் பிறகு மேலும் சில ஆண்டுகளில் சண்டைப்பயிற்சி இயக்குநராக என்னைக் காண்பீர்கள். எத்தனை ஆண்டுகளாக இந்தக் கனவைச் சுமக்கிறேன்? நான் சண்டைக் கலைப் பயிற்சிகளைத் தொடங்கியது வேண்டுமானால் பத்தாம் வகுப்பு பள்ளிப்படிப்பை முடித்தவுடன் இருக்கலாம், ஆனால் பத்து வயது நிறையாத சிறுவனாக அடிமைப் பெண் திரைப்படத்தைப் பார்த்த நாளிலிருந்து அந்தக் கனவு எனக்குள் இருந்திருக்கிறது.

அன்றைய தேதி வரையில் நான் திரைப்பட சண்டைக் காட்சிகளில் நடிப்பது என் வீட்டில் அப்பாவுக்கோ வேறு யாருக்குமோ தெரியாது. அன்று கையும் களவுமாக அப்பாவிடம் பிடிபட்டேன். அப்பாவிடம்

மறைத்து வைத்த ரகசியம் அண்ணா சாலையில் நடந்த படப்பிடிப்பில் அவர் கண் முன்னால் வெளிப்பட்டது.

ஆரம்பத்தில் என்னிடம் சண்டைக்காட்சிகளில் நடிக்கும் ஆர்வம் கொப்பளித்த நாள்களில் பல முறைகள் அப்பா பேசிப் பேசி, திட்டித் திட்டி என்னைத் தடுத்திருக்கிறார். நானும் அவருடைய அறிவுரையை ஏற்பது போல் ஏற்று மனதுக்குள் சண்டைக்கலையைக் காதலித்தேன். அவருக்குத் தெரியாமல் மூன்று ஆண்டுகளுக்கும் மேலாக சண்டைக்காட்சிகளில் நடிக்கிறேன், முகத்தைக் காட்டாமல் 'டூப்' போடுகிறேன்.

ஸ்டண்ட் யூனியன் என்று சுருக்கமாக அழைக்கப்படும் தென்னிந்திய திரைப்பட & டிவி ஸ்டண்ட் இயக்குநர்கள், ஸ்டண்ட் நடிகர்கள் யூனியனில் சேர்ந்த பின் இரண்டு ஆண்டுகள் சண்டைக்காட்சிகளில் எனக்கு அதிக வாய்ப்புகள் இல்லாததால் சில்லறை மின்சாரப் பணிகள் செய்வதும், போவதும் வருவதுமாக வீட்டில் இருப்பவர்களுக்கு எளிதாகப் போக்குக் காட்டமுடிந்தது. திரைப்பட சண்டைக்கலைக்கும் எனக்கும் தொடர்பு இல்லாதது போலவே அப்பாவிடம் நடித்துப் பொழுதை ஓட்டினேன். மூன்றாவது ஆண்டு முதல் டூப் போடும் வாய்ப்பு அடிக்கடி வந்ததால் போக்குக்காட்டுவது எளிதாக இல்லை, அதனால் பொய் சொல்லத் துணிந்தேன். சாலிகிராமத்தில் வண்டிகளைப் பழுதுபார்க்கும் பட்டறையில் 'ஆட்டோ எலக்ட்ரீஷியன்' வேலைக்குச் சேர்ந்திருப்பதாகப் பொய் சொல்லிவிட்டு, தமிழ்த் திரைப்படங்களில் சண்டைக் காட்சிகளில் டூப் போட்டேன்.

மீர்சாகிப்பேட்டை மார்க்கெட்டுக்கு அருகில் இருந்த ஆட்டுத்தொட்டியில்தான் நாங்கள் ஒண்டுக்குடித்தனத்தில் வாடகைக்கு இருந்தோம். இப்போது மீர்சாகிப்பேட்டையில் ஆட்டுத்தொட்டி என்று சொன்னால் யாருக்கும் தெரியாது, பேகம் சாகிபு தெரு அல்லது பேகம் தெரு என்று சொல்லவேண்டும். அந்தத் தெருக்கோடியின் பழைய பெயர் ஆட்டுத்தொட்டி.

மீர்சாகிப்பேட்டை மார்க்கெட் பேருந்து நிலையத்தில் பேருந்தைப் பிடிப்பேன். அங்கு யார் பார்த்தாலும் சந்தேகம்

வராது. மார்க்கெட் அருகில் உலவும் தெரிந்தோர்கள் அனைவரும் நான் வடபழனி பேருந்து நிலையத்தில் இறங்கி சாலிகிராமம் செல்வதாக நினைப்பார்கள். வடபழனி பேருந்து நிலையம் வரையில் செல்லமாட்டேன், முருகன் கோயிலில் இறங்கி துரைசாமி சாலைக்கு வந்து ஸ்டண்ட் யூனியன் பக்கம் ஒதுங்குவேன். சில நேரங்களில் ஜெமினியில் இறங்கி வேறு பேருந்தைப் பிடித்துப் படப்பிடிப்பு நடக்கும் இடத்துக்குச் செல்வேன்.

படப்பிடிப்பு இல்லாத நாள்களில், புளூ டைமண்ட் திரையரங்கில் சண்டைக் காட்சிகள் உள்ள ஆங்கிலப் படம் திரையிடப்பட்டிருந்தால், ஆயிரம் விளக்கு பேருந்து நிலையத்தில் இறங்கி சஃபையர் புளூ டைமண்ட் - எமரால்ட் திரையரங்கங்கள் வரை நடந்து புளூ டைமண்டில் ஒரே படத்தைத் திரும்பத் திரும்பத் திரையிடும் தொடர்காட்சிகளுக்குச் செல்வேன். முதல் காட்சியில் எனக்குப் பிடித்த சண்டை அடுத்த தொடர்காட்சியில் வரும்வரையில் அமர்ந்து இரண்டாம் முறையாக அந்த சண்டையைப் பார்த்துவிட்டு திரையரங்கை விட்டு வெளியே வருவேன்.

டெரன்ஸ் ஹில்லும் பட் ஸ்பென்சரும் நடித்த 'ஐ யாம் ஃபார் ஹிப்போபொட்டாமஸ்', 'டிரினிட்டி ஈஸ் ஸ்டில் மை நேம்', டீன் மார்டின் நடித்த 'த சைலன்சர்ஸ்' இப்படிச் சில படங்களை அங்கு பார்த்தேன். பட் ஸ்பென்சர் ஒரே அடியில் எதிராளியை வீழ்த்தும் காட்சிகள் எனக்குப் பிடிக்கும். எம். ஜி.ஆரின் அலங்காரமான சிலம்பக் காட்சிகளைத் தமிழ்த் திரையில் பார்த்துப் பயிற்சி பெற்று வளர்ந்திருந்தாலும் டெரன்ஸ் ஹில்லின் நகைச்சுவை கலந்த சிலம்ப அடிகள் பிடிக்கும்.

வெளியூர்ப் படப்பிடிப்பு இருக்கும் நாள்களில் அப்பாவிடம் சொல்ல எனக்குப் பல பொய்கள் கிடைக்கும். திருப்பதிக்குச் செல்லும் வழியில் ஒரு வண்டி பிரேக் டௌன் ஆகிவிட்டது, அங்கேயே அருகில் உள்ள பட்டறை வரையில் எப்படியோ வண்டியைக் கொண்டு வந்துவிட்டார்களாம், மோட்டார்

இணைப்புகளில் ஏகப்பட்ட பிரச்சனை, நான் போனால்தான் ஆகும் என்று நம்பத் தகுந்த வகையில் பொய் சொல்வேன். மின்கலன்களுக்கு முகவராகும் எண்ணம் முதலாளிக்கு வந்துள்ளது, எண்ணூரில் சரக்கு இறங்கியுள்ளது, அதனைப் பார்த்து வர என்னை அனுப்புகிறார்கள், இரவு வீட்டுக்கு வர வாய்ப்பில்லை. இப்படி ஏதாவது ஒரு பொய் பொருத்தமாகக் கிடைக்கும்.

கை, கால், முதுகில் அடிபட்டு கட்டுப்போட்டுக்கொண்டு வீட்டுக்கு வரும்போதும் பொய்கள்தான் என்னைக் காக்கும். ஆல்டர்னேட்டரைப் பார்த்துக்கொண்டிருக்கும்போது பானட்டில் முட்டுக்கொடுத்து வைத்திருந்த கம்பு உடைந்து பானட் முதுகில் விழுந்துவிட்டது, காலில் வெல்டிங் மிஷின் வயர் தடுக்கிக் கீழே விழும்போது கையை ஊன்றினேன், மணிக்கட்டு பிசகிவிட்டது. பொய் சொல்வது குறித்துப் புத்தகம் எழுதும் அளவுக்குத் தேர்ச்சி பெற்றேன்.

பாலிவுட் இசையமைப்பாளர் நௌஷாத் அலி தன்னுடைய திருமணப் பேச்சு நடக்கும்போது மாமனாரிடம் தான் திரைப்படங்களுக்கு இசையமைப்பதைச் சொல்லவில்லையாம், தன்னை ஒரு தையற்காரராக அறிமுகப்படுத்திக்கொண்டாராம். நௌஷாதின் திருமணத்தில் அவரே இசையமைத்த இந்தித் திரைப் பாடல்களை வாத்தியக் குழுவினர் வாசிக்கையில் ‘என்ன இது திரைப்பாடல்களை வாசிப்பது?’ என மாமனார் அந்த இசையை நிறுத்தியதாகவும் கதை உண்டு. இந்தியத் திரையுலகே கொண்டாடிய நௌஷாத் சாஹேபின் இளமைக் காலம் அப்படி என்றால் வளரும் எளிமையான சண்டைக் கலைஞன், நான் என்ன பெரிதாக எதிர்பார்க்க முடியும்?

அப்பாவையும் வீட்டையும் உதறிவிட்டு என் வழியைப் பார்த்துக்கொண்டு திரைப்பட சண்டைக் காட்சிகளின் பக்கம் என்னால் செல்ல முடியாது, அதனால்தான் பொய் சொன்னேன்.

என் அப்பா அம்மாவுக்கு என்னையும் சேர்த்து ஆறு குழந்தைகள். அக்காவுக்குத் திருமணமாகிவிட்டது, அவள்

பட்டினப்பாக்கத்தில் வசிக்கிறாள். அண்ணனுக்கு இன்னும் திருமணம் ஆகவில்லை. அவன் ஐ.டி.ஐ.யில் 'மோட்டார் வெஹிக்கிள் மெக்கானிக்' சான்றிதழுக்குப் படித்துவிட்டு பல்லவன் போக்குவரத்துக் கழகப் பணிமனையில் ஓராண்டு பயிற்சி பெற்றான், அங்கேயே தற்காலிகமாகப் பணியில் சேர்ந்தான், இப்போது நிரந்தரமாகிவிட்டான். தாம்பரம் பணிமனைக்கு விடியற்காலையில் சென்று இரவில் களைத்து வீட்டுக்கு வருவதில் அவனுக்கு வேறு எதையும் கவனிக்க நேரம் கிடையாது.

எனக்கு ஆட்டோ எலக்ட்ரீஷியன் வேலை கிடைத்திருப்பதாகப் பொய் சொன்னபோது, அது அவன் தொழில் தொடர்பானதால் ஆர்வமாக 'எங்கு?' எனக் கேட்டான். சாலிகிராமத்தில் ஒரு சிறிய 'கராஜ்' என்று அடுத்த பொய்யைச் சொன்னேன். பல்லவன் போக்குவரத்துக் கழகத்தில் வேலை செய்பவனுக்கு சிறிய கராஜ்களில் ஆர்வம் இருக்காது. வயர்மேனுக்குப் படித்துவிட்டு ஏன் ஆட்டோ எலக்ட்ரீஷியனாகச் சிறிய பட்டறையில்? ஏதாவது தொழிற்பேட்டையில் 'இண்டஸ்ட்ரியல் எலக்ட்ரீஷியன்' ஓராண்டுக்குப் பயிற்சி பெற முயற்சி செய்யச் சொன்னான். அவனுக்குத் தெரிந்த 'அப்ரண்ட்டீஸ்ஷிப் அட்வைசர்' அம்பத்தூர் ஐ.டி.ஐ.இல் இருப்பதாகவும் அவரை வேண்டுமானால் சென்று பார்க்கவும் சொன்னான். நான் ஆட்டோ எலக்ட்ரீஷியன் வேலை எனக்குப் பிடித்திருப்பதாகச் சொல்லி என் பொய்யின் கடைக்காலை ஆழமாகப் போட்டேன், அத்துடன் அண்ணனின் வேலை முடிந்தது.

ஒரு தங்கை பத்தாம் வகுப்பு வரையில் படித்துவிட்டு வீட்டில் இருக்கிறாள். அவளுடைய திருமணச் செலவுகளுக்கு அண்ணனின் வருமானத்தையும் என் வருமானத்தையும் அப்பா நம்பியிருக்கிறார். ஏற்றுமதி ஆடைகள் தைக்கும் தையற்கூடங்கள் இராயப்பேட்டையில் பல இருக்கின்றன, அவற்றுள் ஏதாவது ஒரு தையற்கூடத்துக்கு வேலைக்குச் செல்ல அனுமதி கேட்டாள், அப்பாவும் அம்மாவும் மறுத்துவிட்டார்கள். மூன்று அண்ணன்களை வைத்துக்கொண்டு குமரிப்பெண் வேலைக்குச்

சென்று தன் திருமணத்துக்குப் பணம் சேர்க்கவேண்டிய அவசியம் இல்லையெனத் திட்டவட்டமாகச் சொல்லிவிட்டார்கள். அதனால் அவள் வீட்டில்தான் அம்மாவுக்கு ஒத்தாசையாக இருக்கிறாள்.

அடுத்த இரண்டு தம்பிகளில் ஒருவன் நன்றாகப் படிக்கக்கூடியவன். +2 படிக்கிறான். எப்படியும் சென்னை நியூ காலேஜில் அப்பா சேர்த்துவிடுவார். படிப்புச் செலவுக்கு நானும் அண்ணனும் உதவுவோம். எங்கள் குடும்பத்தின் முதல் தலைமுறைப் பட்டதாரியாக அவன் இருப்பான். அடுத்த தம்பிக்குப் படிப்பில் ஆர்வம் இல்லை. பத்தாம் வகுப்புத் தேர்வில் வெற்றி பெறவில்லை.

எங்கள் ஒண்டுக்குடித்தனத்தில் பக்கத்துக் குடித்தனக்காரர்கள் இடியாப்ப வியாபாரம் செய்தார்கள். காலை முழுதும் முற்றத்தில் அடுப்பு எரிந்துகொண்டே இருக்கும், இடியாப்பங்கள் வெந்துகொண்டே இருக்கும். தம்பி பத்தாம் வகுப்பில் தேர்வாகாத செய்தி கிடைத்ததும் அம்மா இடியாப்ப அடுப்பிலிருந்து கொள்ளிக்கட்டையை எடுத்துக்கொண்டு தம்பியை அடிக்க ஓடினார். இடியாப்பக்காரர்கள் அதற்கு சத்தம் போட, தம்பி தப்பித்து ஓட, தன் கையிலிருந்த கொள்ளிக்கட்டையை அம்மா அவன் மேல் வீச அது முற்றத்தில் தண்ணீரில் விழுந்து புஸ்ஸென கரிக்கட்டையானது. இரவு அப்பா வந்ததும் பெரிய பஞ்சாயத்து ஓடியது.

இடியாப்பக்காரர்கள் வைத்திருந்த விறகுச் சுள்ளியை எடுத்துத் தம்பியை அப்பா விளாசிவிட்டார். அம்மா இடையில் நுழைந்து தடுக்க, எல்லா குடித்தனக்காரர்களும் வேடிக்கை பார்த்தார்கள். இராயப்பேட்டை மருத்துவமனையில் ‘பியூன்’ வேலை செய்யும் இன்னொரு குடித்தனக்காரன் மட்டும் என் தங்கையைப் பார்த்துக்கொண்டிருந்தான், அவன் பார்வை சரியில்லை. தங்கையை உள்ளே போகச் சொன்னேன். மறுபேச்சில்லாமல் அவள் உள்ளே சென்றாள். போகும்போது கவனமாக வாசலில் தொங்கிய சாக்குத் துணித் திரையை இழுத்து வாசலை மூடிவிட்டுச் சென்றாள்.

காலையில் அப்பா என் தம்பியைத் தரதரவென இழுத்துக்கொண்டு லாயிட்ஸ் காலனியை அடுத்து உள்ள சந்திராபாக் அவென்யூவில் ஒரு பங்களாவின் பின்னால் ஆஸ்பெஸ்டாஸ் கூரை போடப்பட்டிருந்த ‘மோட்டார் வைண்டிங்’ பட்டறையில் எடுபிடி வேலைக்குச் சேர்த்துவிட்டார். தம்பி உருப்பட்டாலும் உருப்பட்டுவிடுவான்.

இந்தச் சுற்றங்களை விட்டுவிட்டு என் வழியைப் பார்த்துக்கொண்டு என்னால் ஓட முடியாது. எங்கு சென்றாலும் இந்தக் கட்டுக்குள்தான் நான் இருக்கவேண்டும். உங்கள் வழியை நீங்கள் பார்த்துக்கொள்ளுங்கள் நான் சண்டைக்கலைஞனாகப் போகிறேன் எனக் குடும்பத்தை விட்டு ஓடிவிட முடியுமா? என்னையும் என் விருப்பத்தையும் அப்பா ஏற்கும் வரையில் பொறுமையாக இருக்கவேண்டும்.

டூப் போடும் வாய்ப்புகள் ஒவ்வொன்றாக வரத்துவங்கிய நாள்களில் படப்பிடிப்பில் கையை உடைத்துக்கொண்டு கட்டுப்போட்டு மூன்று மாதங்கள் வேலையில்லாமல் இருந்தேன். கீழே விழுந்து கை உடைந்ததாகப் பொய் சொன்னேன். கை சரியாகும் வரையில் வீட்டில் ஓய்வெடுத்தபோது போரடித்த நேரத்தில் அப்பாவிடம் டூப் போட்டு எடுக்கப்படும் காட்சிகள் குறித்துப் பேசியிருக்கிறேன். அவருக்கு அது பிடிக்கவில்லை, ’அது என்ன பிழைப்பு எப்போது அடிபடும் என்பதே தெரியாத பிழைப்பு?’ எரிச்சலாகப் பேசினார். நான் திரைப்பட சண்டைக் கலைத் தொழிலில் காட்டும் ஆர்வம் அவருக்குப் பிடிக்காது.

அன்று திருப்பதியில் வாகனம் நிற்பது, எண்ணூரில் மின்கலன்களைப் பரிசோதிப்பது போன்ற பொய்கள் பல்லிளிக்க, தப்பிக்க வாய்ப்பே இல்லாமல் வசமாகக் கையும் புல்லட்டுமாக அண்ணா சாலையில் அப்பாவிடம் பிடிபட்டேன்.

இரவில் அண்ணா சாலையில் முன்னணிக் கதாநாயகர் விஷ்ணுகாந்த் புல்லட் ஓட்டுகின்ற காட்சிக்கு டூப் போடச் சொன்னார்கள். குதிரைச் சிலை என சென்னைவாசிகளால் அழைக்கப்படும் சர் தாமஸ் மன்றோ சிலைக்கு அருகில் இரவில் அவ்வளவு போக்குவரத்து இருக்காது. விஷ்ணுகாந்த் புல்லட்டில்

வருவதை அங்கு முன்பக்கமாக முகம் தெரியும்படி படம் பிடித்தார்கள். அங்கிருந்து புல்லட் பயணத்தை நான் தொடர வேண்டும். அண்ணா சாலையில் நான் வண்டி ஓட்டுவதை எனக்குப் பின்னால் இருந்து படம் பிடித்துக்கொண்டே வருவார்கள். அண்ணா மேம்பாலம் வரையில் புல்லட்டை நான் ஓட்டிச் செல்லவேண்டும். அண்ணா மேம்பாலத்தில் விஷ்ணுகாந்த் புல்லட்டில் இருப்பதை முன்னாலிருந்து முகம் தெரியும்படி படம் பிடிப்பார்கள். இடைப்பட்ட தூரத்தில் என்னைப் பின்னால் இருந்து படம்பிடித்த காட்சிகளை எடிட்டிங்கில் சேர்த்து அண்ணா சாலையை விஷ்ணுகாந்த் கடப்பது போலக் காட்டுவார்கள்.

மன்றோ சிலையில் விஷ்ணுகாந்தின் படப்பிடிப்பு முடிந்ததும், புல்லட்டை மாணிக்கம் மாஸ்டர் வாங்கி, அருகில் நின்றிருந்த என்னிடம் தருவதற்கு முன்,

‘தண்டரே, பாத்துரா ஸ்பீடைக் கொறைக்காத, கூட்டாத, கட்டுகிட்டு அட்சுராதடா, ஸ்ட்ரெய்டாவே ஓட்டு’ என்றார்.

நான் மரியாதைக்காக மாஸ்டரின் கையைத் தொட்டேன். ‘நெல்லா பண்றா’ ஆசீர்வதித்தார்.

விஷ்ணுகாந்த் என்னைப் பார்த்து தம்ஸ் அப் சைகை காட்டினார், ‘சீ யூ அட் ஜெமினி தண்டர்’ எனச் சொல்லிவிட்டு அவர் காரில் ஏறிச் சென்றார்.

விஷ்ணுகாந்த் என்னிடம் பேசியது மாணிக்கம் மாஸ்டருக்குப் பிடித்திருக்கும். தன்னுடைய சண்டைக் காட்சிகளில் நடிக்கும் கலைஞர்கள் முன்னுக்கு வருவதை அவர் விரும்புவார். ஒரே நாளில் இரண்டு மூன்று படப்பிடிப்புகள் இருந்தால் நம்பிக்கையோடு உதவியாளர்களை அனுப்பி காட்சியமைப்பின் ஏற்பாடுகளைச் செய்யச் சொல்லிவிட்டு சரியாக நேரத்துக்கு வந்து ‘எல்லாம் செரியாக்குதாடா’ - ஒரே ஒரு வார்த்தைதான் கேட்பார். உதவியாளர்களும் ‘சரியாக்குது மாஸ்டர்’ என்பார்கள். இயக்குநரிடம் உதவியாளர்களைப் பற்றி உயர்வாகப் பேசுவார். சண்டைக்காட்சிகளும் கச்சிதமாக அமையும்.

‘சீ யூ அட் ஜெமினி தண்டர்’ விஷ்ணுகாந்த் ஆங்கிலத்தில் என்னிடம் சொன்னதை அசைபோட்டேன். அவருடைய அடுத்த படத்தில் நேபாளத்தில் கராத்தே சண்டைக்காட்சி படமாக்கப்படும் வாய்ப்பு உள்ளதாம். அந்தக் குழுவில் நான் இருப்பேனா தெரியாது. அவருடன் தனிச் சண்டையாக இருந்தாலும் எனக்கு வாய்ப்பு இருக்காது, அந்த அளவுக்கு நான் இன்னும் தமிழ்த் திரையின் சண்டைக்காட்சிகளில் வளரவில்லை. கராத்தே வீரர்களின் கூட்டத்தில் ஒருவனாக வாய்ப்புக் கிடைத்தாலும் நன்றாக இருக்கும். கூட்டத்தோடு வருவதற்காக என்னை சென்னையிலிருந்து நேபாளம் வரை அழைத்துச் செல்வார்களா? ‘லோக்கல் ஆர்ட்டிஸ்ட்’டுகள் அங்கேயே கிடைக்கக்கூடும். நினைத்துக்கொண்டே புல்லட்டை உதைத்தேன். இந்நேரம் விஷ்ணுகாந்தின் கார் ஸ்பென்சரைத் தாண்டியிருக்கும்.

மாணிக்கம் மாஸ்டர் சொன்னபடி வண்டியை ஓட்டினேன். சாந்தி திரையரங்கை நெருங்கும்போது சிவாஜியின் ‘சந்திப்பு’ திரைப்படத்தின் பேனர் தெரிந்தது. சந்திப்பு அப்போதுதான் வெளியாகியிருந்தது. இந்தியில் வெளிவந்த ‘நசீப்’ திரைப்படத்தைத் தமிழில் எடுத்திருந்தார்கள். நசீபில் அமிதாப் பச்சன் நடித்திருந்தார்.

அமிதாப் பச்சனையும் எனக்குப் பிடிக்கும். அவரை ‘ஆங்க்ரி யங் மேன்’ அளவுக்குத் தூக்கிவிட்ட காரணிகளுள் ஒன்றான ‘தீவார்’ திரைப்படச் சண்டைக்காட்சியும் எனக்குப் பிடிக்கும். அந்தச் சண்டையை ‘குடோன் ஃபைட்’ என்பார்கள். ஷெட்டி மாஸ்டர் ‘குடோன் ஃபைட்’ காட்சிகளை அமைத்தவர். ஷெட்டி மாஸ்டரைத் தமிழ்த் திரைப்பட ரசிகர்களும் அறிவார்கள். சிவாஜியின் நீதியிலும், எம்.ஜி.ஆரின் ஊருக்கு உழைப்பவனிலும் சண்டைக்காட்சிகளில் நடித்திருப்பார். நவரத்தினத்தில் ராஜா ராணி காலத்து நாடக உடையில் ஈட்டி கேடயச் சண்டையில் எம்.ஜி.ஆரும் ஷெட்டியும் மோதினார்கள். அவர் ஹாலிவுட்டின் யூல் பிரென்னரைப் போல் இருப்பதாக ஏதோ ஒரு தமிழ் சினிமாச் செய்திகளில் எழுதினார்கள். ஷெட்டி மாஸ்டரின் ‘குடோன் ஃபைட்’டில் அமிதாபின் கடைசி இடது கைக்குத்து

'ஷவல் பன்ச்' எதிரியின் உடம்பில் இறங்கிய காட்சியை மறக்க முடியாது.

ஷவல் பன்ச்சைப் பேசினால் நான் என்னை மறந்துவிடுவேன். கீழிருந்து மேலே போகும் அப்பர் கட்டையும், பக்கவாட்டில் கொக்கியாக வீசும் ஹூக்கையும் கலந்து வீசுவது ஷவல் பன்ச். எதிரி நமக்கு மிக அருகில் இருக்கும்போது இதனை வீசலாம். தீவார் 'குடோன் ஃபைட்'டில் கடைசி அடியில் அமிதாப் எதிரியை வீழ்த்தும்போது எதிரி அமிதாபுக்கு மிக அருகில் இருப்பார். ஷெட்டி மாஸ்டரின் அனுபவத்தை வியந்து பாராட்டலாம். இந்த அளவில் ஷவல் பன்ச்சை இங்கு நிறுத்துகிறேன்.

நான் இப்போது செல்லும் வேகத்தில் தமிழ்த் திரையில் தொடர்ந்தேன் என்றால் எப்படியும் இந்தியில் ஒரு சண்டைக்காட்சியிலாவது வாய்ப்புக் கிடைக்கும். மாணிக்கம் மாஸ்டர் தமிழ்நாட்டின் எல்லைகளைத் தாண்டி தெலுங்கு, கன்னடம், இந்திக்கும் சென்றிருப்பவர். என்றாவது இந்திக்கும் என்னை அழைப்பார்.

சாந்தி திரையரங்கை புல்லட் அடைந்தது. சாந்தியில் 'சந்திப்பு' படத்தின் இரவுக் காட்சி இந்நேரம் துவங்கியிருக்கும். முதல் வாரமாதலால் மாலைக்காட்சிக்கு வந்த ரசிகர்கள் பலர் கலைந்து போகாமல் நின்றிருந்தார்கள். தலையைத் திருப்பி சாந்தி திரையரங்கைப் பார்த்துவிடாமல் கவனமாக புல்லட்டை ஓட்டினேன். சந்திப்பு படத்துக்கு சண்டைக் காட்சிகள் அமைத்தவர் வெங்கடேசன் மாஸ்டர். அவருக்கும் என்னைத் தெரியும். கராத்தே சண்டைக் காட்சிகளுக்காகப் பரிந்துரைக்கப்படும் சண்டைக் கலைஞர்களில் என் பெயர் வரத் துவங்கியிருந்தது.

சாந்தி திரையரங்கைத் தாண்டி புகாரி ஹோட்டலைத் தாண்டி வெலிங்டனில் வலப்பக்கம் எடுத்து அண்ணா சாலையில் தொடரும் இடத்தில் அப்பா என்னைப் பார்த்தார். எனக்கு அதிர்ச்சி, அவருக்கு அதிர்ச்சியும் ஏமாற்றப்பட்ட உணர்வும் உண்டாகியிருக்கும்.

புகாரி ஹோட்டலுக்கு எதிரில் பிலால் ஹோட்டல் பக்கமிருந்து சாலையை நடந்து கடக்கும்போது சிக்னலில் புல்லட்டில் நின்றிருந்த என்னை நேருக்கு நேர் பார்த்தார். என்னுடைய உடையும் தலைமுடியும் வேறாக இருந்தன. சிக்னலில் நின்றிருந்த என்னிடம் அவர் பேச முயற்சி செய்திருக்கலாம், அப்போது பின்னால் நின்றிருந்த படப்பிடிப்பு வண்டியில் இருந்து மாணிக்கம் மாஸ்டர் இறங்கி வந்து அண்ணா மேம்பாலத்திற்கு முன்பே நின்றுவிடாமல் மேம்பாலத்தில் ஏறி நிற்கச் சொல்லிவிட்டு மீண்டும் படப்பிடிப்பு வண்டிக்குச் சென்றார். மாஸ்டர் சொன்னது அப்பாவுக்கும் கேட்டிருக்கும், அந்த நிமிடத்தில் சாலையில் எங்களைச் சுற்றியிருந்த அனைவருக்கும் கேட்டிருக்கும்.

அந்தக் காட்சியைப் பார்த்த யாருக்கும் ஏதோ படப்பிடிப்பு நடக்கிறது, யாரோ புல்லட்டில் போகிறார்கள் என்பது புரிந்துவிடும், திரைப்படங்களின் பக்கம் செல்லக்கூடாது என்று என்னைத் தடுத்துவரும் அப்பாவுக்கா நான் படப்பிடிப்பில் இருக்கிறேன் என்பது தெரியாது? பச்சை விளக்கில் நான் புறப்பட்டேன். சாலையைக் கடந்த பின்னும் என்னை அவர் திரும்பிப் பார்த்திருக்கவேண்டும்.

நாளை எப்படி வீட்டில் நிலைமையை எதிர்கொள்ளப்போகிறேன்? அந்த நினைப்பில் ஸ்பென்சர்ஸ் கட்டிடத்தைத் தாண்டுகையில் தடுமாறினேன். இறங்கியதும் மாஸ்டர் நிச்சயம் திட்டுவார். நல்லவேளையாக அதற்கு முன்பாக எல்.ஐ.சி. கட்டிடத்தைக் கடக்கும்போது தடுமாறவில்லை. அப்பொழுதெல்லாம் சென்னையைக் காட்டும் காட்சிகள் எல்.ஐ.சி.யைக் காட்டாமல் முழுமை அடையாது. எல்.ஐ.சி.யில் தடுமாறியிருந்தால் நிலையே வேறு. ஸ்பென்சர்சில் உண்டான தடுமாற்றத்தை எடிட்டிங்கில் மாஸ்டர் வெட்டச் சொல்வார். விஷ்ணுகாந்த் சாலையில் தடுமாறக்கூடாது.

அண்ணா மேம்பாலத்தில் ஏறி நின்றேன், ‘கட்’. மாஸ்டர் அருகில் வந்து திட்டினார்.

“பட்சுப்பட்சு சொன்னனேடா தண்டரே. நெல்லா பண்றான்னு

சொல்லிதான வுட்டேன். ஸ்பென்சராண்ட சைடடிக்ற? எதுக்கோசுரம் சைடட்ச? ரோடு காலியாத்தான இருன்ச்சு? இப்ப ஹீரோவுக்கு நீயா பதில் சொல்வ? எடிட்டிங் ரூம்ல உன்னிய ஓட்டப்போறாங்க. யாரு மாஸ்டர் டூப் போட்டது, தண்டரான்னுதான் கேப்பாங்க. நான்தான் வண்டி மக்கர் பண்ணியிருக்கும் எடிட்டர் சார்னு எதியாச்சம் சொல்லி சமாளிக்கணும்.”

விஷ்ணுகாந்த் வருவதைப் பார்த்ததும் எதுவும் நடக்காததுபோல அமைதியாக புல்லட்டை வாங்கி அவரிடம் தந்தார். படப்பிடிப்பு வண்டி முன்னே சென்று நின்று விஷ்ணுகாந்த் வண்டி ஓட்டிக்கொண்டு அண்ணா மேம்பாலத்திலிருந்து இறங்குவதை முன்னாலிருந்து முகம் தெரியும்படி படம் பிடிக்கத் துவங்கினார்கள்.

நான் விறுவிறுவென நடந்து மேம்பாலத்திலிருந்து இறங்கி கோபாலபுரத்தில் லாயிட்ஸ் ரோட்டுக்குத் திரும்பி சுற்றுச் சுவரின் மறைவில் நின்றேன். உடைகள் உதவியாளர் பைக்கில் வந்து என் ரெக்சின் பையைத் தந்தார். தலையில் இருந்த டோப்பாவைக் கழட்டினேன், உடைகளை மாற்றினேன். உடைகளை மடித்து அதன் மேல் டோப்பாவை வைத்து உடைகள் உதவியாளரிடம் தந்துவிட்டு மேம்பாலத்துக்கு மீண்டும் ஓடினேன். மாஸ்டரின் அருகில் நின்றேன், ‘நீ பொறப்படு தண்டரே’ என்றார். ரெக்சின் பையை எடுத்துத் தோளில் மாட்டிக்கொண்டு துண்டால் முகத்தை அழுத்தித் துடைத்துவிட்டுப் புறப்பட்டேன். வீட்டுக்குச் செல்ல விருப்பம் இல்லை.

மேம்பாலத்திலிருந்து இறங்கி கோடம்பாக்கம் நெடுஞ்சாலைக்கு வந்து, அங்கே பாம்குரோவ் பேருந்து நிலையத்திலிருந்து வடபழனி டிப்போவுக்குச் செல்லும் கடைசிப் பேருந்து ஏதும் இருக்குமெனில் அதைப் பிடிக்க நினைத்து நடந்தேன். துரைசாமி சாலைக்கு அருகிலுள்ள நண்பனின் வீட்டில் கதவைத் தட்டினால் இரவுப் பொழுதைக் கழிக்க பாயும் தலையணையும் மொட்டைமாடியும் கொசு அண்டாமலிருக்கக் கைகளிலும்

முகத்திலும் பூசிக்கொள்ள ஓடோமாஸ் களிம்பும் கிடைக்கும், மற்றதைக் காலையில் பார்த்துக்கொள்ளலாம்.

நடக்கும்போது சஃபையர் திரையரங்கில் ரஜினியின் 'தாய் வீடு' படத்தின் விளம்பரப் பதாகையைப் பார்த்தேன். ஐம்பது நாள்களைக் கடந்து ஓடிக்கொண்டிருக்கும் வெற்றிப் படம். தாய் வீடு படத்தில் சண்டைக் காட்சிகளை அமைத்தவர் ஹயாத் மாஸ்டர். அவர் மீர்சாகிப்பேட்டையைக் கடந்து திரும்பினால் வருகின்ற கிருஷ்ணாம்பேட்டையில்தான் இருந்தார்.

மீர்சாகிப்பேட்டையும் அதன் சுற்று வட்டாரமும் தன் பங்கிற்குத் தமிழ்த் திரையுலகுக்குச் சண்டைக்கலைஞர்ளைத் தந்திருந்தும், அவர்கள் வெற்றி பெற்றிருந்தும், எனக்கு என் வீட்டில் நான் சண்டைக்கலைஞனாவதற்கு எதிர்ப்பு இருந்தது.

கிருஷ்ணாம்பேட்டை ஜூடோ பானுவைப்போல் நின்ற நிலையில் 'பேக்ஃப்ளிப்' அடித்துத் தரையில் கை ஊன்றாமல் பின்னால் குதித்து நிற்க ஆளே கிடையாது. நாணயத்தைச் சுண்டிவிட்டால் மேலே சென்று கீழே வருமே அந்தத் துல்லியத்தில் 'ஃபிளிப்' அடிப்பார். தாஸ் கையை முறுக்கினால் சட்சட்டென ஒவ்வொரு முறுக்கலுக்கும் ஒரு கையால் 'சம்மர்சால்ட்' குட்டிக்கரணம் அடிப்பார். அன்றும் இன்றும் தமிழ்த் திரைப்படத்தின் சண்டைக்காட்சிகளில் சாகாவரம் பெற்றது அந்தக் குட்டிக்கரணம். சக்கரவர்த்தித் திருமகளில் ஆர். என். நம்பியார் மாஸ்டர் அமைத்த மற்போராக இருந்தாலும் நவரத்தினத்தில் தண்டபாணி மாஸ்டர் அமைத்த சண்டையாக இருந்தாலும் அந்தக் குட்டிக்கரணம் அதில் இருக்கும். முகமது ரஃபி எத்தனை காட்சிகளில் காமிராவின் முன்னால் அடிவாங்கி ரத்தம் துப்பியிருக்கிறான், எப்படித் துள்ளி விழுவான். அவர்கள் அனைவருக்கும் மீர்சாகிப்பேட்டையுடன் தொடர்பு உண்டு.

ஏன், அசோகமித்திரன் தன் புலிக்கலைஞனில் 'டைகர் ஃபைட் காதர்' என்று ஒருவரைக் குறிப்பிட்டிருப்பாரே, அந்தப் புலிக்கலைஞனின் முகவரியும் கதையில் மீர்சாகிப்பேட்டைதான். அதே மீர்சாகிப்பேட்டையிலிருந்து நானும் தமிழ்த் திரையின் சண்டைக்காட்சிகளில் முத்திரை பதிக்க என் பயணத்தைத்

துவங்கினேன். இப்போது அது எந்தத் திசையில் போகுமெனத் தெரியவில்லை.

நண்பன் வீட்டு மொட்டைமாடியில் படுக்க இடம் கிடைத்தது. காலையில் எழுந்ததும் முதல் வேலையாக சாலிகிராமத்தில் இருக்கும் மாணிக்கம் மாஸ்டரின் வீட்டுக்குச் சென்று அவரிடம் மன்னிப்பு கேட்கவேண்டும், இல்லாவிட்டால் ஸ்பென்சர்ஸ் எதிரில் தடுமாறிய தவறுக்கு 'தண்டரே தண்டரே' என அன்பாகப் படப்பிடிப்பில் அழைக்கும் அவரிடம் மதிப்பிழக்க நேரிடும். மாஸ்டர் நினைத்தால் என்னைப் போல் நூறு 'தண்டர்'களை உருவாக்கி வரிசையில் நிற்கவைக்க முடியும்.

அன்று அப்பாவிடம் பிடிபட்டதும், அதனைத் தொடர்ந்த தடுமாற்றமும், மாஸ்டர் கடிந்துகொண்டதும், தூக்கத்தை விரட்டின. மொட்டைமாடியில் காற்றும் வீசவில்லை. மனப்புழுக்கமும் உடற்புழுக்கமும் இணைந்து பாயில் புரள வைத்தன. மல்லாந்து படுத்து சில நிமிடங்களும் ஒருக்களித்துப் படுத்து சில நிமிடங்களுமாக நேரத்தை ஓட்டினேன்.

தூக்கம் வராவிட்டாலும் கண்களை மூடியிருந்தேன். ஒவ்வொரு முறை புரண்டு அடுத்த நிலைக்கு வரும்போதும் அதுவரையில் பாயின் அழுத்தத்தால் முதுகில், விலாப்பக்கத்தில் அடையாக உருவான வியர்வைப் படலம் விடுதலை கிடைத்த உணர்வில் ஆவியாகி உலரத் துடித்தது. காற்று இல்லாமல் மெதுவாகத்தான் உலர்ந்தது. காலையில் பனியனைப் பார்த்தால் உப்பு படிந்திருக்கும். உப்பு படிந்த அழுக்கு பனியனைச் சுருட்டிப் பையில் வைத்துக்கொண்டு வீட்டுக்குச் சென்று அப்பாவிடம் திட்டு வாங்கும் முன், மாஸ்டர் வீட்டுக்குச் சென்று மன்னிப்பு கேட்கவேண்டும். மாஸ்டரும் திட்டுவார், அப்பாவும் திட்டுவார்.

இடியாப்பக்காரரின் விறகுச் சுள்ளியை எடுத்து அப்பா என்னை விளாச வந்தார். வளர்ந்த மகனையுமா இப்படிச் சுள்ளியால் விளாச வருவார்? இரண்டடி முன்வைத்து ஓடியவன் நின்றேன். அதற்கு மேல் எனக்கு ஓட மனமில்லை, விளாசட்டும். முகத்தைத் திருப்பி அப்பாவைப் பார்த்தேன்.

“சின்னால்கே பச்சே, சினிமாவுல ஃபைட்டராவ்றியாடா நாயே. அவரு ஸ்டண்ட் மாஸ்டர் குஸ்தி மாணிக்கந்தானடா? உன்னை ஏண்டா ஜெமினி மேம்பாலத்துல ஏறி நிக்கச் சொன்னாரு? என்னா டிரஸ் போட்ருந்த? ஷூட்டிங்காடா நாயே” கத்திக்கொண்டே சுள்ளியை ஓங்கினார்.

திடுக்கிட்டு விழித்தேன். கழுத்தின் கீழ் வியர்வை கசகசத்தது. முதுகில் வியர்வை பனியனைத் தொப்பலாக்கிப் பாயையும் நனைத்திருந்தது. தூங்குவதற்கு முன் மணிக்கட்டிலிருந்து கழட்டித் தலையணையின் கீழ் வைத்த ஹெச்.எம்.டி. விஜய் கைக்கடிகாரத்தை எடுத்துப் பார்த்தேன். மணி சரியாகத் தெரியவில்லை. படுத்தபடியே கையை உயர்த்தி தெருவிளக்கின் பக்கமாக கைக்கடிகாரத்தின் டயலைத் திருப்பி அந்தக் குறைந்த மங்கலான வெளிச்சத்தைக் காட்டினேன். பிறகு பார்த்தேன். கைக்கடிகார முட்களின் முனையிலிருந்த ரேடியக் கோடு மனமில்லாமல் மங்கலாக ஒளிர்ந்தது, மணி மூன்றரை.

நான், தவ்லத் கான் என்னும் தண்டர் தவ்லத்.

★

2. ஆசை முகம்

என் வாழ்க்கையில் நான் வீதியில் சிலம்பம் விளையாடிய முதல் இடமும் கடைசி இடமும் வி.என்.தாஸ் சாலைதான். இராயப்பேட்டை மணிக்கூண்டைத் தொட்டு பாரதி சாலையின் ஏராள மெத்தைகள், படுக்கைகள், ரெக்சின்கள், அறைக்கலன்கள், தரைவிரிப்புகள் கடைகளைக் கடந்து இடப்பக்கம் பிரியும் செல்லப் பிள்ளையார் கோயில் தெருவில் நுழைந்து, கொஞ்ச தூரத்தில் இடப்பக்கம் திரும்பினால் வி.என். தாஸ் சாலை என்றழைக்கப்படும் விஜய நாராயண தாஸ் சாலையில் செங்குத்தாக இணையலாம்.

பத்தாம் வகுப்பில் தேர்ச்சி பெற்று பதினொன்றாம் வகுப்புக்குச் செல்லவிருந்த போது எம்.ஜி.ஆரின் உழைக்கும் கரங்கள் வெளியானது. மீர்சாகிப்பேட்டை வாழ் எம்.ஜி.ஆர். ரசிகர் மன்ற வழமைப்படி ரசிகர் மன்ற முன்பதிவுச் சீட்டில் சாந்தம் திரையரங்கில் உழைக்கும் கரங்களைப்

பார்த்தோம். எம்.ஜி.ஆரின் மான் கொம்புச் சண்டைக்காட்சியால் மிரண்டுதான் அரங்கை விட்டு வெளியே வந்தோம்.

பள்ளிக்கூடத்துக்கு அது கோடை விடுமுறைக்காலம் என்பதாலும், சிலம்ப விளையாட்டில் ஆர்வம் உள்ளதாலும், உசேன் பாயைச் சென்று பார்க்கச் சொன்னார்கள். என் அப்பாவுக்குச் சிலம்ப விளையாட்டு குறித்து எதுவும் தெரியாது, ஆனால், மீர்சாகிப்பேட்டையில் வசித்த சிலம்ப ஆசான் உசேன் பாயைத் தெரியும். அப்பா அதற்குத் தடை ஏதும் சொல்லவில்லை. கொளுத்தும் வெயிலில் ஊரைச் சுற்றாமல் உசேன் பாயிடம் சேர்ந்தால் நல்லதுதான் என அவர் நினைத்திருக்கலாம்.

மீர்சாகிப்பேட்டை மார்க்கெட்டுக்கு எதிரில் நாயர் ஐயாப்பிள்ளை தெருவில் சிலம்பப் பயிற்சித் திடலில் உசேன் பாயைச் சந்தித்தபோது அதுவரையில் பார்த்திருக்கும் எம்.ஜி.ஆர் படங்களைச் சொல்லச் சொன்னார். உழைக்கும் கரங்கள், உரிமைக்குரல், ரிக்‌ஷாக்காரன், மாட்டுக்கார வேலன் என சிலம்பச் சண்டைகள் இடம்பெற்ற படங்களாகச் சொன்னேன். நான் எதிர்பார்க்காத வகையில் 'முகராசி' பார்த்திருக்கிறாயா எனக் கேட்டார். இல்லையென பதில் சொன்னேன். எப்பொழுதாவது கெயிட்டி திரையரங்கிலோ முருகன் திரையரங்கிலோ திரையிடப்படலாம், நேரம் கிடைத்தால் பார்க்கச் சொன்னார்.

பத்தாம் வகுப்பு கோடை விடுமுறையில் துவங்கிய சிலம்பப் பயிற்சி, பள்ளிக்கூடம் திறந்த பிறகும் தொடர்ந்தது. ஆறு மாதங்களுக்கும் மேலாக முழுமூச்சாக மாலை வேளைகளில் பயிற்சி பெற்றேன். பதினொன்றாம் வகுப்பு பொதுத்தேர்வுக்காகப் படிப்பின் மீது கவனத்தைத் திருப்பவேண்டியிருந்தது. எவ்வளவு படித்தாலும் வகுப்பில்கூட முதல் மாணவனாக என்னால் வர முடியாது, பொதுத்தேர்வில் தேறலாம். கொஞ்சம் நல்ல மதிப்பெண் பெற்றால் மேலே படிக்கலாம். அவ்வளவுதான் எனது எல்லை. எனக்கு மட்டுமல்ல என் குடும்பச் சூழலுக்கும் அதுதான் எல்லை.

அந்தக் காலகட்டத்தில் வி.என். தாஸ் சாலைக்கு அருகிலிருந்த கோயிலின் சாமி ஊர்வலத்தில் உசேன் பாயின் மாணவர்களை சிலம்பம் விளையாட அழைத்திருந்தார்கள். சாமி ஊர்வலத்துக்கு அவர் தன்னுடைய பிரதம சீடன் ராஜாவையும், ராஜாவுடன் சேர்ந்து விளையாட டேவிட், குமார் இருவரையும் அனுப்பினார். உசேன் பாயிடம் சிலம்பம் பயிலும் மாணவனாதலால் நானும் குழுவுடன் சென்றேன். தீப்பந்தம் கொளுத்த, தண்ணீர் கொடுக்க, சிலம்பங்களையும் மற்ற விளையாட்டுக் கருவிகளையும் எடுத்துச் செல்ல, இப்படிச் சில பணிகள் எனக்கு இருக்கும்.

அன்றைய சாமி ஊர்வலத்தில் ராஜா சுருள் கத்திப் பாடத்தைம், டேவிட் மூங்கிலில் நட்சத்திரம் கட்டி அதன் ஒவ்வொரு முனையிலும் தீப்பந்தம் எரியும் ஆளுயர சக்கரப் பரோட்டா பாடத்தையும், குமார் கத்திப் பாடத்தையும் விசேஷமாகச் செய்துகாட்டவேண்டிய பொறுப்பு தரப்பட்டது. மற்றபடி சிலம்பத்தில் அலங்காரப் பாடங்களும் சண்டைப் பாடங்களும், நடுக்கம்பு தீப்பந்தமும் அவரவர் விருப்பப்படி விளையாடிக்கொள்ளலாம்.

செல்லப் பிள்ளையார் கோயில் தெரு, உசேன் முல்க் தெரு எல்லாவற்றையும் சாமி ஊர்வலம் சுற்றி வந்து வி.என்.தாஸ் சாலையில் நுழைந்தது. உசேன் பாயின் நண்பர் குடியிருக்கும் வீட்டை ஊர்வலம் அடைந்தபோது ஊர்வலத்தை நிற்கச் சொன்னார்கள். வீட்டிலிருந்து ஆட்கள் வந்து சாமிக்கு அருகில் நின்றார்கள், சாமிக்கு வழிபாடுகளைச் செய்யத் துவங்கினார்கள். சாமி நிற்கும் வரையில் சிலம்பாட்டக் குழுவை விசேஷ விளையாட்டுகளை ஆடச் சொன்னார்கள்.

ராஜா சுருள் கத்தி சுழற்றினார். சுருள் கத்தியை 'சுலைமான்' என்று சொல்வது எங்கள் குழுஉக்குறி. சிலம்பத்துக்கு 'பாணா', மான் கொம்புக்கு 'மாடி'. சுருட்டி வைத்த சுருள் கத்தியை இறுக்கிப் பிடித்து சலாம் வரிசை முடியும்போது சட்டென அதை விடுவித்து பார்வையாளர்கள் சுருள் கத்தியைப் பார்த்துத் திடுக்கிட வைத்தார். ஒவ்வொரு சுழற்சியிலும் சுருள் கத்தி தரையில் படும்போது தீப்பொறி பறக்க ராஜா விளையாடி முடித்தார்.

டேவிட் சக்கரப் பரோட்டாவை எடுத்தார், எல்லா பந்தங்களையும் நாங்கள் கொளுத்த உதவினோம், நடுவில் இருந்த மூங்கில் கைப்பியைப் பிடித்துச் சுழற்றினார். ஒவ்வொரு அரைவட்டம் சுழன்றதும் கைகளை மாற்றி மாற்றி அடுத்த அரைவட்டத்தைத் தொடர்ந்து பந்தம் சுழலும் கதி நிற்காமல் ஓட்டினார். அதே கதியில் கையை முறுக்கிப் பின்னால் எடுத்துச் சென்று அடுத்த கையில் வாங்கி, முன்னால் எடுத்து வந்து கைதட்டல் வாங்கினார்.

குமார் வந்தான், குத்துச்சண்டைக்கு ஆயத்தமாகும் நிலையில் நின்றான். கையுறைகளுக்குப் பதிலாகப் பளபளக்கும் இரண்டு கத்திகள் அவன் கைகளில் மின்னின. கர்லாக்கட்டை சுற்றுவதைப் போலக் கத்தியைச் சுழற்றத் துவங்கினான். கர்லாக்கட்டை சுற்றும்போது அதற்கும் உடம்புக்கும் சிறிய இடைவெளி இருக்கும், கத்திப் பாடச் சுழற்சியில் அந்த இடைவெளி இருக்காது, கத்திகள் உடம்பை ஒட்டியபடி ஓடும். அப்படியே ஓட்டினான். நான்கு வீடு, எட்டு வீடு, பன்னிரண்டு வீடு, பதினாறு வீடு ஆகிய நான்கு திசைகளிலும் சரக் சரக்கெனக் கத்தியை வீசி வாழைக்காயை வெட்டினான். ஒவ்வொரு திசையில் வெட்டும்போதும் டேவிட் தரையில் படுத்து வாழைக்காயைத் தன் வயிற்றில் வைத்துக் கொண்டார்.

சிறப்புப் பாடங்கள் முடிந்த பின்னும் சாமி நகர்வதற்கு நேரம் இருந்தது. பாடத்தை முடித்து வந்த குமாருக்கு இளைத்தது. ராஜாவும் டேவிட்டும் இளைப்பாறி ஆயத்தமாகியிருந்தார்கள். ராஜா என்னைப் பார்த்தார், சிலம்பத்தைப் பார்த்தார், புருவத்தை உயர்த்தி 'ஆடுகிறாயா' என விழிகளால் கேட்டார். வீதியில் சிலம்பம் விளையாட எனக்குத் தயக்கம் இருந்தது. நான் தலையை ஆட்டி மறுத்துவிட்டேன். ராஜாவும் டேவிட்டும் சண்டைப் பாடம் செய்தார்கள். ராஜாவின் 'ஜபுர்' அசைவுகள் தாயைக் காத்த தனயனில் சாண்டோ சின்னப்பா தேவருடன் மோதும் எம்.ஜி.ஆரின் தோரணையை ஒத்திருக்கும். டேவிட் ராஜாவுக்கு ஈடுகொடுத்து வீசினார்.

வழிபாடு முடிந்து சாமி ஊர்வலம் புறப்பட்டது. ராஜாவுக்கும்

டேவிட்டுக்கும் ஓய்வு கிடைத்தது. ராஜா என்னை அழைத்தார், என்னுடைய தயக்கத்துக்குக் காரணத்தைக் கேட்டார். கூட்டத்தைப் பார்த்தால் பயமாக இருப்பதைச் சொன்னேன். எனது நடுக்கத்தால் பாடத்தில் தவறு நடந்தாலும் உசேன் பாயைத்தான் குறைசொல்வார்கள் என்றேன். சாமி ஊர்வலம் ஒரு முட்டுச்சந்துக்குள் நுழைந்தது. திரும்பவும் அதே வழியில்தான் வந்து வி.என்.தாஸ் சாலையில் சேர வேண்டும். சாமியும் அதனுடன் சில ஆள்களும் மட்டும் முட்டுச் சந்துக்குள் சென்றனர். ஊர்வலத்தில் வந்த மற்றவர்கள் வி.என்.தாஸ் சாலையில் நின்றனர். முட்டுச்சந்தில் ஒரு வீட்டின் முன்னால் சாமி நின்றது. வழிபாடுகள் துவங்கின.

ஊர்வலத்தில் கூட்டம் இல்லாத அந்த நேரத்தில் ராஜா என்னிடம் சிலம்பத்தைக் கொடுத்து பதினாறு வீடுகளை முடிக்கச் சொன்னார். ‘செரிண்ணா’ என சிலம்பத்தை வாங்கினேன். சட்டையைக் கழட்டிவிட்டு சலாம் வரிசைக்கு எட்டு வீட்டின் திசையான மேற்குத் திசையைப் பார்த்து நின்றேன். கூட்டம் அதிகம் இல்லாவிட்டாலும் என்னிடம் அவையச்சமும் தயக்கமும் இருந்தன. ராஜாவைப் பார்த்தேன். அவர் சிலம்பத்தை எடுத்துக்கொண்டு என் வலப்பக்கம் வந்து நின்றார், டேவிட்டும் சிலம்பத்துடன் என் இடப்பக்கம் வந்து நின்றார். ‘செய் தவ்லத்’ என்று ராஜா துவங்கி சலாம் வரிசை எடுத்ததும் என் தயக்கம் உடைந்து நானும் அவருடன் சுழன்றேன்.

சலாம் வரிசை முடித்து வீடுகளில் கால்களையும் கைகளையும் சிலம்பத்தையும் சுழற்றினோம். குழுவாக ஒரே பாடத்தைச் செய்யும்போது ஒரு வீட்டிலிருந்து மறுவீட்டுக்கு மாறும்போது குழுத்தலைவர் ‘ஏய்’ என்று குரல் கொடுப்பார், குரல் வந்ததும் ஆடும் எல்லோரும் அடுத்த வீட்டுக்கு மாறுவோம். அந்த மூன்று பேர் ஆட்டத்தில் ராஜாதான் குழுத் தலைவர். ராஜாவின் ‘ஏய்’ எப்போதும் முழக்கமாக ஒலிக்கும், அன்றும் ஒலித்தது. இரண்டாவது ‘ஏய்’யில் வி.என்.தாஸ் சாலையில் நின்றிருந்தவர்கள் சிலர் முட்டுச் சந்துக்குள் வந்தார்கள். நான் சுழன்று கொண்டிருந்தாலும் கூட்டம் சேருவது தெரிந்து மீண்டும்

அவையச்சமும் தயக்கமும் வந்தன. மூன்றாவது நான்காவது 'ஏய்'களில் சந்து நிறைந்துவிட்டது. நான் பாடத்தை முடிக்கத் தவறுவேன் போலத் தோன்றியது. 'அதேதான் தவ்லத் வுட்ராத வுட்ராத' ராஜாவின் முழக்கம் பாடத்தை முடிக்க உதவியது. எனக்கு மூச்சிரைத்தது. பாடத்தை முடித்ததும் ராஜாவும் டேவிட்டும் என்னை அள்ளிக்கொண்டார்கள். கூட்டம் கைதட்டியது.

'உசேன் பாய் சிஷ்யன்தான், ஸ்கூல் படிக்ற பையனாம்' யாரோ பேசியது காதில் விழுந்தது. கூட்டம் முழுக்க என்னையே பார்ப்பதுபோல உணர்ந்தேன். சட்டையை அணிந்தேன். ஊர்வலத்தில் ராஜா, டேவிட், குமாருடன் இணைந்துகொண்டேன். 'தவ்லத், ஷோக்கா சுத்துனடா' டேவிட் பாராட்டினார். ராஜா தோளில் தட்டிக்கொடுத்தார், புன்னகைத்தார், எதுவும் பேசவில்லை. 'ங்கோத்தா கிரவுண்ட்ல நெல்லாத்தான பண்ற? இங்க ஏண்டா கால் ஒதுர்ச்சு?' குமார் மட்டும் திட்டினான்.

பொதுவிலும் என்னுடைய ஆட்டம் ஓரளவு தேறிய செய்தி உசேன் பாய்க்கு மட்டும் அடுத்த நாள் மாலையில் தெரிந்திருக்கலாம். மீர்சாகிப்பேட்டை சுற்றத்துக்கும் நட்புக்கும் அந்தச் செய்தி வந்துசேர ஒரு வாரம் பிடித்தது. அந்தக் காலத்தில் அனைத்தும் வாய்வழிச் செய்திதான்.

குமார் வழமையாக நிற்கும் ஜானிஜான்கான் தெரு ரிக்ஷா நிறுத்தத்தில் முதலில் விசாரித்தார்கள். 'ன்னா தவ்லத், சாமி ஊர்வலத்துல சோக்கா பாணா சுத்துனியாமே?' அடுத்து ஆட்டுத்தொட்டியில் கறுப்புப் புட்டரிசி உருண்டைகள் விற்கும் பூவா அழைத்து யாரிடமோ காட்டினார், 'யயீச்சு கோயில் மேன் லட்டி பிராயாசோ' (இவன்தான் கோயிலில் சிலம்பம் விளையாடியவன்). பிறகு, தேநீர்க்கடைக்குச் செய்தி நகர்ந்தது. இடியாப்ப வியாபார ஒண்டுக்குடித்தனத்துக்குக் கடைசியாக வந்தது.

அந்த இடைவெளியில் அதற்குக் கண் மூக்கு காதெல்லாம் வரையப்பட்டு, பள்ளிக்கூடப் படிப்பை விட்டுவிட்டு உசேன்

பாயின் சிலம்பாட்டக் குழுவில் மிகுந்த ஈடுபாட்டுடன் நான் செயல்படுவதாகச் செய்தி வாசிக்கப்பட்டது. பள்ளிக்கூடத்தில் படிக்கும் பையன் தெருவில் சிலம்பம் ஆடலாமா? என்னும் புள்ளியில் கடைசியில் வந்து நின்றது.

ஐ.டி.ஐ. முடித்துவிட்டு 'நேஷனல் அப்ரண்ட்டீஸ்ஷிப்'புக்கு பெரிய வாகனப் பராமரிப்புப் பட்டறைகளில் முயற்சி செய்யும் அண்ணன், அவன் வருமானத்தை எதிர்பார்க்கும் அப்பா, திருமணம் ஆகாத அக்கா, என்னிலும் இளைய தங்கையும் தம்பிகளும் உண்டு. வருமானத்துக்காக நானும் சீக்கிரம் தலையெடுக்க வேண்டிய அவசியம். இந்த நிலையில் எனக்கு அப்பாவாக யாராவது புரட்சியாளராகவே இருந்திருப்பினும் தன் மகன் படிப்பை மறந்து சிலம்பாட்டத்தில் கவனம் செலுத்துவதை ஏற்றிருப்பார்களா?

நான் பள்ளிக்கூடத்தில் மிகச் சிறந்த முதல் வரிசை மாணவனாக இருந்திருந்தால், ஒருவேளை இந்த கண் மூக்கு காது வரைதல்கள் அப்பாவிடம் எடுபட்டிருக்காது. நான் படிப்பிலும் கவனம் செலுத்துகிறேன் என நிரூபித்திருக்கலாம். கடைசி வரிசை மாணவன் எப்படித் தன் படிப்பு ஆர்வத்தையும் நிரூபித்து சிலம்பப் பயிற்சியையும் தொடர்வது? என் வாழ்க்கை, என் வழி, என் விருப்பமெல்லாம் என் குடும்பத்தில் நடைமுறைக்கு ஒத்துவருமா?

உசேன் பாயிடம் அப்பா பேசப்போவதாகவும் இனி சிலம்பப் பயிற்சிக்குப் போகவேண்டாம் என்றும் தடை போட்டார். அப்பாவுக்குத் தெரியாமல் உசேன் பாயை நானும் சென்று பார்த்தேன்.

"பெஹ்லே படோ, ஏ சப் பாத்மே தேக்கேங்கே?" (முதலில் படி, இவற்றைப் பிறகு பார்க்கலாம்) ஒரு வரியில் முடித்து அனுப்பிவிட்டார்.

சிலம்பப் பாடத்திலிருந்து முன்னேறி 'செடிகுச்சி' என்றழைக்கப்படும் இரண்டு சிறிய சிலம்பங்களை இரண்டு கைகளிலும் பிடித்துச் சுழற்றும் பயிற்சிக்கு முன் என்னுடைய

சிலம்பப் பாடங்கள் தடைபட்டன. அது எனக்குப் பெரிய ஏமாற்றம். எப்பொழுதோ பிளாசா திரையரங்கில் பார்த்த எம்.ஜி.ஆர். படம் மாட்டுக்கார வேலனின் கடைசிச் சண்டைக்காட்சி இரட்டைச் சிலம்பம் என்னும் 'செடிகுச்சி ஃபைட்' மனதில் ஆழமாகப் பதிந்திருந்தது. சண்டைப் பயிற்சி பெற்ற எப்பேர்ப்பட்ட கதாநாயகனாக இருந்தாலும் மாட்டுக்கார வேலனின் செடிகுச்சி வீச்சைத் தமிழ்த் திரையில் மறுவுருவாக்கம் செய்ய முடியாது.

அந்தச் சண்டையில் எம்.ஜி.ஆரின் கைகளில் இரண்டு சிலம்பங்களாக உலோகக் குழாய்கள் கிடைத்ததும், உடனே சுழற்றத் துவங்கமாட்டார். முதலில் இடுப்பிற்குக் கீழே வரும் தாக்குதலை இடக்கைச் சிலம்பத்தால் தடுப்பார். அடுத்து தலைக்கு வரும் தாக்குதலை வலக்கைச் சிலம்பத்தால் தடுப்பார். எதிராளிகள் இருவரின் சிலம்பங்களையும் சுழற்றிவிட்டு திசை மாற்றுவார். அடுத்து அணிசேரும் எதிரிகளால் தலைக்கு வரும் தாக்குதல்களைத் தடுத்து, அந்தச் சிலம்பங்களைத் தரை வரையில் இழுத்து வந்து நிலையை மாற்றி நின்று இன்னும் கூடுதலாக வரும் எதிரிகள் தன்னுடைய முன்புறம் இருக்குமாறு பார்த்துக்கொண்டு அனைத்து வீச்சுகளையும் சிதறடிப்பார். அந்த நொடியில் கிடைக்கும் அவகாசத்தில் செடிகுச்சி சுழற்சியைத் துவக்கி வீடு கட்டி முன்னேறிச் செல்வார். ஷியாம் சுந்தர் அமைத்த சண்டைக் காட்சி அது.

எம்.ஜி.ஆரின் அனைத்து இரட்டை வாள் வீச்சுகளுக்கும் அடிப்படை செடிகுச்சிப் பயிற்சிதான் என்று ராஜா சொன்னதை எப்பொழுதும் மறக்கமாட்டேன். அப்பேர்ப்பட்ட செடிகுச்சி சண்டைப் பாடங்களை நான் பழகுவதற்கு முன் பயிற்சி தடைபட்டது. தேர்வுகளை எழுதி முடித்தவுடன் சிலம்பப் பயிற்சிகளை மீண்டும் தொடர நினைத்தேன்.

எப்படியாவது தேர்வில் வெற்றி பெறுவதைக் குறிக்கோளாகக் கொண்டு படிக்கத் துவங்கியபோது அழகிய முகம் ஒன்று தொல்லை கொடுத்துத் தூக்கத்தைக் கெடுத்தது. அன்றைய பத்மப்பிரியா, ரமா பிரபா, கே.ஆர். விஜயா மூவரின்

கலவையான முகத்துடன் பத்ரகாளி திரைப்படத்தில் ‘கண்ணன் ஒரு கைக்குழந்தை’ பாடலில் கட்டிப்போட்டது. பதினாறு வயதுப் பையனுக்குள் நடக்கும் வளர்சிதை மாற்றங்களுக்கு வினைவேகமாற்றியாகச் செயல்பட்ட அந்த முகம், ராணி சந்திராவின் முகம்.

பத்ரகாளி திரைப்படம் வெளியான புதிதில் அதனைப் பார்க்கவில்லை. அதெல்லாம் என் பட்டியலில் வரவே வராது. நீதிக்குத் தலைவணங்கு, துணிவே துணை போன்ற சண்டைக்காட்சிகள் உள்ள படங்களைத்தான் எனக்குப் பிடிக்கும்.

வீட்டில் படிக்க வசதிப்படாது என அரசினர் தோட்டத்துக்குச் செல்லும் வழக்கம் எனக்கு இருந்தது. என்னைப் போல் பலரும் அங்கு படிப்பதற்கு வருவார்கள். ஒவ்வொரு மரத்தடியிலும் யாராவது அமர்ந்து படித்துக்கொண்டும் எழுதிக்கொண்டும் இருப்பார்கள். காலையிலிருந்து மதியம் வரையில் படித்த பின், கட்டியிருந்த சாப்பாட்டை உண்டு முடித்து அதன் பின்னும் படிப்பு தொடர்ந்தது. எப்படியாவது தேர்வில் வெற்றி பெறவேண்டுமே. தேறினால் ஒரு வாழ்க்கை, தேறாவிட்டால் இன்னொரு வாழ்க்கை. தேறினால் கிடைக்கப்போகும் வாழ்க்கையே கரடுமுரடானதுதான், தேறாவிட்டால் கிடைக்கும் வாழ்க்கையின் கரடுமுரடுகள் முன்னதை விடவும் மோசமாக இருக்கும்.

அப்படிப் படித்தபோது அங்கு வந்துசேர்ந்த இரண்டு மரத்தடி நண்பர்கள் மனதை இலகுவாக்க ஏதாவது படத்துக்குப் போகலாமா என்றார்கள். எனக்கு விருப்பமில்லாவிட்டாலும் நட்புக்காக அவர்களுடன் செல்ல ஒப்புக்கொண்டேன்.

அரசினர் தோட்டத்திலிருந்து சாலையைக் கடந்தால் பாரகன் திரையரங்கம். வார நாள்களில் கூட்டம் இல்லாமல் இருந்த பகல் காட்சி இரண்டரை - மூன்றுமணிக்குத் துவங்கி ஐந்தரை - ஆறுமணிக்குள் முடிந்துவிடும். பாரகனிலிருந்து மீர்சாகிப் பேட்டைக்கு நடந்து செல்ல எனக்கு இருபத்தைந்து நிமிடங்கள்தான் பிடிக்கும். ஆறரைக்குள் வீட்டை

அடைந்துவிடலாம். யாருக்கும் படத்துக்குப் போனது தெரியாது.

அப்படி இலக்கில்லாமல் சென்ற பத்ரகாளி திரைப்படம் ராணி சந்திராவால் என்னை ஈர்த்த படமானது. திரைப்படம் வெளியாகும் முன்பே அவர் இறந்துவிட்ட செய்தியைக் கேள்விப்பட்டதும் முன்னைவிடவும் அதிகமாக ராணி சந்திராவின் முகத்தை என்னை சலனப்படுத்தியிருந்த பெண்களின் முகங்களில் தேடினேன்.

நண்பர்களுக்குத் தெரியாமல் அடுத்த நாள் நான் மட்டும் தனியாக பத்ரகாளியைப் பார்க்கச் சென்றேன், அதற்கு அடுத்த நாளும் சென்றேன். மூன்றாவது நாள் என்னைப் போலவே இன்னொருவனும் பாரகன் திரையரங்கிற்கு வந்திருந்தான். ஏன் இரண்டாவது முறையாக வருகிறான் எனக் கேட்டேன். ராணி சந்திராவுக்காக என்றான், எனக்கு வலித்தது. சண்டைக்காட்சிகளே இல்லாத படத்துக்கு நான் ஏன் இரண்டாவது முறையாக வந்திருக்கிறேன் என்று அவன் கேட்டான், சும்மாதான் என மழுப்பினேன்.

பேச்சை மாற்றுவதற்காக அவனும் இடையில் நின்றுபோன எனது சிலம்பப் பயிற்சி குறித்துக் கேட்டான். கடைசித் தேர்வு எழுதியதும் உசேன் பாயிடம்தான் போய் நிற்பேன் என சிரித்துக்கொண்டே சொன்னேன். பேச்சின் இடையே தேர்வு குறித்த நினைவு வந்ததும் எனக்கு பயம் வந்தது. கட்டாயமாக நிறுத்தப்பட்ட சிலம்பம் குலைத்துப் போடாத படிப்பை ராணி சந்திராவின் முகம் குலைத்துப் போடப்போவதை உணர்ந்தேன். நண்பனும் உணர்ந்திருக்க வேண்டும். ‘புறப்பட்டாள் பத்ரகாளியாய்ப் புறப்பட்டாள்’ பாடல் தொடங்கியதும் “வீட்டுக்குப் போலாமாடா?” என்றான். நாங்கள் இருவரும் அரங்கிலிருந்து புறப்பட்டோம். கேண்டீனிலிருந்து வேண்டா வெறுப்பாக காவலாளி எழுந்து வந்து கம்பிக் கதவைத் திறந்துவிட்டார். வாலாஜா சாலையிலிருந்து திருவல்லிக்கேணி நெடுஞ்சாலையில் திரும்பும் வரையில் எதுவும் பேசவில்லை. மௌனத்தை நண்பன்தான் உடைத்தான்.

“நான் எக்சாம்ல சமாளிச்சுருவேன். உன்னால முடியுமாடா?”

“சத்தியமா முடியாது.”

“அப்புறம் ஏன் இப்படி?”

நான் பதில் எதுவும் சொல்லவில்லை. இடைவெளி விட்டுத் தொடர இது சிலம்பப் பயிற்சி கிடையாது, மனப்பயிற்சி. கண்களை மூடினால் நினைவுக்கு வரும் முகத்தை மறப்பதற்குச் செய்யவேண்டிய பயிற்சி. அலைபாயும் மனதை நில்லென்றால் நிற்கச் சொல்ல நான் என்ன முற்றும் துறந்த முனிவரா? பதினாறு வயது மாணவன். எப்படியாவது ராணி சந்திராவின் முகத்தை மறக்க முயற்சி செய்யவேண்டும். நாளை முதல் படிப்பதற்கு அரசினர் தோட்டத்துக்கு வராமல் இருந்தால் பத்ரகாளி சுவரொட்டி கண்களில் படாது, பாதிப் பிரச்சனையாவது தீரும்.

இருந்த அந்தப் பிரச்சனை போதாதென இன்னொரு பிரச்சனையைப் பள்ளிக்கூடத்தில் நானாக உண்டாக்கிக்கொண்டேன். பதினொன்றாம் வகுப்பை முடித்துப் பள்ளியை விட்டு வெளியே செல்லும் மாணவர்களுக்கு உற்சாகமூட்டுவதற்காகத் தலைமை ஆசிரியர் ஒவ்வொரு வகுப்பிலும் ஒருமணி நேரம் மாணவர்களுடன் உரையாடினார். இன்றைய மாணவர்கள்தான் நாளைய உலகைச் செதுக்கும் சிற்பிகள், மாணவர்கள்தான் நாட்டின் கண்கள், மாணவப் பருவம்தான் வாழ்க்கையின் முக்கியமான பருவம், கல்வியால்தான் நாம் உலகை வெல்லமுடியும் போன்ற பொன்மொழிகள் நிறைந்த உரையாடல் அது.

உரையாடலின் இடையே ஒவ்வொரு மாணவனிடமும் அவன் எதிர்காலத்தில் யாராக ஆகப்போகிறான் என்றும் கேட்டார். சொல்லிவைத்தாற்போல் பாதிப்பேர் கலெக்டராகப் போவதாகச் சொன்னார்கள். மருத்துவப் படிப்பில் விருப்பம் இருப்பவர்கள், பொறியியல் படிப்பில் விருப்பம் உள்ளவர்கள் அதைப் பெருமிதமாகச் சொன்னார்கள். ஓரிருவர் தமிழாசிரியராகப் போவதாகவும் சொன்னார்கள். எழுபதுகளில் தமிழாசிரியர்களின் தாக்கம் மாணவர்களிடம் அப்படி இருந்தது. ஆங்கிலப் பேராசிரியராகும் கனவும் சிலருக்கு இருந்தது.

நான் ஒருவன் மட்டும்தான் திரைப்படத்தில் சண்டைக்கலைஞனாக நடிக்க ஆசைப்படுவதைச் சொன்னேன்.

தலைமை ஆசிரியரின் முகத்தில் இருந்த புன்னகை மாறியது.

“நீ ஸ்போர்ட்ஸ்ல நிறைய பரிசு வாங்கியிருக்கேல்ல?”

“ஆமாம் சார். போன வருஷம் சேம்பியன்ஷிப் ரோலிங் கப் நான்தான் சார் வாங்குனேன்.”

“அகாடமிக் இயர் *1975-1976?*”

“ஆமாம் சார்...”

“அதிகம் படிக்க ஆசைப்படாம ஏன் சினிமாவுக்குப் போகணும்? அதுவும் ஸ்டண்ட் மேனா?”

“பிடிச்சிருக்கு சார்”

அடுத்த வார்த்தையில் தலைமை ஆசிரியர் இடியை என் தலையில் இறக்கினார்.

“நாளைக்கு பிட்வீன் ட்வல்வ் அன் ஒன், பேரன்ட்ஸோட வந்து என்னைப் பார்.”

★

3. அடிமைப் பெண்

பள்ளிக்கூடத்தில் நான் உடற்பயிற்சிக் கல்வி + விளையாட்டு ஆசிரியர்களின் செல்லப்பிள்ளை. பள்ளியில் தடகளப் போட்டிகளில் நான் பங்கேற்றால் முதல் பரிசு எனக்குதான். தென்சென்னை உயர்நிலைப்பள்ளி விளையாட்டுக் குழுமத்தின் போட்டிகளுக்குச் சென்றால் முதல் மூன்றுக்குள் ஏதாவது ஒன்றைத் தட்டிச் செல்வேன். எங்கள் பள்ளிக்கூடத்தில் மாட்டப்பட்டிருக்கும் ‘சௌத் மெட்ராஸ் செகண்டரி ஸ்கூல் அத்லெட்டிக் அசோஷியேஷன்’ கேடயங்களில் ஐந்து கேடயங்கள் நான் கலந்துகொண்டு பெற்றவை.

தடகளப் போட்டிகளில் முன்னணியில் இருந்தும் எனக்கு கிரிக்கெட் சுட்டுப்போட்டாலும் வராது. எங்கள் விளையாட்டுத் திடலில் கிரிக்கெட் ‘பிட்ச்’ கிடையாது, பச்சை நிறத்தில் பெரிய நார்ப்பாயை விரித்து அதில் ஆடுவார்கள். உடற்கல்வியியல் ஆசிரியர்கள் எனக்கு

கிரிக்கெட் கற்றுத் தர முயற்சி செய்தார்கள், என்னால் கற்க முடியவில்லை, விட்டுவிட்டேன். போலவே கைப்பந்தாட்டம் கற்பதிலும் ஆர்வமில்லை, ஹாக்கியின் பக்கம் போகவில்லை. எங்கள் பள்ளியில் கிரிக்கெட், கைப்பந்து, ஹாக்கி, கோகோ இந்நான்கு விளையாட்டுகளுக்கும் அணிகள் இருந்தன. அவற்றில் கோகோ விளையாட்டு அணியில் மட்டும் நான் இருந்தேன். பள்ளிக்குள் விளையாட்டு நேரத்தில் விளையாடும்போது மட்டும் கபடியில் பங்கேற்பேன். கபடி விளையாட்டுக்கென எங்கள் பள்ளியில் அணி இல்லை.

அணியோடு சேர்ந்து விளையாடும் விளையாட்டுகளில் 'கோகோ' விளையாட்டுடனும், அணியோடு சேர்ந்து தடகளத்தில் போட்டியென்றால் தொடர் ஓட்டத்துடனும் (ரிலே ரேஸ்) என் எல்லை முடிந்தது. மற்றபடி அனைத்துத் தடகளப் போட்டிகளிலும் என் விளையாட்டுத் திறன் தனியாக வெளிப்படும்.

ஆண்டு விழா விளையாட்டுப் போட்டிகளில் கதாநாயகனாக வலம் வருவேன். நடைபெற இருக்கும் ஆண்டு விழா விளையாட்டுப் போட்டிகளில் ஒலிம்பிக் ஜோதியை ஏந்திக்கொண்டு விளையாட்டுத் திடலைச் சுற்றி வரப்போவது நானாகவும் இருக்கலாம். அதற்கான தகுதிகளுள் ஒன்று பள்ளி விளையாட்டுப் போட்டிகளில் சாம்பியன்ஷிப் சுழல் கோப்பையை வென்றிருக்கவேண்டும். சென்ற ஆண்டு நான் வென்றிருந்தேன்.

விளையாட்டில் முதலிடம் என்றாலும், வகுப்பில் எனக்குக் கடைசி இடம்தான். விளையாட்டில் முதன்மையில் இருக்கும் நான் படிப்பில் மதிப்பெண் என்றால் கூடைக்குள் ஓதுங்கும் பூனை. நான் பயின்ற நாள்களில் 'பார்டர் கேஸ்' என்ற அடைப்புக்குள் என்னைப் போன்ற மாணவர்கள் வருவோம். ஒவ்வொரு வகுப்பிலும் தேர்வு பெறுவதற்குத் தேவையான குறைந்த மதிப்பெண்களை எடுத்துத் தேறுவது எங்கள் வழமை.

குறைவாக மதிப்பெண் எடுக்கும் மாணவனை எந்த ஆசிரியருக்குப் பிடிக்கும்?

தலைமையாசிரியர் என்ன சொல்லப்போகிறாரோ என்னும் பயத்தில் அடுத்த நாள் காலைப்பொழுது வகுப்பில் மெதுவாக நகர்ந்தது. பன்னிரண்டு மணிக்கு அப்பா வருவதாகச் சொன்னார். வாசலுக்குச் சென்று காத்திருந்த அப்பாவை அழைத்துக்கொண்டு தலைமையாசிரியரின் அறைக்குச் சென்றேன்.

நாங்கள் வந்திருப்பதைப் பணியாளர் உள்ளே சென்று சொன்னார், பின்னர் வெளியே வந்து எங்களைக் காத்திருக்கச் சொல்லிவிட்டு வகுப்பறைகளை நோக்கிச் சென்றார். திரும்பி வரும்போது உடற்கல்வியியல் ஆசிரியர் சாலமன் அவர்களையும், என்னுடைய வகுப்பு ஆசிரியர் கிரிதரன் அவர்களையும் அழைத்து வந்தார். சாலமன் சார் எங்களைக் கடந்து செல்லும்போது என்னையும் அப்பாவையும் பார்த்துப் புன்னகைத்துச் சென்றார். கிரிதரன் சார் விறுவிறுவென உள்ளே சென்றார்.

எங்களுக்கு அழைப்பு வந்தது, உள்ளே சென்றோம். தலைமையாசிரியர் அப்பாவை உட்காரச் சொன்னார், அப்பா உட்காரவில்லை.

தலைமையாசிரியர் பேசினார்,

“ஸ்போர்ட்ஸ்ல இண்ட்டரெஸ்ட்டா இருக்ற பையன், படிப்புல கொஞ்சம் இண்ட்டரெஸ்ட் காட்டினா நல்லா இருக்கும். இதுவரைக்கும் பார்டர்லதான் பாஸ் பண்ணியிருக்கான். இப்ப சினிமாவுல அவனுக்கு கவனம் போகுதே, ஸ்டண்ட் மேனா ஆகப்போறேன்றான். உங்க ஃபேமிலில யாரும் சினிமால ஸ்டண்ட் மேனா இருக்காங்களா?”

கிரிதரன் சாரும், சாலமன் சாரும் எதுவும் பேசவில்லை. அமைதியாக அப்பாவைப் பார்த்தார்கள். அப்பா பதறிவிட்டார்.

“சார் எங்க குடும்பத்துல சினிமாவுல யாரும் இல்லை, நான் லேபரர், பசங்க தலையெடுத்தாத்தான் குடும்பமே நடக்கும். இவனுக்கு யாரால இப்படி காட்டா குஸ்தி கம்புச் சண்டைங்க மேல இவ்ளோ பிரியம்னு தெரியலை சார். நான் கண்டிச்சு

வெக்கிறேன் சார். பப்ளிக் எக்சாம் பாஸ் பண்ணா ஐ.டி.ஐ.ல சேர்த்து எதுனா தொழில் கத்துக்க வெச்சிருவேன். இனிமே சினிமா பத்திப் பேசமாட்டான், மன்னிச்சுருங்க சார்...” அப்பாவின் குரல் கமறியது.

எனக்கு அழுகையும் கோபமும் வந்தன. தலைமை ஆசிரியரின் முன்னே ஆசிரியர்களின் முன்னே பள்ளிக்கூடத்தில் கோபப்பட முடியாது, அழுகை எந்நேரமும் வெடிக்கும்போல இருந்தது. .

கிரிதரன் சார் எப்போதும் உயர்ந்த எண்ணங்களைப் பேசுபவர். தொழிற்கல்விக்கு என்னை அனுப்பப் போவதாக அப்பா சொன்னது அவருக்குப் பிடித்திருக்காது.

“ஏன் நீங்க ஐ.டி.ஐ., டர்னர், ஃபிட்டர்னு பேசறீங்க? அவனை பி.யூ.சி.லாம் சேர்க்க மாட்டீங்களா? மைனாரிட்டி இன்ஸ்டிடியூஷன்ஸ்ல ஸ்காலர்ஷிப் எதாவது கேட்டு காலேஜ்ல சேர்க்க முயற்சி பண்ணலாமே.”

அவர் பேசியதில் ஐ.டி.ஐ., பி.யூ.சி. ஸ்காலர்ஷிப் இம்மூன்றையும் தவிர வேறு எதுவும் எனக்குப் புரியவில்லை. அப்பாவுக்கும் அப்படித்தான் இருந்திருக்கவேண்டும். அடுத்து சாலமன் சார் பேசினார்.

“பாய், இந்த சினிமால்லாம் வேலைக்கு ஆகாது. எப்படியாவது அவனை பாஸ் பண்ணச் சொல்லுங்க. பியூசி முடிக்கட்டும், மேல படிக்கட்டும். காலேஜுல டிராக் ஈவண்ட்ஸ்ல அடிச்சு வரட்டும். யூனிவர்சிட்டி லெவல்ல போவான் பாருங்க. கருத்தா படிக்கச் சொல்லுங்க.”

அப்பாவுக்கு சாலமன் சார் சொன்னதில் பாதிதான் புரிந்திருக்கும், எனக்கு முழுதாகப் புரிந்தது. கோபம் குறைந்தது, அழுகை மட்டும் குறையாமல் முட்டிக்கொண்டு நின்றது.

“மன்னிச்சுருங்க சார், மன்னிச்சுருங்க சார்” அப்பா திரும்பத் திரும்ப சொன்னார், அவரால் வேறு எந்த வார்த்தையையும் பேசமுடியவில்லை. என்னால் அழுகையை அதற்குமேல் அடக்க முடியவில்லை. பெரிய ஓசையுடன் தேம்பினேன்,

அழுதேன். கட்டுப்படுத்த முடியாமல் கண்ணீர் பொங்கியது. உள்ளங்கைகளால் கண்ணீரைத் துடைத்து, கைகளைக் காக்கிக் கால்சட்டையில் தேய்த்துவிட்டுக் கன்னங்களை அழுத்தித் துடைத்துக்கொண்டேன்.

“இந்த அகாடமிக் இயர் ஸ்போர்ட்ஸ் மீட்ல ஒலிம்பிக் டார்ச் கொண்டு வர உனக்கு சான்ஸ் குறைவா இருக்கு, ஏன் தெரியுமா?” தலைமையாசிரியர்.

“தெரியாது சார்.”

“மார்க்ஸ்லாம் ரொம்பக் குறைவா இருக்கு. டீச்சர்ஸ் மீட்டிங்ல உன்னோட பேர் சொன்னாலே ஸ்போர்ட்ஸ்தான் உனக்கு வரும், படிப்பு வராதுன்றாங்க. ஏன் அப்படி? ரிவிஷன் டெஸ்ட் வருது. இருக்ற ரெண்டு மூணு மாசமும் நல்லா படி, ரிவிஷன் டெஸ்ட்ல நல்ல மார்க் எடு, அப்புறம் எஸெஸெல்சி பாஸ் பண்ணு, காலேஜ் சேரு.” அப்பாவைப் பார்த்து, “பையனைக் கண்டிச்சு வைங்க.”

அத்துடன் தலைமையாசிரியர் எங்கள் இருவரையும் போகச் சொன்னார்.

“எப்படியாவது பாஸ் பண்ணிர்ரா” வேறெதுவும் அப்பா என்னிடம் பேசவில்லை. உணர்ச்சிக் குவியலாக உள்ளே நின்றிருந்தவர் வெளியே வந்து என்னைப் போட்டுச் சாத்துவார் என நினைத்தேன், கண்டிப்பாகத் திட்டு விழுமென நினைத்தேன், எதுவும் நடக்கவில்லை. பள்ளிக்கூடத்தின் பெரிய இரும்புக்கதவு வரையில் அப்பாவுடன் நடந்துசென்று அவரை அனுப்பிவிட்டு வகுப்புக்குச் சென்றேன். உணவு இடைவேளை முடிந்ததற்கான மணி அடிப்பதற்குள் சாப்பிட்டு முடித்து டிபன் பாக்ஸைக் கழுவிவிட்டு வகுப்புக்கு ஓடவேண்டும்.

நான் எப்படி தலைமையாசிரியர் கேட்கும்போது திரைப்படத்தில் சண்டைக் கலைஞனாக நடிக்கப்போவதாகச் சொன்னேன்? அப்போது மனதில் தோன்றியதைச் சொன்னேன் என அதை ஒதுக்கமுடியாது. நினைவு தெரிந்த நாள்களுக்குப் பின் பார்த்த எம்.ஜி.ஆர் படங்களில் அவருடன் ஒற்றைக்கு ஒற்றை

மோதும் சண்டைக் கலைஞர்களும் என்னை ஈர்த்துள்ளார்கள். வில்லன்களாக நடிக்கும் நம்பியாரையோ, வீரப்பாவையோ, அசோகனையோ, ராமதாசையோ, இன்னும் சிலரையோ சொல்லவில்லை, நான் சொல்வது தொழில்முறை சண்டைக் கலைஞர்களை. அப்படி மோதிய தொழில்முறை சண்டைக் கலைஞர்களில் ஜஸ்டினை எனக்குப் பிடிக்கும்.

மல்லர் உடற்கட்டு கொண்டிருந்த நெல்லூர் காந்தாராவைவிடவும், விளையாட்டு வீரர்களின் உடற்கட்டுக் கொண்டிருந்த ஜஸ்டின் எம்.ஜி.ஆருடன் அதிகப் படங்களில் மோதினார். ரகசிய போலீஸ் 115, ரிக்ஷாக்காரன், நல்லநேரம், இதயக்கனி இன்னும் சில படங்களில் ஜஸ்டின் எம்.ஜி.ஆர். சண்டைக் காட்சி உண்டு. அடிமைப் பெண்ணில் ஒற்றைக்கையில் கழுகு அலகைப் போல் கொக்கியை மாட்டிக்கொண்டு ஜஸ்டின் சண்டையிடுவதைப் பார்த்த பின் நானும் இடக்கையில் லுங்கியைச் சுற்றிக்கொண்டு கொக்கிபோல வைத்து மரத்தூணில் கையை மாட்டித் தூணை இழுக்க முயற்சி செய்திருக்கிறேன்.

முடியுமோ முடியாதோ யாராகவோ மாறிவிடும் ஆசை எல்லோருக்கும் இருக்கிறது. பள்ளிக்கூட மாணவர்களுக்கு நாட்டின் தலைவர்களாகவும், அறிவியல் அறிஞர்களாகவும், போர் வீரர்களாகவும், பாரதியாகவும், வள்ளுவராகவும் தங்களை உருவாக்கிக்கொள்ளும் கனவு விதைக்கப்படுகிறது. ஆரம்பப் பள்ளிக்கூடங்களின் மாறுவேடப் போட்டிகளிலிருந்து அது துவங்குகிறது. பாடத்திட்டத்தில் இருக்கும் ஆளுமைகளின் வாழ்க்கை வரலாறுகளும் பெருங்கனவுகளைத் தீட்ட வண்ணம் குழைக்கின்றன. எல்லோராலும் ஏற்கப்படக்கூடிய தொழிலைச் செய்வதுதான் வெற்றி என்னும் எண்ணம் ஆழமாக வேரூன்றப்படுகிறது. அதிலிருந்து மாறுபட்டு வேறொரு பாதையை மாணவன் இயல்பாகத் தேர்ந்தெடுக்கையில் அவனைச் சுற்றியிருப்போர் குழம்புகின்றனர். அவனைச் சரியான பாதையில் சேர்ப்பதாக நினைத்து வழமையான நீரோட்டத்தில் கலக்கவிடுகின்றனர்.

புதிய பாதையையும் பயணத்தையும் தேர்ந்தெடுக்கும்

உரிமை கீழ் நடுத்தர வர்க்கத்தைச் சேர்ந்த மாணவனுக்கு வழங்கப்படுவது இல்லை, எனக்கும் வழங்கப்படவில்லை. சண்டைக்கலைஞனாகும் ஆசை என்னையும் என்னைச் சுற்றியிருப்போரையும் மகிழ்ச்சியாக வைக்காது என அவர்களாகவே முடிவு செய்தார்கள்.

தலைமையாசிரியர் சொன்னதைப் போல அந்த ஆண்டு நடந்த விளையாட்டுப் போட்டிகளின் துவக்க நிகழ்வில் ஒலிம்பிக் ஜோதியை ஏந்திக்கொண்டு விளையாட்டுத் திடலைச் சுற்றி ஓடி வந்து அனைவரும் கைதட்ட ஜோதியை ஏற்றும் வாய்ப்பு எனக்கு வழங்கப்படவில்லை. எங்கள் பள்ளியின் கிரிக்கெட் அணித் தலைவனுக்கு அந்த வாய்ப்பு தரப்பட்டது. தென்சென்னைப் பள்ளிகளுக்கு இடையில் நடந்த போட்டியில் வென்று பெரிய கோப்பையைப் பள்ளிக்கு எடுத்து வந்ததற்காகவும் அந்த வாய்ப்பு அவனுக்குத் தரப்பட்டது. படிப்பிலும் அவன் கெட்டிக்காரன் என்றும் அந்த ஆண்டு எங்கள் பள்ளியிலேயே அதிக மதிப்பெண்கள் எடுக்கப்போகும் மாணவனாகவும் அவன் இருக்கலாம் என்றும் பேசிக்கொண்டார்கள்.

எவ்வளவு முயன்றும் அந்த ஆண்டு என்னால் சேம்பியன்ஷிப் சுழல் கோப்பையைத் தக்க வைக்க முடியவில்லை. கவனக் குவியல் கிடைக்கவில்லை, ஈட்டி எரிதலிலும், குண்டு எரிதலிலும் வீச்சும் உடலியக்கமும் இணையவில்லை. டிரிபிள் ஜம்ப்பில் எகிறல்களில் திணறினேன், ஓட்டத்தின்போது வெற்றிக்கோடு தெரியாதபடி கண்ணீர் மறைத்தது. அந்த ஆண்டு விளையாட்டுப் போட்டிகளிலும் நான் பின்தங்கினேன்.

போட்டிகளெல்லாம் முடிந்த பின் சாலமன் சார் என்னை அழைத்து இரவு ஏழு மணிக்கு மேல் வீட்டுக்கு வரச் சொன்னார். அவர் எங்கள் பள்ளிக்கு அருகில் சுந்தரமூர்த்தி விநாயகர் கோயில் தெருவில் குடியிருந்தார். சுழல் கோப்பையை வெல்லாத வருத்தத்துடன் அன்று வாங்கிய பதக்கங்களையும் சான்றிதழ்களையும் எடுத்துக்கொண்டு வீட்டுக்குச் சென்றேன். முற்றத்தில் நின்று, சமையலுக்கு மறைப்பாகக் கட்டப்பட்டிருந்த கட்டமணிச் சுவரில் (தடுப்புச் சுவர்) அவற்றை வைத்துவிட்டு,

நீல நிற பிரைட் பிளாஸ்டிக் வாளியிலிருந்த நீரை அள்ளி முகத்தைக் கழுவினேன். பழுப்பு நிற கேன்வாஸ் காலணியைக் கழட்டிவிட்டுக் கால்களிலும் நீரை அள்ளி ஊற்றித் தேய்த்துக் கழுவினேன்.

உள்ளே இருந்து அம்மா வந்தார். “சாய் கரம் கரூன் கியா?” (தேநீரைச் சூடாக்கவா?). அவர் எனக்காகத் திரி அடுப்பைப் பற்ற வைத்து மீதமிருக்கும் தேநீரைச் சூடு வைப்பது வீணான வேலை. விளையாட்டுப் போட்டிகள் முடிந்து வீட்டுக்குப் புறப்படுவதற்கு முன்னர் திடலில் வைக்கப்பட்டிருந்த ‘குளூக்கோஸ் டி’யை இரண்டு வாய் அள்ளிப்போட்டிருந்தேன். சோர்வாக உணரவில்லை, தேநீரைச் சூடாக்க வேண்டாம் என்றேன். முகத்தைத் துடைத்துவிட்டு சான்றிதழ்களையும் பதக்கங்களயும் சுவரிலிருந்து எடுத்து அம்மாவிடம் கொடுத்தேன். இதேபோல் நான் அவரிடம் பொதுத் தேர்வில் வெற்றிபெறும் செய்தியையும் சொல்லவேண்டுமெனக் கையேந்தி வானத்தைப் பார்த்து இறைவனிடம் கேட்டுக்கொண்டார். அம்மாவும் தங்கையும் சான்றிதழ்களை வைத்துவிட்டுப் பதக்கங்களை மட்டும் எடுத்துக்கொண்டு இடியாப்பக்காரரின் வீட்டுக்குச் சென்றார்கள். மகன் வென்றதைப் பெருமையாகப் பேச எந்த அம்மாவுக்குதான் பிடிக்காது.

சாலமன் சார் ஏழு மணிக்கு அவருடைய வீட்டுக்கு அழைத்திருப்பதாக இடியாப்பக்காரரின் சமையலறை வாசலில் நின்று அம்மாவுக்குச் சொன்னேன். அம்மா வெளியே வந்து சந்தேகத்துடன் பார்த்தார். பொய் சொல்லிவிட்டு சிலம்பம் விளையாடப் போய்விடுவேனோ என்னும் பயம் அவருக்கு இருந்திருக்கலாம். சாலமன் சாரைத்தான் பார்க்கப் போவதாக சத்தியம் செய்துவிட்டுப் புறப்பட்டேன்.

சாலமன் சாரின் வீட்டின் நடையில் இரண்டு பிரம்பு மோடாக்களும் ஒரு நாற்காலியும் இருந்தன. உட்காரச் சொன்னார். நான் சென்ற போது லுங்கியும் அரைக்கை பனியனும் அணிந்திருந்தவர் உள்ளே சென்று சட்டை அணிந்துகொண்டு வந்து நாற்காலியில் அமர்ந்தார்.

"உன்னை நான்தாண்டா கவனிக்காம விட்டுட்டேன். நீ பிரைட் ஸ்டூடண்ட் இல்லைன்னு தெரிஞ்சதும் ஒன்பதாவது பத்தாவதுலயே கிளாஸ் டீச்சர்ஸ்ட்ட நான் பேசியிருக்கணும். இப்ப எனக்கு கஷ்டமா இருக்கு. நீ எவ்ளோ மெடல் வாங்கியிருந்தும் என்னால உனக்காக ஸ்கூல்ல எதுவும் பேச முடியல. பேச்சுப் போட்டி கட்டுரைப் போட்டி கவிதைப் போட்டி பக்கமெல்லாம் நீ போறதுகூட இல்லீல்ல. அதுல கொஞ்சமாவது பார்ட்டிசிபேட் பண்ணியிருந்தா எதாவது பேசலாம். சரி விடு, இங்க ஸ்போர்ட்ஸ் மீட்ல ஒலிம்பிக் டார்ச் கெடைக்கலைன்னா என்ன காலேஜுல முயற்சி பண்ணு, என்ன?"

நான் எதுவும் பதில் சொல்லவில்லை. அவர் பேசுவதைக் கேட்டுக்கொண்டிருந்தேன்.

அந்த ஆண்டிலிருந்து பாடத்திட்டங்கள் மாறுவதால் ஆசிரியர்கள் அனைவரும் புதிய பாடத்திட்டங்களில் இனி கவனம் செலுத்துவார்கள். அந்த அழுத்தத்தில் தலைமையாசிரியர் இருக்கும்போது படிப்பை விடுத்து சண்டைக்காட்சியில் நடிக்கப் போகிறேன் என்று அவரிடம் சொன்னது சரியில்லை என்றார்.

நடப்புக் கல்வியாண்டு 1976-1977இல் நடக்கப்போகும் தேர்வுதான் பதினொன்றாம் வகுப்பு வரை படித்து எழுதப்போகும் கடைசித் தேர்வு என்றார். அடுத்து ஆண்டு மாணவர்களுக்கு மட்டும் கல்லூரியில் புகுமுக வகுப்பு (பி.யூ.சி.) இருக்குமென்றும் அதன் பின்னர் அனைத்தும் 10 + 2 மேனிலைப் படிப்பாகி, நேராகக் கல்லூரியில் இளங்கலைக்குச் செல்வார்கள் என்றார்.

தெளிவில்லாமல் மேலோட்டமாக முன்பு தெரிந்த விவரங்களை அவர் விளக்கிச் சொல்வதைப் பொறுமையாகக் கேட்டுக்கொண்டிருந்தேன். கல்வித்திட்டம் மாறப்போகின்ற காலகட்டத்தில் பதினொன்றாம் வகுப்பு வரையில் படிக்கும் கடைசி மாணவர்களுள் ஒருவனாக இருக்கப்போவதில் பயம் தொற்றிக்கொண்டது. இந்தப் பொதுத் தேர்வில் தவறிவிட்டால்? அக்டோபரில் தேர்வெழுத இதே பாடத்திட்டம்தான் இருக்குமா? கேட்க நினைத்தேன், அடக்கிக்கொண்டேன்.

கடைசியில் முடிக்கும்போது, இருக்கும் நாள்களில் படிப்பைத் தவிர வேறெதிலும் கவனம் செலுத்தவேண்டாம் என்றார். போட்டிகளும் முடிந்துவிட்டதால் இனி விளையாட்டுத் திடலின் பக்கம் வரத்தேவையில்லை என்றார்.

அங்கிருந்து புறப்பட்டேன். திருவல்லிக்கேணி நெடுஞ்சாலைக்கு வந்து, ஐஸ்ஹவுஸ் வந்து, மீர்சாகிப்பேட்டைக்குத் திரும்பி ஆட்டுத்தொட்டியை அடைந்தேன். எல்லாவற்றையும் ஒத்திவைக்கவேண்டும். சிலம்பம், ஜஸ்டின், ராணி சந்திரா, தடகளம் எல்லா நினைவுகளையும் கனவுகளையும் தேர்வுகள் முடியும் வரையில் ஒத்திவைக்கவேண்டும். அப்படிச் செய்ய என்னால் முடிந்தது.

எப்படியாவது தேர்வில் வெற்றி பெற்றால் போதும் என்னும் நிலையில் தேர்வுகளை எழுதியவன், கணக்கைத் தவிர மற்ற பாடங்களில் என் தேவைக்கும் அதிகமாக மதிப்பெண்களைப் பெற்றிருந்தேன். என் குடும்பத்தின் நிலைக்குப் பெரிய படிப்பான ஐ.டி.ஐ.க்கு விண்ணப்பம் அனுப்பும் அளவுக்கு மதிப்பெண்கள் கிடைத்ததை என்னாலேயே நம்ப முடியவில்லை. தொழிற்பயிற்சிச் சான்றிதழ் படிப்புகள் வேண்டாம் என்றும் பட்டயப் படிப்பு சேர முயற்சி செய்யலாம் என்றும் சிலர் சொன்னார்கள். எங்கள் எல்லைக்குக் கண் முன்னே தெரிந்தவை தரமணி சி.பி.டி.யும், வேப்பேரி சி.என்.பி.டி.யும்தான். தரமணி அரசு பாலிடெக்னிக்கில் இடம் கிடைக்கும் அளவுக்கு என் மதிப்பெண்கள் இல்லை, போலவே செங்கல்வராய நாயக்கர் பாலிடெக்னிக்கிலும் இடம் கிடைக்காது. ஒருவேளை சி.என். பி.டி.யில் இடம் கிடைத்தாலும், பணம் கட்ட அப்பா யாருடைய உதவியையாவது தேடவேண்டும்.

வீட்டில் ஒரு ஐ.டி.ஐ. - எம்.வி.எம். (மோட்டார் வெஹிக்கிள் மெக்கானிக்) படித்து முடித்து வீட்டில் சும்மா இருக்காமல் பட்டறையில் வேலைக்குச் சேர்ந்த முன்னுதாரணம் இருப்பதால், என்னையும் தொழிற் பயிற்சி நிலையத்தில் சேர்க்க முடிவு செய்தார்கள்.

படிக்கும்போதே சம்பாதிக்க வேண்டுமென்றால் அது மின்சாரப்

பணியாளர் படிப்புதான். மின்விசிறி மாட்ட, குழல்விளக்கு மாட்ட, ஃபியூஸ் போட எனச் சில்லறை வேலைகள் வீதியைச் சுற்றி இருக்கின்றன, ஆகவே மின்சாரப் பணியாளர் சான்றிதழ் படிப்புக்கு விண்ணப்பம் அனுப்ப முடிவு செய்தார்கள். கிண்டி ஐ.டி.ஐ.யில் எலக்ட்ரீஷியன் என்று சொல்லப்படும் மின்சாரப் பணியாளர் சான்றிதழ் படிப்பும், வடசென்னை ஐ.டி.ஐ.யில் வயர்மேன் என்று சொல்லப்படும் கம்பியாள் சான்றிதழ் படிப்பும் இருந்தன.

கம்பியாள் படிப்புக்கு எட்டாம் வகுப்புத் தேர்ச்சியும், மின்சாரப் பணியாளருக்கு பதினொன்றாம் வகுப்புத் தேர்ச்சியும் தேவைப்பட்டன. தொழிற் பயிற்சிச் சான்றிதழ் படிப்புக்கும் போட்டி நிறைந்திருந்த காரணத்தால், கிண்டி அரசு தொழிற் பயிற்சி நிலையத்தில் எனக்கு மின்சாரப் பணியாளர் படிப்புக்கு இடம் கிடைக்கவில்லை, வடசென்னை அரசு தொழிற் பயிற்சி நிலையத்தில் இரண்டு ஆண்டுகள் கம்பியாள் படிப்பில் சேர இடம் கிடைத்தது.

தேர்வு எழுதியதற்கும் தொழிற் பயிற்சி நிலையத்தில் இடம் கிடைத்ததற்கும் இடையில் தேவையற்ற கைகலப்பு ஒன்று இந்திரா நகரில் நடந்தது. நான் அனைவரிடமும் அதை மறைத்திருந்தேன். குமாருக்கும் எனக்கும் மட்டும் தெரிந்த நிகழ்வு அது.

இஸ்லாமிய மாதங்களில் ‘ஜமாதுல் ஆகிர்’ மாதத்தில் நாகூர் தர்காவில் கொடியேற்றம் நடக்கும். அதன் பிரதிபலிப்பாக, சென்னை அடையாறுக்கு அருகில் உள்ள இந்திரா நகரிலும் நாகூர் தர்காவில் ஏற்றுவதைப் போலவே கொடியேற்றிக் கொண்டாடுவார்கள். ஊர்வலம் கோலாகலமாக இருக்கும், அதில் சிலம்பாட்டமும் இடம்பெறும். நான் பதினொன்றாம் வகுப்புத் தேர்வில் வெற்றி பெற்ற காலகட்டத்தில் ஜமாதுல் ஆகிர் மாதம் கிரிகோரியன் நாட்காட்டியின் மே மாதத்தில் வந்தது.

இந்திரா நகர் கொடியேற்றத்தில் உசேன் பாய் குழுவினருக்கு சிலம்பாட்ட அழைப்பு இல்லை, நானும் குமாரும்

பார்வையாளர்களாக மட்டும் சென்றிருந்தோம். இன்னொரு குழுவினர் சிலம்பம் ஆடும்போது குமார் அவர்களைச் சீண்டினான்.

“தொம்ம ஆட்டண்ட்டா இது, பாணாவா சுத்துறானுங்க? பொம்பளப்புள்ளிங்கோ கோலாட்டம் ஆர்ராமேறிக்குது.”

முதல் முறை சீண்டியபோது சிலம்பாட்டக் குழுவினர் குமாரின் சீண்டலைக் கண்டுகொள்ளவில்லை. தொடர்ந்து சீண்டியபோது அவர்களுடைய ஆசான் குமாரை அழைத்து அமைதியாக இருக்கச் சொன்னார். அவன் கேட்கவில்லை, தொடர்ந்து தொல்லை கொடுத்தான். எனக்குப் புரிந்துவிட்டது, இன்னும் சில நிமிடங்களில் எப்படியும் குமாரைத் 'தூக்கிவிடுவார்கள்'. குமாரைக் கிளப்பினேன், அவனுக்கு சீண்டுவது பிடித்திருந்ததால் வர மறுத்தான். வலுக்கட்டாயமாகக் கையைப் பிடித்து இழுத்துக் கூட்டத்திலிருந்து வெளியே வந்தேன்.

நாங்கள் இருவரும் புறப்படுவதைப் பார்த்து, பின்னாலேயே விசாரிக்க ஆள்களை அனுப்பினார்கள். விசாரிக்க வந்தவர்கள் நாங்கள் இந்திரா நகரிலிருந்து வெளியேறும் முன்பே சூழ்ந்துகொண்டார்கள். தன்மையாகப் பேசித் தப்பிப்பது, தவறை ஒப்புக்கொண்டு மன்னிப்பு கேட்பது, மெயின் ரோடு வரை ஓடுவது இம்மூன்றில் எதையாவது செய்திருக்கலாம். அங்கும் குமாரின் வாய்த்துடுக்கு முன்னே நின்றது. அவர்கள் அடிக்கத் துவங்கினார்கள். நாங்கள் இருவரும் திருப்பி அடித்தோம்.

காலைப் பின்னே கொடுத்துத் தள்ளிவிடும் அடிப்படைத் தள்ளல் ‘அட்டாக்’ போட்டதில் ஒருவன் கீழே விழுந்தான். அவர்களுக்கு ரோஷம் பொங்கியது. கைகால்களால் தாக்குவதை விடுத்துக் கற்களை எடுத்து வீசினார்கள். இருட்டில் கற்கள் வருவதைப் பார்க்க முடியாமல் கால்களிலும் மண்டையிலும் எங்களுக்கு அடிபட்டது. ரத்தம் பார்த்த பின்னர்தான் ஓடினோம். நெடுஞ்சாலைக்குச் சிறிது முன்பு வரையில் கல்லால் அடித்துத் துரத்திக்கொண்டே வந்தார்கள். கடைசியில் தப்பித்துவிட்டோம்.

அது நடந்த பின் இரண்டு மாதங்கள் கழித்து இந்திரா

நகரில் ஒரு திருமண நிகழ்ச்சிக்குக் குடும்பத்தாருடன் சென்றிருந்தபோது, அதே நிகழ்ச்சிக்கு வந்திருந்த இந்திரா நகர் சிலம்ப ஆசான் என்னை அடையாளம் கண்டுகொண்டார், எதுவும் பேசவில்லை. நான் பயந்துபோனேன். நடுங்கியபடி அப்பாவுடன் அமர்ந்துவிட்டேன், நகரவில்லை. திருமணம் முடிந்து அனைவரும் விருந்துக்குச் சென்றார்கள். முதல் பந்தி துவங்கியதும் உபசரிக்க உறவினர் வந்தார். திருமணக்கூடத்தில் அமர்ந்திருந்த சிலம்ப ஆசானை அப்பாவுக்கு அறிமுகம் செய்தார். அப்பா சிலம்ப ஆசான் மீர்சாகிப்பேட்டை உசேன் பாய் பெயரைச் சொல்லி நான் அவரிடம் சிலம்பம் பயின்ற கதையைச் சொன்னார்.

“உசேன் பாய் சிஷ்யனா நீ? அன்னிக்கே சொல்லியிருக்கலாமே” அவர் என்னிடம் கேட்டார்.

“இவனை உங்களுக்குத் தெரியுமா? எப்படி” அப்பா அவரிடம் கேட்டார்.

“அது ஒண்ணுமில்ல, இங்கதான் இந்திரா நகர்ல நாகூர் கந்தூரி கொடியேத்தத்துல ஒரு பிரச்சனை, தம்பி அங்க இருந்தாப்ல, அதான்.”

அதன் பிறகு அவர் சொன்ன அனைத்தையும் அப்பா பொறுமையாகக் கேட்டார். அவரும் என்னைக் குறைகூறுவதுபோல் பேசவில்லை. அப்பாவுக்கு அனைத்தும் என் தவறு போலத் தோன்றியிருக்கவேண்டும், இடையிடையே என்னைக் கோபமாகப் பார்த்தார். பள்ளிக்கூடத்தில் கேட்டுக்கொண்டதுபோல் இந்திரா நகர் சிலம்ப ஆசானிடம் மன்னிப்பு கேட்கவில்லை. அதற்குப் பதிலாக “பையனைக் கண்டிச்சு வைக்கிறேன் பாய்” எனக் கடைசியாகச் சொன்னார்.

தொடர்ந்து இரண்டு நிகழ்ச்சிகளில் அவருக்குத் தலைக்குனிவு ஏற்பட்டால், அவரை நிற்க வைத்துக் கேள்வி கேட்டால், நான் செய்த தவறுக்கு என்னை அவர் வளர்த்த விதம் சரியில்லையெனும் குற்றவுணர்ச்சியை மறைமுகமாக உருவாக்கினால், அவருடைய நிலையில் நானாக இருந்தாலும்

மனம் புழுங்குவேன். அவருடைய நிலை எனக்குப் புரிந்தது.

அன்றைய இரவு என்னுடைய சண்டைக் கலை ஆர்வத்துக்கு முற்றிலுமாகத் தடைபோட்டார். இனி அது குறித்துப் பேசினால் வீட்டில் இருக்கத் தேவையில்லை எனச் சொன்னார். வடசென்னை தொழிற்பயிற்சி நிலையத்தில் சேர்ந்து 'வயர்மேன்' சான்றிதழ் பெறுவதைத் தவிர இனி எந்த வேலையும் எனக்கு இல்லையென்றார், என் ஆர்வத்துக்கு முற்றுப்புள்ளி வைக்கப்பட்டது.

வடசென்னையில் நான் வலம்வரப்போகும் இடங்களில் குத்துச்சண்டைப் பயிற்சிக்கூடங்கள் இருந்தது அப்போது எனக்கும் தெரியாது.

★

4. உலகம் சுற்றும் வாலிபன்

எண்ட்டர் த டிராகன் திரைப்படம் ஒட்டுமொத்த உலகத் திரைப்படங்களின் சண்டைக்காட்சிகளையும் புரட்டிப் போட்டது. கொஞ்சம் உளவு, கொஞ்சம் குடும்பம் இவற்றைக் கறிவேப்பிலை அளவுக்குச் சேர்த்துப் படம் முழுக்க சண்டைக் காட்சிகளை அமைத்து, இவ்வளவு பெரிய வெற்றியை ஒரு திரைப்படம் பெற முடியுமா எனப் புருவங்களை உயர வைத்தது. புரூஸ் லீ உலகெங்கும் பேசப்பட்டார். சென்னை ஆனந்த் திரையரங்கில் எண்ட்டர் த டிராகன் வெளியானது. எம்.ஜி.ஆர். தன் வேலைகளை விட்டுவிட்டுத் தொடர்ந்து இரண்டு மூன்று நாள்கள் வந்து ஆனந்த் திரையரங்கில் படத்தைத் திரும்பத் திரும்பப் பார்த்தார் என வதந்திகள் கசிந்தன. எம்.ஜி.ஆரும் உலகமும் பார்த்து வியந்த எண்ட்டர் த டிராகனை நானும் என்னுடன் உசேன் பாயிடம் சிலம்பக்கலை பயிலும் இலியாசும் சனாவுல்லாவும் ஒன்றாகத்

திரையரங்கம் சென்று பார்த்தோம்.

படத்தை முடித்து வெளியே வரும்போது உடல் முறுக்கேறி வந்தோம். அந்தச் சண்டைக்கலையின் அரிச்சுவடிகூட எங்களுக்குத் தெரியாது, ஆனாலும் ஹா ஹூ எனக் கத்திக்கொண்டே யார் வயிற்றிலாவது குத்தவேண்டும் போலிருந்தது. விளையாட்டு வீரனுக்கும் மேலான உடற்கட்டில் புரூஸ் லீ தன் தசைகளும் கழுத்து நரம்பும் புடைக்க விசுக் விசுக்கெனக் குத்தும்போது அந்தக் கலையைக் கற்கும் ஆர்வம் உண்டானது.

அதில் ஒரு சண்டைக் காட்சியில் புரூஸ் லீயின் கையில் சிலம்பம் கிடைக்கும், அவருடைய சிலம்ப வீச்சு நம்முடைய தமிழ்நாட்டுப் பாணி வீச்சுகளில் சிலம்பத்தைச் சுழற்றி அடிப்பது போல் அல்லாமல் நின்ற நிலையில் பட்பட்டென ஆடு கோழிகளை விரட்டுவது போன்ற அசைவில் வேகமாக வீசியது ஈர்த்தது. இரண்டு கைகளால் பாதியளவு சிலம்பத்தைப் பிடித்து உதறும்போது கைகளின் பிடியில் இருக்கும் சிலம்பம் அதிராமல் மீதிப் பாதி சிலம்பம் அதிர்ந்த காட்சியின் படப்பிடிப்புத் துல்லியம் வியக்கவைத்தது. எந்த அளவுக்கு அந்தச் சண்டைக் கலைஞனின் கைகளில் பலம் இருந்தால் இப்படிப் பாதிச் சிலம்பத்தைப் பிடித்து மீதிப் பாதியை அதிரவைக்க முடியும்?

அதே சிலம்பத்தை உடைத்து செடிகுச்சி போலாக்கி வீசத் துவங்கியதும் புரூஸ் லீ என்னும் அந்த மாபெரும் ஆளுமையின் பரம ரசிகனாகிப் போனோம். எம்.ஜி.ஆரின் செடிகுச்சியை மாட்டுக்கார வேலனில் பார்த்து ரசித்தவனுக்கு புரூஸ்லீயின் செடிகுச்சி நுட்பங்கள் சண்டைக் கலையில் தேடலை உண்டாக்கியது.

யார் இந்த புரூஸ் லீ? இது என்ன வகை சண்டைக் கலை? சென்னையில் இதைப் பயிற்றுவிக்க ஆசான்கள் இருக்கிறார்களா? சிலம்ப ஆசான் உசேன் பாயைப் போல் இலவசமாக யாரேனும் இந்தக் கலையைக் கற்றுத் தருவார்களா? இலவசம் இல்லையெனில் கட்டணம் எவ்வளவு இருக்கும்? கட்டணம் கட்டி அந்தச் சண்டைக் கலையைக் கற்கவேண்டுமெனில்

அது என்னால் முடியாது. இலியாசுக்கும் சனாவுல்லாவுக்கும் தோதுப்படலாம். நண்பர்களிடம் விசாரித்தேன், தேடினேன். என் தேடலில் இலியாசும் சனாவுல்லாவும் இணைந்துகொண்டனர்.

நேரு ஸ்டேடியத்தில் கராத்தே போட்டிகள் நடப்பது தெரியவந்தது. மூவரும் அதைப் பார்க்கச் சென்றோம். வெள்ளை உடையில் மாணவர்கள் வரிசையில் நிற்க, ஒவ்வொரு வரிசையின் முன்னும் அந்த வரிசையில் நிற்கும் மாணவர்களின் ஆசான்கள் நின்றிருந்தனர். கராத்தேயிலும் பல பரம்பரைகள் உள்ளன என்பது அன்றைக்குதான் எங்களுக்குத் தெரிந்தது. உசேன் பாயின் சிலம்பாட்டம் சார்பட்டா பரம்பரை, அப்படித்தான் அன்றைய கராத்தே போட்டியில் சொல்லப்பட்ட கியோகுஷின், கொஷின்ரியூ, பூதோகாய், இன்னும் சில பெயர்களை நாங்கள் பரம்பரைகளாகப் புரிந்துகொண்டோம். ஆர்வத்துடன் பக்கத்தில் இருந்த பார்வையாளர்களிடம் விவரங்கள் கேட்டோம். நாங்கள் புரிந்துகொண்டது சரிதான். எங்கள் ஆர்வத்தைக் கண்ட அவர்கள் இன்னும் சில தகவல்களைத் தந்தார்கள்.

‘கரா’ என்றால் வெற்று, வெளி, பரந்த வெளி, எதுவும் இல்லாத இப்படிப் பொருள் கொள்ளலாம். ‘தே’ என்றால் கை. கராத்தே என்றால் வெறுங்கை. எண்ட்டர் த டிராகனில் சண்டைக் காட்சிகள் அமைக்கப்பட்டது சீன ஜப்பானிய சண்டைக்கலைகள் சிலவற்றின் அடிப்படையில் என்றார்கள், இருப்பினும் பண்டைய ஜப்பானிய கராத்தேயும் புரூஸ் லீயின் நவீன அணுகுமுறையுள்ள குங்ஃபூவும் மட்டும் எண்ட்டர் த டிராகனுடன் தொடர்புபடுத்தப்பட்டு பரவலாகப் பேசப்பட்டனவாம். எண்ட்டர் த டிராகனுக்கு முன்பேகூட சென்னையில் கராத்தே பயிற்சிக்கூடங்கள் இருந்தனவாம்.

“ஹீ ஈஸ் ரென்ஷி ஆர்.வி.டி. மணி, ஹீ ட்ரைன்ஸ் சம் இன் டமில்னாடு பொலீஸ் ஃபோர்ஸ்” - மீசை வைத்திருந்த ஆசிரியரைச் சுட்டிக்காட்டிச் சொன்னார்கள்.

சண்டைக் கலைப் பயிற்சி இரண்டாகப் பிரிந்திருப்பது போன்ற தோற்றம் அன்று எங்களுக்குக் கிடைத்தது. கீழ் நடுத்தர வர்க்கத்து மாணவர்கள் பயிலும் சிலம்பம், பரம்பரைக் குத்துச்சண்டை

போன்றவை ஒரு பிரிவாகவும், பணக்கார மாணவர்கள் பயிலும் கராத்தே, குங் ஃபூ போன்றவை ஒரு பிரிவாகவும் இருந்தன.

சிலம்பப் பயிற்சி என்றால் நெற்றியைச் சுருக்கிக் கேள்விக்குறியாகப் பார்ப்பதுதான் அப்போதைய சென்னையில் நிலை. நெற்றிச் சுருக்கக் கேள்விகள் கராத்தேவுக்குக் கிடையாது, அது பணக்கார மாணவர்களின் தற்காப்புக்கலை. இரண்டும் தற்காப்புக்கலைகள்தான், இரண்டும் சண்டைக்கலைகள்தான், ஆனால் இரண்டு கலைகளையும் மக்கள் பார்த்த பார்வைகள் வெவ்வேறாக இருந்ததை எங்களால் ஏற்க இயலவில்லை. இறக்குமதிச் சரக்குகளுக்குக் கூடுதல் மதிப்பு இருந்த காலத்தில் அதே ஓட்டத்துடன் நாங்களும் சென்றோம். தூண்டில்காரனுக்கு மிதப்பின் மேல் கண். அது கீழ் நடுத்தர வர்க்கத்தினருக்கு எட்டும் கனியோ எட்டாக் கனியோ, பயிற்சி பெறுவதற்குக் கட்டணம் செலுத்த இயலுமோ இயலாதோ, எங்களுக்கு அதைப் பயிலவேண்டும்.

மாணவன் கற்பதற்கு ஆயத்தமாக இருந்தால் ஆசிரியர் அவன் முன்னே தோன்றுவாரா? எழில்வண்ணனும் மலர்வண்ணனும் எங்கள் முன்னே தோன்றினார்கள்.

எழில்வண்ணனும் மலர்வண்ணனும் எங்கள் பகுதியில் இருந்த பணக்கார இளைஞர்கள். எழில்வண்ணன் அண்ணன், மலர்வண்ணன் தம்பி. மீர்சாகிப்பேட்டை, ஐஸ்ஹவுஸ், திருவல்லிக்கேணி பகுதிகளில் அவர்களுக்குச் சொந்த வீடுகளும் கடைகளும் இருந்தன. அவர்களிடம் 'யெஸ்டி' பைக் இருந்தது. 'ஸ்டெப் கட்டிங்' தலைமுடியும், 'பெல்பாட்டம்' கால்சட்டையும், முக்கால் கையளவு மடித்துவிடப்பட்ட பூப்போட்ட முழுக்கைச் சட்டையுமாக வண்டியில் வலம் வருவார்கள். பிக்கல் பிடுங்கல் எதுவும் இல்லாத வாழ்க்கை, எங்களைப் போல் படித்து முடித்ததும் ஏதாவது வேலைக்குச் செல்லவேண்டிய அவசியம் அவர்களுக்கு இல்லை. நாங்கள் உயர்நிலைப்பள்ளியில் படிக்கும்போதே அவர்கள் கல்லூரிப் படிப்பை முடித்திருக்கவேண்டும்.

ஒருநாள் மாலை கடற்கரைச் சாலையில் ஔவையார் சிலையருகில் இருந்த புல்வெளியில் திரைப்படச் சண்டைப்

பயிற்சியாளர் ஹயாத் மாஸ்டரின் குழுவினர் சண்டைப் பயிற்சிகள் செய்வதைப் பார்க்கச் சென்றிருந்தோம்.

ஒரு குத்து ஒரு தடுப்பு, ஒரு குத்து ஒரு தடுப்பு திரும்பத் திரும்பச் செய்துகொண்டே முன்னுக்கு வருவதும் பின்னுக்குச் செல்வதுமாக இருவர் பயிற்சி செய்தனர். தாஸ் தன்னுடைய முத்திரையான கைமுறுக்கல் குட்டிக்கரணம் அடித்தார். ஒருவர் படுத்துக்கொண்டு கால்களை உயர்த்தி வைப்பதும், இன்னொருவர் ஓடி வந்து உயர்ந்திருக்கும் கால்களில் வயிற்றை வைப்பதும், படுத்திருப்பவர் கால்களை மடக்கி உயர்த்தி வீச, ஓடி வந்தவர் 'ஃப்ரண்ட் ஃப்ளிப்' அடிக்கும் பயிற்சியைச் செய்தார். எங்களைப் போல் சண்டைக் கலையில் ஆர்வமுள்ளவர்களுக்கு அவை இலவசத் திரைப்படம்.

ஹயாத் மாஸ்டருக்கு என்னைத் தெரியுமாதலால் தான் அமர்ந்திருந்த இடத்திலிருந்தே எதிரில் அமர்ந்திருக்கும் என்னைப் பார்த்து,

"டேய் தவ்லத்து, வாப்பா தேடமாட்டாங்களா? வெளக்கு வைக்கத்துக்குள்ள வூட்டுக்குப் போடா" என்றார்.

பதிலேதும் பேசாமல் எழுந்தேன். என்னுடன் இலியாசும் சனாவுல்லாவும் எழுந்தார்கள். கடற்கரைச் சாலையில் விவேகானந்தர் இல்லத்தைத் தாண்டியதும் இடப்புறம் திரும்பி டாக்டர் பெசண்ட் சாலையில் இணைந்தோம். ஐஸ்ஹவுஸ் பேருந்து நிலையத்தைக் கடந்து துளசிங்கப் பெருமாள் கோயில் தெருவும் இருசப்ப கிராமிணி தெருவும் சந்திக்கும் இடத்தை அடைந்தோம். அந்த இடத்தில் ஹாப்பி டைலர்ஸ் இருந்தது. ஹாப்பி டைலர்ஸ் வாசலில் இருசக்கர வண்டிகள் வைத்திருக்கும் இளைஞர்கள் கூட்டம் இருக்கும். அதைக் கடக்கும்போது மலர்வண்ணன் எங்களைப் பார்த்துக் கையைக்காட்டி அழைத்தார். அவர் தன்னுடைய 'எஸ்டி'யின் பின்னிருக்கையில் இரண்டு கால்களையும் தொங்கப்போட்டு அமர்ந்திருந்தார்.

"என்னஙகடா பீச்சுக்குப் போயிட்டு வரீங்களா?"

“ஆமாண்ணா. ஹயாத் மாஸ்டர் டிரைனிங் குடுத்துக்குனு இருந்தாரு, அதையும் பார்த்துட்டு வரோம்”

“நேரு ஸ்டேடியத்துல உங்களைப் பார்த்தோமுன்னு யாரோ சொன்னாங்க”

“கராத்தே டோர்னமெண்ட் பார்க்கப் போயிருந்தோம்”

“அப்படியா? கராத்தேலயும் இண்ட்ரஸ்ட் இருக்கா?”

“இண்ட்ரஸ்ட் இருக்குண்ணா, ஆனா ஃபீஸ்தான் பயங்காட்டுது. வெள்ளைக் கலர் டிரஸ் வேற வாங்கணுமாம்.”

“சரி சனிக்கிழமை, நைட்டு ஏழுலேர்ந்து எட்டு வரைக்கும் வீட்டுக்கு வரமுடியுமா?”

“எந்த வீட்டுக்குண்ணா?”

“பாலாஜி நகர் வீடுதாண்டா. ஏன் அப்படிக் கேக்குற?”

“சும்மா கேட்டேண்ணா.”

“வந்துர்ரீங்களா?”

“சரி வந்துர்ரோம். எதுக்குண்ணா?”

“வாங்கடா, சொல்றேன். முக்கியமான விஷயம்”

சனிக்கிழமை ஏழு மணிக்கு பாலாஜி நகர் சென்றோம். எங்களுக்காக மொட்டைமாடியில் இருவரும் காத்திருந்தார்கள்.

ஏன் கராத்தேவில் ஈடுபாடு எனக் கேட்டதற்கு நொடியும் தயங்காமல் நாங்கள் சொன்ன பதில் எண்ட்டர் த டிராகன். எண்ட்டர் த டிராகனுக்குப் பிறகுதான் நாங்கள் கராத்தே குறித்து அறிந்துகொண்டதை வியப்பாகப் பார்த்தார்கள். ஆர்.வி.டி. மணி தெரியுமா என்றார்கள். அவருடைய தம்பி வசந்த்தையும் நேரு ஸ்டேடியத்தில் பார்த்ததைச் சொன்னோம். உசேன் பாயின் நலனைக் கேட்டார்கள். நான் எதையும் மறைக்காமல் இந்திரா நகர் தகராறு வரையில் சொன்னேன். தற்காப்புக் கலை பயில்வது கண்டிப்பாகத் தெருச்சண்டைக்கு அல்ல, ஆனாலும் பயின்றிருந்தால் ஓரளவாவது அன்று அடி விழாமல்

சாமாளித்திருக்கலாமாம். சனாவுல்லா ‘ஸ்ட்ரீட் ஃபைட்’ தனக்கு வருமென்றும் அன்று அவனும் எங்களுடன் இருந்திருந்தால் நிலையே வேறெனச் சொன்னான். இலியாசும் அன்று அவன் இல்லாததைக் குறைபட்டுக்கொண்டான். எழில்வண்ணனும் மலர்வண்ணனும் சிரித்தார்கள்.

உசேன் பாயிடம் சிலம்பம் பழகுவதை முழுவதுமாக விட்டுவிடாமல் அப்பாவின் கோபம் அடங்கிய பிறகு கண்டிப்பாக சிலம்பப் பயிற்சியைத் தொடரச் சொன்னார்கள். நிலைமை அப்படியிருக்கையில் எந்தத் துணிச்சலில் இப்படிக் கராத்தேயின் பின்னால் அலைகிறாய் என எழில்வண்ணன் என்னைப் பார்த்துக் கேட்டார். எனக்குப் பதில் சொல்லத் தெரியவில்லை, தரையைப் பார்த்து நின்றேன்.

புதன் கிழமையும் சனிக்கிழமையும் இரவு ஏழு முதல் எட்டு மணி வரையில் கராத்தே பழக பாலாஜி நகர் வீட்டு மொட்டை மாடிக்கு வரமுடியுமா என்றார்கள். இரண்டு வண்ணன்களும் கராத்தே பயிற்சி பெற்றவர்கள் என்பது அப்பொழுதுதான் எங்களுக்குத் தெரிந்தது.

நாங்கள் கராத்தே பயிற்சிக்கூடங்கள் தொடர்பாக விசாரிப்பது அவர்களுக்குத் தெரிய வந்துள்ளது. சண்டைக் கலைஞர்களின் தொடர்பு அப்படித்தான், விசாரித்தால் தகவல்கள் வெளியே வந்துவிடும். மீர்சாகிப்பேட்டை மார்க்கெட்டை அடுத்த பாலாஜி நகரில் இருக்கும் அவர்களுக்கு நாங்கள் பயிற்சிக்கூடத்தைத் தேடும் செய்தி தெரிந்ததில் ஆச்சரியம் இல்லை.

கராத்தே வகைகளில் ‘கியோகுஷின்’ வகையில் ‘சென்சேய்’ எழில்வண்ணனின் சீடர்களானோம். கியோகுஷின் = உண்மையான, சென்சேய் = ஆசான். எங்கள் மூவருக்கும் பயிற்சி முழுக்க முழுக்க இலவசம். சிறுகச்சிறுகப் பணம் சேர்த்து வெள்ளை உடையை வசதிப்படும்போது வாங்கினால் போதும். கராத்தே பயிற்சியில் முதலில் வெள்ளைப் பட்டை கிடைக்கும், அதன் பின் ஒவ்வொரு நிலைக்கும் தேர்வு நடக்கும், அதில் பச்சைப் பட்டை வரும் வரையில் பயிற்சி பெறுவதை ரகசியமாக வைக்கவேண்டும் என்றார்கள். பயிற்சி மட்டும்தான் மூவருக்கும்

ஒரே நேரத்தில் நடக்கும், மொட்டைமாடிக்கு ஒன்றாக வருவதும் போவதும் கூடாது, தனித்தனியாக வரவேண்டும், பயிற்சி முடிந்ததும் தனித்தனியாகப் போகவேண்டும்.

தேர்வு என்றதும் எனக்கு நடுக்கம் உண்டானது. எழுத்துத் தேர்வு அல்ல என அவர்கள் விளக்கியதும் மூச்சை நன்றாக இழுத்துவிட்டு ஆசுவாசமடைந்தேன்.

இடைப்பட்ட நாள்களில் நான் வெற்றிகரமாக அரசினர் தொழிற்பயிற்சி நிலையம் வடசென்னை கத்திவாக்கம் நெடுஞ்சாலையில் கம்பியாள் (வயர்மேன்) படிப்புக்குச் சேர்ந்துவிட்டேன்.

சில மாதங்களுக்கு முன் பொதுத் தேர்வை முன்வைத்து ஒத்திவைக்கப்பட்ட ராணி சந்திராவின் தாக்கம் ஆடு புலி ஆட்டம், இளமை ஊஞ்சலாடுகிறது, சட்டம் என் கையில் திரைப்படங்களால் ஸ்ரீபிரியாவின் தாக்கமாக உருமாறியது. ஆடு புலி ஆட்டத்தாலும், சட்டம் என் கையிலாலும் ஸ்ரீபிரியாவின் ரசிகர் கூட்டத்தில் ஒருவனாக என்னை இணைத்துக்கொண்ட அதே நேரத்தில் அதே படங்களால் கராத்தேயின் மீதான பிடிப்பும் கூடியது. அதற்குக் காரணம் அந்த இரண்டு படங்களிலும் இடம்பெற்ற கராத்தே பாணி சண்டைக்காட்சிகள். அவற்றின் சண்டைப் பயிற்சியாளர், கிருபா மாஸ்டர்.

தங்கசாலை மணிக்கூண்டுக்கு எதிரில், ஸ்ரீகிருஷ்ணா திரையரங்கம் இருந்தது. என்னுடைய தொழிற் பயிற்சி நிலைய நாள்களில் ஸ்ரீ கிருஷ்ணா திரையரங்கை தினமும் கடப்பேன், அது எங்கள் பகுதி. ஸ்ரீகிருஷ்ணாவில்தான் சட்டம் என் கையில் திரைப்படம் வெளியானது. படத்தில் பெயர்கள் காட்டப்பட்டபோது கமல்ஹாசனுக்கும், ஸ்ரீபிரியாவுக்கும், இளையராஜாவுக்கும் ரசிகர்கள் கைதட்டினார்கள், ‘எங்க ரத்தினம் தங்க ரத்தினம்’ பாடலின் இடையில் காட்டப்படும் கலைஞர் படத்துக்குக் கைதட்டினார்கள், சண்டைப் பயிற்சி ‘கிருபா’ எனக் காட்டியபோது என்னையறியாமல் கைதட்டிய ஒரே ரசிகன் அன்று திரையரங்கில் நான் மட்டும்தான். அருகில் இருந்தவர்கள் ஆச்சரியமாகத் திரும்பிப் பார்த்தார்கள்.

சட்டம் என் கையில் படத்தின் சண்டைக்காட்சியில் படபடவென 'பன்ச்'களை அடித்துக்கொண்டே ஒரு நொடியில் தன் தலையிலிருக்கும் தொப்பியை எடுத்து எதிரிக்கு மாட்டிவிட்டு மீண்டும் 'பன்ச்' அடிக்கும் வேகம், கராத்தே பாணியில் வெட்டுகளை வீசும் நடிகை காத்தரீன், இரண்டு கமல்ஹாசன்களின் சண்டைகளில் காட்டப்பட்ட 'ஸ்டைல்' வேறுபாடு எல்லாவற்றையும் பார்த்து கமல்ஹாசனையும் கிருபா மாஸ்டரையும் தலையில் வைத்துக் கொண்டாடினோம்.

ஆடு புலி ஆட்டத்தின் 'ஹோட்டல் ஃபைட்' பார்த்த கையோடு எழில்வண்ணனிடமும் மலர்வண்ணனிடமும் கமல்ஹாசன் அடிக்கும் 'கிக்'குகள் குறித்துப் பேசினோம். அந்தச் சண்டைக்காட்சியில் முன்பக்க உதை (ஃப்ரண்ட் கிக்), பக்கவாட்டு உதை (சைடு கிக்), பறந்தடிக்கும் உதை (ஃப்ளையிங் கிக்) மூன்றையும் கிருபா மாஸ்டர் அமைத்திருப்பார், அந்த மூன்று உதைகளையும் கமல்ஹாசன் அனாயாசமாக செய்துகாட்டியிருப்பார். பெல்பாட்டம் கால்சட்டையுடன் மிடுக்காக மேசையின் மீதிருந்து கமல்ஹாசன் பறந்தடிக்கும் உதையில் கால்களால் காற்றைக் கிழித்து ஒரு நொடி சென்றது நீண்ட நாள்கள் நினைவில் நின்றது.

எழில்வண்ணன் இளமை ஊஞ்சலாடுகிறது திரைப்படத்தின் 'என்னடி மீனாட்சி சொன்னது என்னாச்சு' பாடல் என்றேனும் ஒலியும் ஒளியுமில் ஒளிபரப்பானால் கூர்ந்து கவனிக்கச் சொன்னார். அதில் பாடலின் இடையே கராத்தேயின் சண்டை அசைவு 'கட்டா'வைத் தழுவி நடனத்தின் சில பகுதிகள் இருக்கும் என்றார். பாடலை ஒளியும் ஒலியுமில் பார்ப்பதற்கு முன்பாக மயிலாப்பூர் கபாலி திரையரங்கில் இளமை ஊஞ்சலாடுகிறது இரண்டாம் சுற்றில் வெளியானது. என்னடி மீனாட்சி பாடலுக்காக மட்டும் அதனைப் பார்க்க கபாலிக்குச் சென்றோம். இலியாசும் சமியுல்லாவும் என்னடி மீனாட்சி முடிந்ததும் வீட்டுக்குப் புறப்படச் சொன்னார்கள், நான் அரைமனதாக எழுந்து வந்தேன். படத்தைப் பார்த்துவிட்டு வந்து என்னடி மீனாட்சியில் பாடலினூடே அமைக்கப்பட்டிருந்த

தடுப்புகளையும் வீச்சுகளையும் எழில்வண்ணனிடம் சொன்னதற்கு எங்களுக்குப் பாராட்டு கிடைத்தது.

எழில்வண்ணனுக்கும் மலர்வண்ணனுக்கும் கராத்தே பயிற்சிக்கூடம் துவங்கும் எண்ணம் இருக்கிறதாம், கட்டணம் அதிகம் இருக்காதாம், அவர்களுடைய வீட்டின் மொட்டைமாடியைப் பயிற்சிக்கூடமாக மாற்ற நினைத்துள்ளார்களாம். அதனுடைய முன்னோட்டமாக சண்டைக் கலை தற்காப்புக் கலையில் உண்மையிலேயே ஆர்வமுள்ள எங்கள் பகுதி வாழ் மாணவர்களிடம் கராத்தே கலையை அறிமுகப்படுத்தும் முயற்சியில் இருக்கிறார்கள். சரியான அனுமதி தலைமைப் பயிற்சிக்கூடத்தின் ஒப்புதல் எல்லாம் கிடைக்கும்வரையில் யாருக்கும் தெரியக்கூடாதெனச் சொன்னார்கள். நாங்களும் யாரிடமும் சொல்லவில்லை.

எழில்வண்ணன் எங்களுடைய கவனிக்கும் ஆற்றலை அதிகப்படுத்தினார். ஒரு நிமிடம் கண்களை மூடிக்கொண்டு ஓசைகளை மட்டும் கவனிக்கச் சொன்னார். வாரத்தில் இரண்டு நாள்கள் ஒருநிமிடப் பயிற்சியில் ஆர்வம் வந்து வாய்ப்புக் கிடைக்கும்போதெல்லாம் கண்களை ஒரு நிமிடம் மூடிக்கொண்டு சுற்றிலும் எழுகின்ற ஓசைகளைக் கவனித்தோம்.

அடிவயிற்றை இறுக்கும் பயிற்சி, கால்களை முன்னும், பின்னும், பக்கவாட்டிலும் உயர்த்தும் பயிற்சி, மூச்சுப்பயிற்சி எல்லாமும் சில நாள்கள் ஓடின. குத்துகள், தடுப்புகள், உதைகள், தவிர்த்தல்களில் பயிற்சி தரப்பட்டது.

சிலம்பத்தில் வீடுகளுக்குப் பழகிய கால் பாடத்தினால் எங்கள் கால்கள் கராத்தே நிற்றல் நிலைகளுக்கு ஒத்துழைக்கவில்லை. பழகுவது எளிது, பழகியதை மறப்பது கடினம். சிலம்பம் சுழற்ற வீடுகளில் நின்று விளையாடிய பாதங்கள் கராத்தேயின் ‘தாச்சி’யில் தடுமாறின. ‘தாச்சி’ என்றால் நிற்றல், நிற்பது, உயர்வது. ‘ஹிட்டாச்சி’ கேள்விப்பட்டிருப்பீர்கள், ஹி என்றால் சூரியன் தாச்சி என்றால் நிற்பது, உயர்வது.

‘தாச்சி’ பாடங்களில் கால்களை மாற்றிவைக்கும்போதெல்லாம்

உடலியக்கம் முன்னம் பழகிய சிலம்ப வீடுகளில் நிற்பதைப் போலப் பாதங்களை இழுத்துச் சென்றது. சில 'தாச்சி'களில் உடல் எடையைப் பின்னங்காலில் அதிகமாகத் தாங்கி முன்னங்காலை உதைப்பதற்கு ஆயத்தமாக வைக்கவேண்டும். எங்களுக்கு சிலம்பப் பழக்கத்தால் உடனே அதனைக் கொண்டுவர இயலவில்லை, சிரமப்பட்டோம். எழில்வண்ணன் புரிந்துகொண்டார். சிலம்பத்தின் சண்டைப் பாடக் கால் அசைவுகளைச் செய்யச் சொன்னார். 'ஜபுர்' அசைவில் உடலின் எடை பின்னங்காலுக்குச் செல்வதை சரியாகப் பிடித்து அதன் வழியாக 'நெகோ அஷி தாச்சி' என்னும் பூனைப் பாத நிற்றல் நிலையைச் சொல்லித் தந்தார். அது வெள்ளைப் பட்டைக்கு அடுத்த ஆரஞ்சுப் பட்டைப் பாடத்திட்டத்தில் இருக்கும் நிற்றல் நிலை.

ஒவ்வொரு நிறப்பட்டைகளின் பாடத்திட்டங்களை நாங்கள் முடிக்கும்போதும் நுங்கம்பாக்கத்தில் ஒரு பயிற்சிக்கூடத்துக்கு அழைத்துச் சென்று பயிற்சிகளைச் செய்துகாட்டச் சொல்வார். அவர்கள் சரியென்று சொன்ன பின்னர் பட்டைகளைத் தருவார்.

கராத்தே பயிலும் எல்லோருக்கும் இருக்கும் கறுப்புப்பட்டைக் கனவு எங்களுக்கும் இருந்தது. இரண்டரை ஆண்டுகள் தொடர்ந்த பயிற்சியும் ஆர்வமும் இருந்தால் கறுப்புப்பட்டை பெறலாம். எங்கள் ஆர்வத்தில் குறையேதும் இல்லை, பயிற்சியில் குறையேதும் இல்லை, எங்களுடைய பிரச்சனை பணம் மட்டும். வண்ணன் சகோதரர்களிடம் நாங்கள் மூவரும் கராத்தே கற்கத் துவங்கி ஆறு மாதங்களில் நீலப்பட்டை வரையில் வந்துவிட்டோம், ஆனால் நீலப்பட்டைக்கான தேர்வுக்குச் செல்லவில்லை.

எழில்வண்ணனுக்கு பயிற்சிக்கூடம் துவங்க அனுமதி கிடைத்தது, ஆனால் அதை மொட்டைமாடியில் துவங்க அனுமதி இல்லை. ஏதாவது பள்ளியின் கல்லூரியின் விளையாட்டுத் திடலில் அவர்களுடன் இணைந்து செயல்படலாம் அல்லது வண்டி நிறுத்தம், உடை மாற்றல், குளியலறை வசதிகளுடன்

இடம் பார்க்கவேண்டிய கட்டாயம் அவருக்கு ஏற்பட்டது. இப்போதைக்கு அவ்வளவு பெரிய முதலீடு செய்ய இயலாதென நுங்கம்பாக்கம் பயிற்சிக்கூடத்தில் சென்சேயாக (ஆசானாக) எழில்வண்ணன் சேர்ந்தார். மலர்வண்ணன் பெங்களூருக்குச் சென்றார். எங்களால் நுங்கம்பாக்கத்துக்குச் சென்றெல்லாம் பணம் கட்டி கராத்தே பயில முடியாது.

பயிற்சி நிறுத்தப்பட்டது, ஆனாலும் நேரம் கிடைத்தால் எங்கள் மூவரையும் அழைத்து நீலப்பட்டைக்கான பாடங்களைச் சொல்லிக்கொடுத்துவிடுவதாகவும், மஞ்சள்பட்டையின் பாடத்திட்டங்களையும் அறிமுகம் செய்துவிடுவதாகவும் சொன்னார். படிப்பு முடிந்து ஏதாவது வேலையில் சேர்ந்தால் கராத்தே பயிற்சிக்குப் பணம் கட்டும் வசதி கண்டிப்பாக எங்களுக்கு வரும், அப்படி வந்தவுடன் நுங்கம்பாக்கம் ‘டோஜோ’வுக்கு (பயிற்சிக்கூடம்) வரச்சொன்னார். நாங்கள் நம்பிக்கையோடு இருந்தோம்.

விளையாட்டு வீரனால் தன் உடற்கட்டு வெளியே தெரியாதபடி உடையணிய முடியும், ஆனால், ஆணழகனால் தன் உடற்கட்டு வெளியே தெரியாமல் உடை அணிய முடியாது. எவ்வளவு முயற்சி செய்தாலும் மார்பு, புயத்தசைப் புடைப்பு, பரந்த முதுகு, இவை காட்டிக்கொடுத்துவிடும். அதைப்போலவே, எங்களுக்கு கராத்தே பயிற்சியில் எடுக்கச்சொன்ன ‘மூட்டுத் தண்டால்’ *(Knuckle push-up)* காட்டிக்கொடுத்தது.

விரல் மூட்டில் காய்ப்புக் காய்ச்சிக் கருக்கும்போதெல்லாம் அதை நகம்வெட்டியில் இருக்கும் சிறிய அறத்தால் ராவி எடுப்பது எழில்வண்ணனின் வழக்கம், நாங்களும் அப்படித்தான் செய்தோம், ஆனாலும் விரல்கள் காட்டிக்கொடுத்தன. ஆறு மாதங்களுக்கு எழில்வண்ணன் நுங்கம்பாக்கம் செல்வதால் இனிமேல் எங்களுக்குப் பயிற்சி கிடைக்காதோ என்னும் நினைப்பில் அதிகமாகப் பயிற்சி செய்ததால் அது வெளியே தெரிந்தது.

சாப்பிடும்போது அம்மாவும் தங்கையும் விரல் மூட்டு எப்படிக் கருப்பானது எனக் கேட்டார்கள். எங்காவது

உராய்ந்திருக்கும் எனப் பொய்சொன்னேன். வழக்கம்போலவே அண்ணன் எதையும் கண்டுகொள்ளவில்லை. அப்பாவும் எப்படிக் கை கறுப்பானது என்றார். வகுப்பில் மோட்டாரின் சுற்றாப்பகுதியிலிருந்து (ஸ்டேட்டர்) செப்புக் கம்பிகளை வெட்டி எடுக்கும்போது தொடர்ந்து உருளையில் மூட்டு உராய்ந்திருக்கும் என முன்பு சொன்ன பொய்யை உண்மையென நிரூபிக்க முயற்சி செய்தேன்.

அதற்குப் பின் இலியாசும் சனாவுல்லாவும் பயிற்சியைத் தொடர்ந்தார்கள். எனக்கு கராத்தே பயிற்சிகள் நின்றுபோனாலும், தமிழ்த் திரைப்படத்தில் கராத்தே சண்டைக்காட்சிகளில் நடிக்கத் தேவையான அளவுக்கு என்னிடம் பயிற்சி இருந்தது. அன்றைய தேதியில் ஆரஞ்சுப்பட்டை வரை தேர்ச்சியும், நீலப்பட்டை வரையில் பாடத்திட்டங்களில் பயிற்சி இருக்கும் மாணவனாகவும், மஞ்சள்பட்டை வரையில் பயிற்சிகளை அறிந்தும் உள்ள கராத்தே கலைஞன் நான்.

★

5. தனிப்பிறவி

தொழிற் பயிற்சி நிலையத்தில் சேர்ந்த முதல் நாளே சண்டை முட்டிக்கொண்டது. நான் என்ன செய்யட்டும்? நான் செல்வதற்கு முன்னால் ஒவ்வோர் இடத்திலும் சண்டைக் கலை முன்னே சென்று எனக்காக அங்கு துண்டு போட்டு வைத்து உட்கார்ந்துகொண்டு தகராறுக்கு அழைக்கிறது.

கத்திவாக்கம் நெடுஞ்சாலையில் அரசினர் தொழிற் பயிற்சி நிலையம் இருக்கிறது. அப்போதும் இப்போதும் தொழிற் பயிற்சி நிலையம் என்றால் யாருக்கும் புரிவதில்லை. அது என்ன? என்ன பயிற்சி? என்ன தொழில்? எனக் கேள்வி கேட்கிறார்கள், ஆனால் ஐ.டி.ஐ. என்றால் சட்டெனவிளங்குகிறது.

டர்னர் கடைசல் பிடிப்பவர், ஃபிட்டர் பொருத்துநர், ப்ளாக்ஸ்மித் கருமான், வயர்மேன் கம்பியாள், தமிழில் சொல்லிச் சொல்லி சலித்திருக்கிறோம். குறிப்பாக

நான் படித்த தொழில் கம்பியாள், யாருக்கும் புரியாது. வயர்மேன் என்றால் உடனே அவர்களுக்கு நினைவுக்கு வருபவர் மின்சார வாரியத்திலிருந்து வரும் கம்பியாள்தான். ‘வயர்மேனுக்கெல்லாமும் தனியா படிக்கணுமா?’ என்பார்கள். மின்சாரப் பணியாளருக்கும் (எலக்ட்ரீஷியன்), கம்பியாளுக்கும் (வயர்மேன்) இடையில் உள்ள பாடத்திட்ட வேறுப்பாட்டை, பணி வேறுபாட்டை விளக்க முயற்சி செய்து தோற்றுக் கடைசியில் யாராவது ‘எலக்ட்ரீஷியனுக்குப் படிக்கிறாயா?’ என்றால், ‘ஆம்’ என்று தலையாட்டிவிட்டுச் செல்லும் நிலைக்கு வந்தேன்.

வடசென்னை காட்பாடா லேன் என்னும் கத்திவாக்கம் நெடுஞ்சாலை, தங்கசாலை மணிக்கூண்டிலிருந்து வண்ணாரப்பேட்டை நோக்கிச் செல்லும்போது இடதுபுறம் பிரியும் சாலை. அங்கு ஸ்ரீ கிருஷ்ணா திரையரங்கம் இருந்ததையும், சட்டம் என் கையில் திரைப்படத்தை அங்கு பார்த்ததையும் முன்பு உங்களிடம் சொல்லியுள்ளேன்.

நெடுஞ்சாலை என்று அங்கே பெயர் இருந்தாலும் சாலை குறுகலாகத்தான் இருக்கும். பன்னாட்டுச் சிலம்பப் போட்டியில் அந்தப் பகுதி மாணவர்கள் வென்றதைக் கொண்டாடத் தலைப்பாகை வைத்து அவர்களை ஊர்வலமாக அழைத்துச் சென்றார்களென்றால், போக்குவரத்து நின்றுவிடும். இப்போது நெரிசலில் தத்தளிக்கும் கத்திவாக்கம் நெடுஞ்சாலை நாங்கள் படித்த நாள்களில் ஆறு மணிக்கு மேல் ஆளரவமின்றி அமைதியாக இருக்கும்.

காட்பாடா லேனில் சென்றால் வலப்புறம் முதலில் தொழிற் பயிற்சி நிலையத்தின் மாணவர் தங்கும் விடுதி இருந்தது. அதனையடுத்து தொழிற் பயிற்சி நிலையம். உள்ளே நுழைந்ததும் காற்றோட்டமாக மரங்கள் உள்ள சாலை, தொழிற் பயிற்சி நிலையத்தின் அலுவலகம். அலுவலக வராந்தாவில் நுழைந்துக் கடந்தால் இடப்புறம் வரைவாளர் பயிற்சிக்கூடமும் வலப்புறம் கடைசல் பிடிப்பவர் பயிற்சிக்கூடமும் இருக்கும். மாணவர்கள் அலுவலக வராந்தாவில் நுழைய அனுமதி இல்லை. சாலையில்

நடந்து அலுவலகத்தைச் சுற்றி நடந்து பயிற்சிக்கூடங்களுக்குச் செல்லவேண்டும்.

இடப்புறம் வரைவாளர் பயிற்சிக்கூடத்தைக் கடந்து சென்றால் மின்முலாம் பூசும் பயிற்சிக்கூடம். வரைவாளர் தொழில் பயில்பவர்கள் கல்லூரிக்குச் செல்வதைப் போல இருப்பார்கள். பயிற்சிக்கூடத்தில் ஆடையில் கறைபடியாத தொழில் பழகுவோர் அவர்கள்தான். மின்முலாம் பூசும் பட்டறையிலிருந்து மோட்டார் சத்தமும் சுழலும் சாணைக்கல்லில் உலோகத் தகடுகள் உராயும் சத்தமும் கலந்து ஒலி ஏறியிறங்கி ஸ்ஸ்ஸோஓஓய்ய்ங்... ஸ்ஸ்ஸோஓஓய்ய்ங்... என ஒலிக்கும்.

வலப்புறம் கிடங்கு. முதல் நாள் கிடங்கை எட்டிப் பார்த்ததும் வியப்பு. ஓங்கி உயர்ந்து நிற்கும் இரும்பு அலமாரிகளையும் தளவாடப் பொருள்களையும் இரும்புப் பாளங்களையும் பெரிய பெரிய மோட்டார்களையும் பட்டறைக்கற்களையும் *(anvil)* சம்மட்டிகளையும் கண்டதும் இங்கு எம்.ஜி.ஆரும் ஜஸ்டினும் மோதும் சண்டைக்காட்சி படமாக்கப்பட்டால் எப்படி இருக்கும் என நினைத்தேன்.

ஜஸ்டினுக்கும் எம்.ஜி.ஆருக்கும் சம்மட்டிச் சண்டை ஏற்கெனவே ரிக்ஷாக்காரனில் வந்திருந்தாலும், பட்டறைக்கல்லில் எம்.ஜி.ஆரின் தலையை அழுத்தி ஜஸ்டின் சம்மட்டியை ஓங்கி அடிக்கையில் சட்டென அவர் நகர, சம்மட்டி கல்லில் மோதி எழுப்பும் ‘டங்’ ஒலி திரையரங்கில் எப்படி இருக்கும். டங் ஒலி முடிந்த அடுத்த நொடி அடி தவிர்க்கப்பட்ட தோல்வியால் ஆத்திரமடையும் ஜஸ்டினின் முகம் திரை முழுதும் காண்பிக்கப்படவேண்டும். உலகம் சுற்றும் வாலிபனில் ஒவ்வொரு குத்துக்கும் எதிராளி ஆத்திரப்படுவதை அப்படிக் காண்பித்திருப்பார்கள். என்றேனும் நான் தமிழ்த் திரையில் சண்டைக் காட்சிகளை அமைத்தால், வடசென்னை அரசினர் தொழிற் பயிற்சி நிலையத்தின் கிடங்கில் ஒரு சண்டையைப் படமாக்க அனுமதி கேட்க நினைத்துக்கொண்டேன்.

கிடங்கைக் கடந்து, மின்முலாம் பூசும் பட்டறையைக் கடந்து நேராக நடந்தால் இராயபுரம், வியாசர்பாடி இருப்புப்பாதைக்கு

முன்பாக பயிற்சி நிலையத்தின் சுற்றுச்சுவர் தென்படும். சுற்றுச்சுவருக்கு முன் வலப்புறம் கம்பியாள் பயிற்சிக்கூடம். ‘எச்சரிக்கை: ஒரு மனிதனைக் கொல்ல 240வோல்ட்டு போதுமானது. எப்பொழுதும் கம்பிகளிடம் கவனமாக இருங்கள்’ வாசகம் வரவேற்கும். முதல் நாள்தான் அது பயமுறுத்தியது, பின்னர் மின்சாரம் ஓடும் கம்பிகளிலும் ‘ஃபியூசை’க் கழட்டாமல் வீம்புக்காக நான் வேலை செய்த கதைகள் இங்கு தேவையில்லாதவை.

சண்டைக் கலை பழகும் துவக்க நாள்களில் ஒரு கெட்ட பழக்கம் நம்மிடம் ஒட்டிக்கொள்ளும். யார் என்ன செய்தாலும் அவர்கள் ஏதோ ஒரு வியூகத்தில் நிற்பதாக நினைக்கத் தோன்றும். வாட்டசாட்டமாக யாரேனும் எதிரில் வந்துவிட்டால் அந்த நினைப்பு பொங்கி வழிந்து அவர் திடீரென நம்மைத் தாக்கினால் என்னென்ன தடுப்பு முனைப்புகள் தேவையென்று மனதுக்குள் சண்டையை ஓட்டிப்பார்க்கும். சொல்லப்போனால் சதுரங்க விளையாட்டைவிடவும் வேகமாகச் சிந்திக்கவைக்கும்.

நக்கீரனுக்கு என்னைப் பார்த்ததும் அப்படி எதுவோ மனதுக்குள் ஓடியிருக்கவேண்டும். முதல் நாள் வகுப்பு முடிந்து வெளியே வந்ததும் வாசலில் மடக்கினான்.

“யேய், ங்கோத்தா ன்னா, மாரத் தெனாச்சுக்குனு நடக்குற? எங்கேர்ந்துரா வர்ர நீ?”

கைகலப்பு வரப்போவதை உள்ளுணர்வு எச்சரித்தது. சண்டை ஒருவேளை உக்கிரமாகி ஓடவேண்டுமென்றால் ஒன்று வள்ளலார் நகர் பேருந்து நிலையத்தை நோக்கி ஓடவேண்டும், அல்லது மூலக்கோத்திரம் சுடுகாட்டை நோக்கி ஓடவேண்டும். இரண்டு வழிகள்தான். முறைக்கும் நக்கீரன், ஒருவேளை அந்த இரண்டு பக்கத்திலும் ஆள்களைப் போட்டிருந்தனென்றால் ஓடமுடியாது, தடுத்து அடிப்பார்கள்.

சுமுகமாகப்போக நினைத்தாலும் அதை எடுத்த எடுப்பில் காட்டிக்கொள்ள எனக்கு விருப்பமில்லை. திமிர் குறையாமல் பதில் சொன்னேன்.

“மாரல்லாம் தெனாக்கலபா, இது எக்சைஸ் பாடி. டெய்லி தண்டால் அடிப்பேன். நானு வர்ரதா? மீர்சாகிப்பேட்டலேர்ந்து வரேன். அதுக்கின்னா இப்போ? ங்கோத்தாகீத்தான்லாம் வாய் வுர்ர? நாங்களும் வாயத் தொர்ந்தா கலீஜுதான். படிக்க வந்த எடமாச்சேன்னு அடக்கி வாசிக்றோம்.”

எல்லை மீறிவிட்டேன். மீர்சாகிப்பேட்டையிலிருந்து வருவதாகச் சொல்லியதும் நிறுத்தியிருக்கவேண்டும். அடுத்த வாக்கியம் வீண். என் வயதுக்கு வாய்ப்பேச்சு அப்படித்தான் போல, அடக்கவேண்டுமெனில் முழுமையாக அடக்கவேண்டும். பாதி அடக்கி பாதி வெளிக்காட்டும் பக்குவம் வசப்பட்டிருக்கவில்லை. நல்லவேளையாக இங்கு மீர்சாகிப்பேட்டை குமார் இல்லை, இருந்திருந்தால் இன்னும் அதிகம் பேசியிருப்பான்.

“தோடா, ங்கோத்தா எக்சைசு பாடியாண்டா. பாத்துட்லாமா?” அருகில் இருந்தவனைப் பார்த்து, “இவனே, மீர்சாகிப்பேட்ட எங்கடாக்குது?”

அவன் பதில் சொன்னான், “அயோத்தியா குப்பத்துலேர்ந்து ஸ்டெய்ட்டாப் போன வருண்டா.”

அயோத்தியா குப்பம் பேரைக் கேட்டதும் நக்கீரனின் முகத்தில் மாற்றம் தெரிந்தது, ஆனாலும் தோரணையை விடாமல்,

“ன்னா அயோத்தியா குப்பாத்தாண்டர்ந்து வண்ட்டா எங்களுக்கு பிசுரு வுட்டுக்குமா? ங்கோத்தா மட்டும்தான கேட்ட? இப்பப் பார், ங்கொம்மால ன்னான்றடா?”

“ன்னான்ற இப்பொ? படிக்க வந்த எடத்துல மொதோ நாளு பொறுக்கிங்களாட்டம் சண்டபோண்ணுமா?” இதைச் சொல்லிவிட்டு மூலக்கோத்திரம் சுடுகாட்டின் திசையில் ஓடுவதற்கு ஆயத்தமாகிவிட்டேன்.

“ங்கோத்தா ன்னா எங்களைப் பொறுக்கின்றியா?”

“யேய் ங்கோத்தா அடங்குடா. வுட்டா ரொம்ப பேசிக்னேக்கிறியேன்னா?”

என்னுடைய ‘ங்கோத்தா’ உச்சரிப்பைக் கேட்டு நக்கீரன்

பின்வாங்கினான். அது அவனுக்கு என்னுடைய சென்னை வளர்ப்பைக் காட்டியிருக்கவேண்டும்.

தமிழ் ஒலிப்பில் ஆறு குறுக்கங்களை நீங்கள் படித்திருப்பீர்கள். குற்றியலுகரம், குற்றியலிகரம், ஐகாரக்குறுக்கம், ஔகாரக்குறுக்கம், மகரக்குறுக்கம், ஆய்தக்குறுக்கம். அவற்றைப்போல் இது நகரக்குறுக்கம். 'ங்கோ'வில் உள்ள ங் முழுமையாக ஒலிக்கக்கூடாது, 'ஙோ'வாகவும் ஒலிக்கக்கூடாது. ங்கோவுக்கும் ஙோவுக்கும் இடையில் ஒரு மூக்கொலியை உண்டாகி அனாயாசமாக அதனுடன் 'த்தா'வைச் சேர்க்கவேண்டும். அதைச் சொல்லும்போது, கோபமோ நையாண்டியோ அன்போ நட்போ சூழலுக்கு ஏற்றாற்போல் உணர்வையும் குழைத்துச் சேர்க்கவேண்டும். சென்னையரைப் போல் 'ங்கோத்தா' சொல்வது அத்தனை சுலபமில்லை. சென்னையில் வளர்ந்து விளிம்பு நிலை மக்களுடன் தொடர்பில் இல்லாமல் 'ங்கோ' ஒலிப்பில் அத்தனை சுத்தம் இருக்காது.

என்னுடைய ங்கோத்தாவைக் கேட்டு அவன் பின்வாங்கினாலும் விட்டுக்கொடுக்காமல் சண்டைக்கு வந்தான். நிச்சயமாக அவன் இந்தத் தங்கசாலைச் சுற்றுவட்டாரத்துப் பையனாக இருக்கவேண்டும். யாராவது வந்து சண்டையை நிறுத்தினால் நலமாக இருக்கும். அவர்கள் இருவர், நான் ஒருவன். காட்பாடா லேனைப்பற்றி எனக்கு எதுவும் தெரியாது. சண்டை துவங்கினால் எங்கிருந்து யார் எப்படி வருவார்கள் ஒன்றும் அறிந்திருக்கவில்லை. யாராவது வந்து நிறுத்தவேண்டும்; அல்லது நானாக நிறுத்திக்கொள்ளவேண்டும்.

பேச்சு எல்லை மீறியது. அதற்கு மேல் நக்கீரன் பேசியதையோ நான் பேசியதையோ இங்கு எழுத முடியாது. அவன் கைநீட்டிவிட்டான், நானும் கை நீட்டிவிட்டு ஓடத் துவங்கினேன். இந்திரா நகரில் ஓடிய ஓட்டமல்ல இது. அது பழகிய இடம், இது புதிய இடம். அங்கு எதிரியைக் கணிக்க முடிந்தது, இங்கு கணிக்க முடியவில்லை, ஓட்டம்தான் தப்பிக்க வழி.

தங்கசாலை பேருந்து நிலையத்தைத் தவிர்த்து மூலக்கோத்திரம் சுடுகாட்டையொட்டி ஓடச்சொல்லி உள்மனம் சொல்லியது

ஓடினேன். சற்று முன்னர் அமரர் ஊர்தி சுடுகாட்டுக்கு வந்திருக்கவேண்டும், சாலையில் பூக்கள் தூவப்பட்டிருந்தன. பூக்களைத் தவிர்த்துத் தரையில் மட்டும் கால்வைத்து ஓட முயற்சி செய்து தோற்றேன். மசமசவென கால்களுக்கு அடியில் பூக்கள் மாட்டி நசுங்கின. ஓடினேன், கால்வாயைத் தொடும் வரையில் ஓடினேன். திரும்பிப் பார்த்தேன், அவர்கள் இருவரும் தொடரவில்லை.

சுற்றிய பீடிக்கட்டுகளைக் கூடையில் சுமந்து சென்ற இருவர் என்னைக் கேள்விக்குறியுடன் பார்த்தார்கள். அவர்கள் அக்கம் பக்கம் உள்ள பீடித் தொழிலாளர்களாக இருக்கவேண்டும்.

“ன்னாத்துக்கு ஓர்ர? யார் தொர்த்துறா? சுடுகாட்ல தகராறா? பாக்கெட்கீக்கிட்டு அஷ்டியா? நில்லு” என்றார்கள்.

என்னால் அதற்கு மேல் ஓட முடியாது. கையிலிருந்த நோட்டுப் புத்தகத்தைக் காட்டினேன், ஐ.டி.ஐ.யில் சேர்ந்திருப்பதைச் சொன்னேன். குறைந்தபட்சம் என்னை ஜேப்படித் திருடனாக அவர்கள் நினைக்கவில்லை. நான் ஓடிவந்த திசையைப் பார்த்தார்கள், நக்கீரனும் அவன் நண்பனும் தொடரவில்லை, தெரு காலியாகத் தெரிந்தது. பேருந்து நிலையத்துக்கு வழிகேட்டேன், முகத்தை சந்தேகத்துடன் பார்த்தபடி வழி சொன்னார்கள்.

பேசின் பிரிட்ஜ் அருகில் சாலையைக் கடந்து வால்டாக்ஸ் சாலையில் ஏறி நடந்தேன். கருவாட்டு வாடையைப் பிடித்துக்கொண்டே பத்மனாபா திரையரங்கம் வரையில் வந்து ஐஸ்ஹவுஸ் செல்லும் பல்லவன் போக்குவரத்துக் கழகப் பேருந்துத் தடம் எண் 30க்குக் காத்திருந்தேன்.

வீட்டுக்குச் சென்றதும் வகுப்பைப் பற்றி அம்மா கேட்டார்கள். உதவித் தொகை குறித்து அப்பா கேட்டார். உதவித்தொகை தருவது குறித்து எதுவும் தெரியாதெனச் சொன்னேன். அப்படித் தந்தால் மாதம் இருபத்தைந்து ரூபாய் கிடைக்கும். மாணவர் சலுகையில் மாதாந்திர ‘பஸ் பாஸ்’ எடுத்தாலும் காசு மீதமாகும், தடம் எண் 30, 32, 32ஏ எதில் வேண்டுமானாலும்

ஏறலாம், பேருந்துச் செலவை அப்பாவுக்கு மீதம் செய்து கொடுக்கலாம். அப்படி இல்லையெனில் அம்மாவுக்குக் காலையில் சாப்பாடு கட்டும் வேலையையும் செலவையும் மிச்சப்படுத்தலாம். ஒரு ரூபாய்க்கு ‘ஜனதா சாப்பாடு’ என்னும் அளவுச் சாப்பாடு கிடைக்கும். கிராம் கணக்கில் சாப்பாடும் கூட்டும் பொரியலும், மில்லிலிட்டர் கணக்கில் சாம்பாரும் ரசமும் கிடைக்கும். இருபத்தைந்து ரூபாயில் ஒரு மாதத்துக்கு மதியச் சாப்பாட்டுக்குக் கவலை இல்லை. எனக்கு உதவித்தொகை கிடைத்தால் உண்மையிலே அப்பாவுக்கும் அம்மாவுக்கும் அது பெரிய உதவியாக இருக்கும்.

நாளைக்குக் காலையில் காட்பாடாவுக்குப் போகத்தான் வேண்டும். இன்று உண்டான தகராறை யாரிடம் சொல்வது? பிரச்சனையைச் சமாளிக்க வடசென்னை வரையில் செல்வாக்குள்ளவர்களைத் தேடவேண்டும். ராஜாவுக்கு எப்படியும் அங்கு யாரையாவது தெரிந்திருக்கவேண்டும். அதுவும் ஒரே நாளில் தகவலை தங்கசாலை வரைக்கும் எப்படித் தெரிவிப்பது? பிரச்சனையைச் சொன்னால் ராஜாவும் திட்டுவார். “படிக்கப்போன எடத்துல உனக்கு ஏன் வம்பு?” என்பார்.

காலையில் அச்சத்துடன்தான் வள்ளலார் நகரில் தடம் எண் 32இலிருந்து இறங்கினேன். தங்கசாலை மணிக்கூண்டைக் கடக்கும்போது சுற்றுமுற்றும் பார்த்துக்கொண்டே கடந்தேன். காட்பாடாவில் நுழையும்போது வலப்புறம் இருந்த குதிரை லாயத்தில் குண்டுமணியைப் போல் அமர்ந்திருந்தவர் இன்று என்னைப் பார்த்து முறைப்பதுபோல் தோன்றியது. தேர்வுக்கு, நேர்முகத் தேர்வுக்கு, நேற்று என மூன்று முறை வந்தபோதும் குண்டுமணியார் குதிரை லாயத்தில்தான் இருந்தார், அப்போது முறைத்தாரா? இன்று முறைக்கிறார், நக்கீரனுக்குத் தெரிந்தவரோ?

வகுப்பில் எதுவும் நடக்காதது போல நுழைந்தேன். ‘எச்சரிக்கை: ஒரு மனிதனைக் கொல்ல 240 வோல்ட்டுகள் போதும்...’ இருக்கலாம், படிக்க வந்த இடத்தில் ஒரு தகராறு என்னுடைய படிப்பைக் கெடுக்குமா? நக்கீரன் வந்தான், அமைதியாக

இருந்தான். என்னைக் கண்டதும் முறைக்கவில்லை, சும்மா பார்த்துவைத்தான்.

முதல் நாளில் அறிமுகம் முடிந்துவிட்டதால், இரண்டாம் நாள் வகுப்பில் மின்சாரம் குறித்துப் பாடம் ஏதாவது நடக்கும் என நினைத்த எனக்கு ஏமாற்றம். காலைப் பகுதி முழுதும் முதலுதவி செய்யும் பாடங்கள்தான் நடந்தன.

மதிய உணவு இடைவேளையில் தையிலையில் கட்டி எடுத்துவந்த சாப்பாட்டுப் பொட்டலத்தைப் பிரித்தேன். நக்கீரன் அருகில் வந்தான். பயிற்சி நிலையத்துக்குள் நிச்சயமாகக் கையை ஓங்கமாட்டான்.

“மீர்சாகிப்பேட்டைல எங்கக்குற நீ?” நட்பாகத்தான் கேட்டான்.

“மீர்சாகிப்பேட்டைலயேதான் இருக்குறேன்.”

“அயோத்தியா குப்பத்துல யாரையாவது தெரியுமா?”

“தெரியும்...”

“யாரு?”

“பச்ச...”

“பச்சயை எப்படித் தெரியும்?”

“பாணா சுத்தக் கத்துக்குடுக்ற வாத்தியார் உசேன் பாயைப் பார்க்க வருவாங்க, அவங்களும் உசேன் பாய் சிஷ்யன் ராஜாவும் தோஸ்த்து.”

“வேற யாரைத் தெரியும்?”

“நீலம்பாஷா தர்கா திலீப், டைவ் அன்சர், தாராசிங்.”

“திலீப் யாரு? சார்பட்டா பாக்சர் திலீப்பா?”

“ஆமாம்...”

“ங்கோத்தா நேத்தே சொல்லத்தாவ்ல?” இயல்பாக நட்பாக அதிக சத்தமின்றி அந்த ‘ஙோ’வை உச்சரித்தான், தொடர்ந்தான்.

“செரி, நம்ப புள்ளையாய்ட்ட நீ. ரெண்டு வர்ஷம் நீயும் நானும்

ஒண்ணாத்தான் இங்க படிக்கணும். எனுக்கு இந்த ஏரியாதான். ராயபுரத்துல இர்ந்தோம், இப்ப டோல்கேட். இன்னாண்ட வியாசர்பாடி, அன்னாண்ட தங்கசாலை, ராயபுரம், பிரிஜ் ஏர்னியானா கொருக்குப்பேட்ட வண்ணார்ப்பேட்ட தண்டையார்ப்பேட்ட திருவொத்தூர் வெரிக்கும் நம்ப ஏரியாதான். ஒவ்வோர் எடத்துல ஒவ்வோர் ஆளாண்ட பேசணும். ங்கோத்தா உன்னைத் தூக்கணும்னா தூக்கிருவேன். பட்சு நாமளும் நாலு பேராட்டம் வரலாம்னுதான் வந்தேன். அதான் சைலண்ட்டா இருக்க சொன்னாங்கோ. நானு எஸெல்சி ஃபெய்ல்ரா, நீ?”

அதன் பிறகு நக்கீரனை வைத்து எனக்கு உண்டான வடசென்னை அறிமுகங்கள் அனைத்தும் என்னுடைய கனவை வளர்ப்பனவாக இருந்தன. எழில்வண்ணனிடம் கராத்தே பயிற்சிக்குச் சேர்ந்ததை நக்கீரனிடம் மட்டும் சொன்னேன்.

“ங்கோத்தா கராத்தேக்கு ஃபீஸ் கட்ற அவ்ளோ துட்டு உன்னாண்ட இருந்தா ஏண்டா இருவத்தஞ்சு ரூவா ஸ்டைபண்ட்டுக்கு கியூல நின்னு கையெய்த்து போர்ர, பாடு?” கேட்டான்.

கராத்தே பயிற்சி இலவசம் என்றதும் சிரித்தான். குத்துச்சண்டைப் போட்டிகள் குறித்துக் கேட்டான். குத்துச்சண்டையில் பயிற்சி கிடையாது, போட்டிகள் தொடர்பாகவும் எதுவும் தெரியாதெனச் சொன்னேன்.

“கராத்தே ன்னாடா கராத்தே, ங்கோத்தா தண்டையார்பேட்ட டேப்லட்ஸ் க்ரௌண்டுல ஜத செய்றத வந்து பாரு, மெர்சலாய்டுவ. ங்கொம்மால கார்டு வெச்சுக்கினு, வர்ர பன்ச்சுங்கள காலி பண்ணிக்கினே மின்ன போயி க்ராஸ் அடிப்பானுங்க பாரு, மூக்கீக்லாம் கொழகொழான்னு ஆய்டும். அடுத்தபா ஜத வரும்போது சொல்றன், ஞாயித்திக்கெழமைலதான் வரும், வந்துரு, இட்டும்போறன்.”

ஜதை என்னும் குத்துச்சண்டைப் போட்டிகளைக் காணக் காத்திருந்தேன்.

“தவ்லத்தே, எனுக்குத் தெரிஞ்சு ஏசின்னா அசிஸ்டெண்ட் கமிஷ்னர்ரா, போலீஸ் அதிகாரி, இது ன்னாது ஏசின்னா ஆல்டர்னேட் கரண்ட்?”

“ஆல்டர்னேட் கரண்ட்னா மாறிமாறி வர்ர கரண்ட்ரா, நம்ப வீட்ல்லாம் வருதுல்ல அதுதான்.”

“சுச்சு போர்டுல ஃப்ளக்கு சொருவ ரெண்டு ஓல்சுக்குதே ஒவ்வொரு ஓல்சுலயும் கரண்ட் மாறிமாறி வருமாடா?”

நக்கீரனுக்கு நேர் மின்னோட்டம், மாற்று மின்னோட்டம், இரண்டையும் விளக்கி விளக்கி அவை எனக்கு மனப்பாடமாகின. அவனுக்கு விளக்குவதற்காக நான் படித்தேன். ஜெனரேட்டருக்கும் மோட்டாருக்கும் உள்ள வேறுபாட்டைப் படம் வரைந்து பாகங்கள் குறித்து விளக்கியதற்கு தங்கசாலை வள்ளலார் கஃபேயில் மசால் தோசை வாங்கித் தந்தான்.

எனக்கு மட்டுந்தான் படிப்பு ஏறாதென நினைத்திருந்ததை அவன் சுக்கல்சுக்கலாக உடைத்தான். மின்கலன்களின் வகைகளைப் புரிந்துகொள்ளத் தடுமாறினான். “ங்கோத்தா டோல்கேட்ல எவரெடி பாட்டரிக்குப் பின்னாடி வூடுரா எனுக்கு, பாட்டரி பத்தி ஒண்ணியும் தெர்லடா, வெக்கமாக்குது, கொஞ்சம் சொல்லிக்குர்ரா தவ்லத்தே” கேட்டான்.

உயர் அழுத்த வட இணைப்புப் *(high-tension cable joint)* பயிற்சியில் கம்பிகளை இணைத்து முடுக்கி, அச்சு வைத்து ஈயத்தைக் காய்ச்சி ஊற்றி, காத்திருந்து அச்சைப் பிரித்து இணைப்பை ஆசிரியரிடம் காட்டினேன், பாராட்டினார்.

அவனும், “ன்னா ஓட்டண்டா உன் கைல? ங்கோத்தா ஈபில கண்டி இண்ட்ரியூ வெச்சா நீ பாஸ்ரா!” உணவு இடைவேளையில் பாராட்டினான்.

அவனை மீர்சாகிப்பேட்டைக்கு அழைத்தேன், வருவதாகச் சொன்னான். இலியாசையும், சனாவுல்லாவையும் அவனுக்கு அறிமுகம் செய்யவேண்டும். அவனும் நீலம்பாஷா தர்கா திலீப் பாக்சரைப் பார்க்கவேண்டுமெனச் சொன்னான். உசேன் பாயிடம் சிலம்பத்துக்குப் போகும்போது குத்துச்சண்டைப்

பயிற்சிகளைப் பார்த்ததுண்டா எனக் கேட்டான். நான் மீர்சாகிப்பேட்டையில் பார்த்ததில்லை. நீலம்பாஷா தர்காவில் நடக்கலாம், திலீப்பைத்தான் எனக்குத் தெரியுமே தவிர பயிற்சிகளைப் பார்த்ததில்லை.

குத்துச்சண்டைப் போட்டிகள் வரும்வரையில் காத்திருக்காமல், பயிற்சிகளைப் பார்க்க என்னை சுங்கச்சாவடிக்கு அழைத்தான். 4F என பல்லவன் பேருந்து ஒன்று பட்டினப்பாக்கத்திலிருந்து ஐஸ்ஹவுஸ் வழியாக சுங்கச்சாவடிக்குச் செல்லும், அதில் ஞாயிறு மதியத்துக்குப் பின் புறப்பட்டேன். சுங்கச்சாவடி பேருந்து நிலையத்தில் இறங்கி எவரெடி பாட்டரித் தொழிற்சாலைக்குப் பின்னால் வரச்சொல்லியிருந்தான். சென்றதும் திடலுக்கு அழைத்துச் சென்றான்.

மீர்சாகிப்பேட்டையில் நாயர் ஐயாப்பிள்ளை தெருவில் இருந்த சிலம்பப் பயிற்சித் திடலைப் போலவே பெரிய திடல், இங்கு கூடுதலாக தண்டாலுக்கும், இணைக்கம்பிப் பயிற்சிக்கும் (parallel bar), எடைப் பயிற்சிகளுக்கும், மணல் மூட்டையைத் தொங்கவிட்டுக் குத்துவதற்கும் தனித்தனியாக இடம் விட்டிருந்தார்கள். பத்தடிக்குப் பத்தடி அளவில் தரையைச் சமன் செய்து தண்ணீர் ஊற்றிக் கெட்டிப்படுத்தி அதில் சதுரமாகக் கயிற்றைக் கட்டி, குத்துச்சண்டை மேடையைப் போல் தரையில் அமைத்திருந்தார்கள்.

"ன்னா பாக்குற? இதுதாண்டா ரிங்கு. உள்ள போனேன்னு வெய்யி ங்கோத்தா கராத்தேகிராத்தேல்லாம் ஒண்ணியும் இல்ல, அட்சுத் தூக்கிருவாங்கோ" நக்கீரன்.

நான்கு மணிக்கு மேல் குத்துச்சண்டை பயில்வோர் ஒவ்வொருவராக வரத்துவங்கினார்கள். வந்தவர்கள் அனைவரையும் நக்கீரனுக்குத் தெரிந்திருக்கிறது. நல்லவேளையாக முதல் நாள் இவனுடன் நடந்த சண்டைக்குப் பின் இவனை அமைதியாக்கிவிட்டார்கள். சண்டை முற்றியிருந்தால், என்னைப் புரட்டியெடுத்திருப்பான். எந்த ஆசானும் தன் சீடன் பயிற்சிக்கூடத்துக்கு வெளியே சண்டையிடுவதை விரும்புவதில்லை. உசேன் பாயும் அப்படித்தான், இந்திரா நகர்

சிலம்ப ஆசானும் அப்படித்தான், சென்சேய் எழில்வண்ணனும் அப்படித்தான், இங்கு நான் சந்திக்கப்போகும் குத்துச்சண்டை வாத்தியாரும் அப்படித்தான் இருப்பார். இருப்பினும் அந்த வயதில் எங்களுக்கு அதெல்லாம் அவ்வளவு புரிந்திருக்கவில்லை.

நக்கீரன் என்னைக் குத்துச்சண்டை உத்தியில் அன்று தாக்கியிருந்தால்? நடுக்கத்துக்கு பதிலாகப் புன்னகை உண்டானது. இப்போது நக்கீரன் என் நண்பன், அவனுக்கு மின்விசிறி இணைப்புக்குத் தேவையான மின்சாரப் பொருள்களைப் பட்டியல் இட நான் கற்றுத் தருகிறேன், அவன் எனக்குக் கனவுகளை அதிகமாக்குகிறான். இலியாசையும் சனாவுல்லாவையும் இன்றே அழைத்துவந்திருக்கவேண்டும். இப்படியான பயிற்சிக்கூடத்தைப் பார்த்தால் மகிழ்வார்கள்.

நாலரை மணிக்கு ஆண்டியப்பன் வாத்தியார் வந்தார். அனைவரும் அவரிடம் சென்று வணக்கம் வைத்தார்கள். கட்சிக்கொடியின் வண்ணத்தில் கரைவேட்டி, வெள்ளைச் சட்டை, தோல் செருப்பு, தங்கநிற கைக்கடிகாரம், கட்சிக்கொடி வண்ணத்தில் மோதிரம், வகிடுக்கு மட்டும் சீப்பைக் கண்டு படிந்தும் மற்ற இடங்களில் படியாமலும் நின்ற சுருட்டைத் தலைமுடியுடன் கம்பீரமாக இருந்தார்.

“வாடா நக்கீரா, யாரோ தோஸ்த்து சாயபு இட்டாரப் போறேன்னியே, இதுதானா? வாடா சாயபு, குணங்குடி மஸ்தான் சாகிபு தெரியுமா? ஆரெசாரம் (ஆர்.எஸ்.ஆர்.எம்.) ஆஸ்பத்திரியாண்டதான தர்காக்குது? போய்க்கிறியா?”

“இல்லீங்க, குணங்குடி மஸ்தான் சாகிபு தர்கா தெரியாது. நாங்க, மவுண்ட்ரோடு சையத் மூசா காதிரி தர்காவுக்கு எப்பவாச்சும் போவோம், அவ்ளதான்...”

“ம்ம்ம்”

“வாத்தியாரே, இவன் பேரு தவ்லத் கான், அவங்க வூட்டாண்டயே மீர்சாகிப்பேட்டைல கராத்தே கத்துக்கறான்.”

“போச்சுரா, ஏண்டா இப்படி சினிமா பாத்து வெளிநாட்டு ஃபைட்டுங்க கத்துக்கறீங்க? கொல்ஸ் (gloves) மாட்டிக்குனு

ரிங்குல நிக்றவந்தாண்டா சிங்கம், அது இன்னா ஹாஹூன்னு கத்திக்கினு, சண்டையாடா அது?”

நான் அமைதியாக நின்றேன். எதுவும் பேசவில்லை. அந்த நேரத்தில் எதுவும் பேசாமல் இருப்பதே புத்திசாலித்தனம். ஆண்டியப்பன் வாத்தியார் தன் பேச்சைத் தொடர்ந்தார்,

“இங்க பாரு, வாத்தியாருக்குத் (எம்.ஜி.ஆருக்குத்) தெரியாத ஃபைட்டா? காவல்காரன்ல சார்பட்டா ஜபுரை பாக்சிங்ல கொணாந்து மிக்ஸ் பண்ல, பறக்கும் பாவைல ஜூடோ கொணார்ல, அவருக்குத் தெரியாதா? உலகம் சுற்றும் வாலிபன்ல நம்பியார் ஃபைட் ஜப்பான்லதான? இவனே, டேய், நம்பியார் ஃபைட் ஜப்பான்லதானடா? ம்ம்ம் ஜப்பான்தான். அதுல கராத்தே கொணார்னும்னா வாத்தியார் கொணார்ந்திருக்கலாம்ல? ஏன் கொணார்ல? மொத்த ஃபைட்லயும் ஒரு கிக்கு மட்டுந்தான் கராத்தே கிக்கு, மத்ததெல்லாம் ரெஸ்லிங்தான், பாக்சிங்தான், ஜூடோதான். கராத்தே நம்ம ஜனங்களுக்கு செரியாவுமா?”

அவர் குத்துச்சண்டைப் பயிற்சியாளர், அந்தக் காலத்து மனிதர், அப்படித்தான் பேசுவார். மேலும் தொடர்ந்தார்,

“புரூஸ்லீகண்டி உயிரோட இருந்திருந்தா முகமது அலியோட ஒரு ஜத கண்டிப்பா நடந்திருக்கும். ஒரு ஜப்பானி ரெஸ்லரோட முகமது அலிக்கு ஜத செட் பண்ல? ரெண்டு மூணு வர்ஷம் மின்ன நடந்துச்சுல்ல? இவனே, அந்த ஜப்பானி ரெஸ்லர் பேரு இன்னாடா? ம்ம்ம் அந்தோணி, இன்னாதே? அண்ட்டோனியோ இனோக்கியா? செரி, அண்ட்டோனியோ இனோக்கி. ஜத ‘டிரா’தான ஆச்சு. மல மேறி இருந்த ரெஸ்லராலயே முகமது அலியை ஒண்ணியும் பண்ண முடில. பாக்சிங்க அட்சுக்க ஒரு ஃபைட் இந்த ஒலகத்துல இல்லடா சாயபு, தெர்ஞ்சுக்கோ.”

கராத்தேயையும் குத்துச்சண்டையையும் ஒரே நேரத்தில் பழகமுடியாதென்னும் புரிதல் எனக்கு உண்டு, ஆனாலும் குத்துச்சண்டை உத்திகள் குறித்து அருகிலிருந்து அறிந்துகொள்ளக் கிடைத்த வாய்ப்பைப் பயன்படுத்த நினைத்தேன்.

★

6. காதல் வாகனம்

டோல்கேட் என்னும் சுங்கச்சாவடியில் ஆண்டியப்பன் வாத்தியார் அறிமுகப்படுத்தி வைத்த குத்துச்சண்டை அதற்குப் பின் என்னை திருவொற்றியூர் வரையில் அழைத்துச் சென்றது. அரசு தொழிற் பயிற்சி நிலையத்தில் பயிலும் மாணவனுக்கு அஷோக் லேலண்ட், கேசிபி, இஐடி பாரி, எண்ணூர் ஃபௌண்டரீஸ், எனத் தொழிற்சாலைகளில் வேலைவாய்ப்பின் மூலமாக அறிமுகமாகவேண்டிய திருவொற்றியூரும் எண்ணூரும் குத்துச் சண்டைப் பரம்பரைகள் மூலமாக அறிமுகமாயின.

வடசென்னைக் கடற்கரையோரமாக ராயபுரத்திலிருந்து துவங்கி திருவொற்றியூர் வரையிலும், உள்ளே வியாசர்பாடி, புளியந்தோப்பு, சூளை, பட்டாளம், தங்கசாலை, மூலக்கோத்திரம், வண்ணாரப்பேட்டை, சுங்கச்சாவடி வரையில் பரவியிருந்த பரம்பரைக்

குத்துச்சண்டை, சிந்தாதிரிப்பேட்டை, சேப்பாக்கம் வழியாக அயோத்தியா குப்பம், நீலம்பாஷா தர்காவைத் தொட்டு எங்கள் மீர்சாகிப்பேட்டை வரையில் குத்துச்சண்டை வீரர்களையும் ரசிகர்களையும் உண்டாக்கியிருந்தது. குறிப்பாக, நக்கீரனின் குத்துச்சண்டை வாத்தியார் சுங்கச்சாவடி ஆண்டியப்பன் வாத்தியாரையும், எங்கள் பகுதி நீலம்பாஷா தர்காவின் பாக்சர் திலீபையும் இணைக்கும் புள்ளி சார்பட்டா பரம்பரை. நான்கு வாள்கள் - உருதுவில் 'சார் பட்டா' எனப் பெயர் பெற்று ராயபுரம் முதல் நீலம்பாஷா தர்கா வரையில் நீண்டிருந்த பரம்பரை.

சிலம்ப ஆசான் உசேன் பாயிடமும், சென்சேய் எழில்வண்ணனிடமும் மாணவனாக ஆனதைப் போல ஆண்டியப்பன் வாத்தியாரிடம் நான் மாணவனாகவில்லை. அவருடனும், நக்கீரன் உட்பட சார்பட்டா பரம்பரையின் வீரர்கள் சிலருடனும் தொடர்பு மட்டும் உண்டானது. அதனைத் தொடர்ந்து நக்கீரன் அழைத்துச் சென்ற குத்துச்சண்டைப் போட்டி பரம்பரைக் குத்துச்சண்டைகளின் கால் பாடத்தைக் கற்றுத் தந்தது.

தண்டையார்பேட்டை டேப்லெட்ஸ் மைதானத்தில் நடந்த ஆக்ரோஷமான குத்துச்சண்டைப்போட்டி அது. ஒரு ஞாயிற்றுக்கிழமையில் மதியச் சாப்பாட்டை வீட்டில் தவிர்த்துவிட்டு டேப்லட்ஸ் கிரவுண்ட் சென்றேன். சார்பட்டா பரம்பரை ஆண்டியப்பன் மாஸ்டர் தயவால் நாற்காலியில் அமர சீட்டு கிடைத்தது.

கராத்தேயில் கால்களால் உதைப்பதும் கைகளால், முழங்கைகளால் தாக்குவதும் நடக்கும். கராத்தேயில் உதைப்பதற்குக் கால்களின் பயன்பாடும் இருப்பது வெளியில் தெரியும். ஆனால், குத்துச்சண்டையிலும் சிலம்பத்திலும் கால்களின் பயன்பாடு வெளியிலிருந்து பார்ப்பவர்களுக்குத் தெரியாது. ரசிகர்கள் கைகள் வீசும் குத்துகளையும் சிலம்ப வீச்சுகளையும் பார்ப்பார்கள். சண்டைக்கலையின் நுட்பம் அறிந்தவர்கள் அந்தந்த குத்துகளின் வீச்சுகளின் நேரத்தில்

கால்களின் நிலையையும் உன்னிப்பாக்க் கவனிப்பார்கள். தாக்குவதற்கான வியூகத்தில் நிற்கும்போதும் தாக்கும் போதும் குத்துவது அடிப்பது வீசுவது வேண்டுமானால் கையாக இருக்கலாம், அந்த வீச்சின்போது நிகழும் பாத நகர்வுகள் பின்புலத்தில் வீச்சுக்கு பலம் சேர்ப்பவை.

இடது பாதத்தை முன்னால் வைத்து வலது பாதத்தைப் பின்னால் வைத்து ஆங்கில ‘எல்’ வடிவத்தில் நிற்பதை சிலம்பத்தில் ஆதி நிலை என்பார்கள். அந்நிலையில் உடல் கொஞ்சம் முன்னே சென்று உடல் எடை இடது பாதத்தில் அதிகமாக ஊன்றியது போல் இருக்கும். கிட்டத்தட்ட குத்துச்சண்டையின் துவக்கத்திலும் கால்கள் அப்படித்தான் நின்றன. உடல் எடை சிலம்பத்தைப் போல் முன்னே சரியாமல் சமநிலையாக இருந்தது. நகர்வுகளும் அப்படித்தான், பக்கவாட்டில் நகர்வது முன்னேறுவது, நேர்கோட்டில் முன்னேறுவது, கர்ணத்தில் முன்னேறுவது, ஆங்கில ‘எக்ஸ்’ வடிவில் முன்னேறிப் பின்வாங்குவது எல்லாமும் எனக்குள் பதிவாயின.

சாட்டின் துணியில் பெரிய அங்கியில் பூவேலை செய்யப்பட்ட உதய சூரியனை, இரட்டை இலையைப் பார்த்தேன். சின்னச்சின்ன ஜதைகள் நடந்துகொண்டிருக்கையில் போட்டிகளுக்கு இடையில் ‘பெரிய ஜதை’ போட்டியாளர்கள் மேடைக்குத் தங்கள் சாட்டின் துணி அங்கியுடன் வந்து ‘சலாம்’ வைத்துச் சென்றார்கள். எல்லப்பச் செட்டியார் பரம்பரையின் ஏகாம்பரம் அன்றைய போட்டியில் கலந்துகொள்ளப் போவதாகச் சொன்னார்கள். ஏகாம்பரம் இரட்டை இலை பூப்போட்ட அங்கி அணிந்து வந்தார். தூரத்திலிருந்து பார்க்கையில் தீவாரில் அமிதாபின் ‘குடோன் ஃபைட்’ மாஸ்டர் ஷெட்டியைப்போல இருந்தார். ஏகாம்பரத்தின் குத்துச்சண்டையைப் பார்ப்பதற்கு ஆவல் பொங்கியது.

அன்றைய போட்டியின் எல்லா ‘ஜதை’களிடமும் எனக்கு ஏதாவது ஒன்று கிடைத்துக்கொணடிருந்தது. இந்த வீச்சுகள் அனைத்தும் திரையில் படமாக்கப்பட்டால் எப்படி இருக்கும்? திரையில் நடக்கும் சண்டைகளில் இந்தக் கால் நகர்வுகளைக்

கொண்டு வருவது எப்படி? நொடியில் மாறி நின்று வித்தை தெரிந்தவர்களையே குழப்பும் கால் நகர்வுகளைத் தமிழ்த் திரை ரசிகர்கள் தெரிந்து கைதட்டுவார்களா? சந்தேகமின்றித் தட்டுவார்கள்.

தாயைக் காத்த தனயனில் எம்.ஜி.ஆரின் படுவேகமான தலைவார் + வீச்சுகளை நொடியில் ரசித்துக் கைதட்டியவர்கள்தானே தமிழ்த் திரைப்பட ரசிகர்கள். எம்.ஜி.ஆர். ரசிகர்கள் எத்தனை பேருக்கு மற்போர், சிலம்பாட்டம், வாள்வீச்சு இவற்றின் உத்திகள் நுட்பமாகத் தெரியும்? ரசிக்கவில்லையா? ரிக் ஷாக்காரன் திரைப்படத்தில் சுருள்கத்தி வீச்சில் எம்.ஜி.ஆர். செய்யும் அனுமார் தோப்புக்கரணம் *(lunges, Hanuman baithak)* வகைக் கால் பாடம் எத்தனை பேருக்குத் தெரியும்? இன்றும் பிராட்வே முருகனில் திரையிடப்பட்டால் சரஸ்வதி மகாலட்சுமியில் திரையிடப்பட்டால் மக்கள் கைதட்டுகிறார்கள். ரசிக்கும் விதத்தில் தந்தால் ரசிகர்கள் நிச்சயம் ரசிப்பார்கள்.

ஏகாம்பரம் தன்னுடைய போட்டியில் எதிராளியின் தலையை இடது முழங்கையால் பிடிபோட்டுப் பிடித்து இடுப்பில் அழுத்திக்கொண்டு நொடியில் வலக்கையைப் பின்னால் வீசி முகத்தில் குத்திவிட்டு விடுவித்தார். எனக்கு அதில் எதோ பிழையிருப்பதாகத் தோன்றியது. பக்கத்தில் நக்கீரனைப் பார்த்தேன்.

“பாக்காத தவ்லத்தே, ங்கோத்தா அது ஃபவுல்தான்” என்றான்.

“யேய், ங்கொம்மால நெக்கீரா, அது ஃபவுல்னா ரெஃப்ரி சொல்ட்டுண்டா. படிக்ற பையனாச்சேன்னு ஆண்டிப்பன் குடுக்ற செல்லம் ஐத பாக்க வண்ட்டு கமெண்ட்ரி குட்த்துக்குனுக்றியா? பேசாம ஐதையப் பாத்தமா வூட்டுக்குப் போனமாண்ட்டு இர்க்கணும்.” - யாரோ பின்வரிசையிலிருந்து குரல் கொடுத்தார்கள்.

நக்கீரன் நொடியில் அமைதியானான். அவரிடம் “மன்ச்சுக்கண்ணா” சொன்னான். என்னிடம் கிசுகிசுப்பாக, "சூளை பட்டாளம் ஏரியா பாக்சருங்கடா, கறியார் பாபு

பரம்பரை ஆளு, நம்போ கண்டி அடக்கி வாசிக்கல நாஸ்த்திடா" என்றான்.

இப்படி வலிமையைக் கண்டு சட்டென அடங்கிப்போவதை நீங்கள் கோழைத்தனம் என நினைக்கலாம், சண்டைக் கலை உலகில் அதுதான் புத்திசாலித்தனம். சூழலையும் எதிரியின் பலத்தையும் நமது பக்கத்து நியாயத்தையும் யோசித்துப் பார்க்காமல் அதட்டிய குரலுக்கு அதே பாணியில் அந்த நொடியே பதிலடி கொடுக்க நினைப்பது முட்டாள்தனம்.

அங்கே போட்டி மேடையில் ஏகாம்பரத்துக்கு நடுவர் எச்சரிக்கை கொடுத்துவிட்டார். அதன் பின்னர் ஏகாம்பரம் கவனமாகக் குத்தத் துவங்கினார். போட்டி வெற்றி தோல்வியின்றி முடிந்தது. தப்பாட்டம் ஆடியதால்தான் இப்படி சுவாரசியமில்லாமற்போனதாக அனைவரும் பேசிக்கொண்டார்கள். பெரிய ஜதை வெற்றி தோல்வியின்றி முடிந்ததால் ரசிகர்கள் சிலர் சத்தம் போட்டனர். கொடுத்த காசுக்குத் திருப்தி கிடைக்காததால் ஏகாம்பரத்தைத் திட்டினார்கள். ஏகாம்பரத்தின் ஆதரவாளர்கள் பதிலுக்குத் திட்டினார்கள்.

திடலின் ஒரு பகுதியில் சண்டை மூண்டது. நல்லவேளையாக அது நாங்கள் அமர்ந்திருந்த பகுதிக்கு எதிர்ப்பகுதி. குழப்பத்தைப் பார்க்க எல்லோரும் சண்டை மூண்ட பகுதிக்கு அவசரமாக நகர்ந்தார்கள். தள்ளுமுள்ளு உண்டானது. ஒலிபெருக்கியில் அமைதி அமைதி என வர்ணனையாளர் வேண்டினார். சட்டமன்ற உறுப்பினர் பரிசளிப்புக்கு வரப்போவதாக அறிவிப்பு வந்ததும், கூட்டம் அமைதியானது, காவல் துறையினர் திடலுக்குள் வந்தார்கள். கூட்டம் கட்டுப்பட்டது. அன்றைக்கு ஏதோ கூட்டம் கட்டுப்பட்டதாம். பல நேரங்களில் காவல் துறையினர் வந்து பிடித்துக்கொண்டு போகும் வரையில் குழப்பம் தொடருமாம்.

அதற்கு அடுத்து ஆண்டியப்பன் வாத்தியாரை சந்திக்கும்போதெல்லாம் முகமது அலியின் புகழைக் கேட்டேன். சென்னை தேவியில் பார்த்த முகமது அலியின் வாழ்க்கை

வரலாற்றுத் திரைப்படம் 'தி கிரேட்டஸ்ட்'டின் காட்சிகளை ஆண்டியப்பன் வாத்தியார் விளக்கினார். பரம்பரைக் குத்துச்சண்டை உத்திகளும், அதற்கும் மேல் குத்துச்சண்டை உத்திகள் தொடர்பாக விரியும் பார்வைகளும் ஒன்று சேர்ந்தால் எந்த அளவுக்கு நுட்பமான பார்வை கிடைக்கும் என விளங்கிக்கொண்டேன்.

ஆண்டியப்பன் வாத்தியார் தி கிரேட்டஸ்ட் திரைப்படத்தில் ஒலிம்பிக் குத்துச்சண்டைப் போட்டி குறித்து அறிந்திருந்தாலும், நான் அவரைச் சந்தித்தபோது ஒலிம்பிக் வரையில் இந்தியக் குத்துச்சண்டை வீரர்கள் சென்றிருந்த செய்திகளை அறிந்திருந்தாலும், பரந்துபட்ட அரசியல் விழிப்புணர்வும் சிந்தனைகளும் அவரிடம் இருந்தாலும் ஏனோ அவர் சார்பட்டாவுக்கு வெளியே வரவில்லை. சார்பட்டா பரம்பரைக்குத் தன் மாணவர்கள் வெற்றிக் கோப்பைகளைக் கொண்டுவந்தால் போதும் என நினைத்தார். அவரால் நான் முகமது அலிக்கு தீவிர ரசிகனானேன்.

அப்போது எனக்கு இரண்டு கதாநாயகர்கள்தான், எம்.ஜி.ஆரும் முகமது அலியும்.

மீர்சாகிப்பேட்டையில் வளர்ந்ததால், இயல்பிலேயே நான் எம்.ஜி.ஆர். ரசிகன், உசேன் பாயிடம் சிலம்பம் பயின்றதால் அது அதிகமானது, சண்டைக்காட்சி ரசனையால் என்னிடம் நிரந்தரமானது.

குத்துச்சண்டை வீரர் முகமது அலியின் ரசிகன் - அது நக்கீரனுடன் உண்டான பழக்கத்தால் வந்தது, வடசென்னைக் குத்துச்சண்டைப் பரம்பரைகளால் வளர்ந்தது, ஆண்டியப்பன் வாத்தியாரின் விளக்கங்களால் நிரந்தரமானது.

எம்.ஜி.ஆர். அப்போது முதல்வராகிவிட்டார், ஏதாவது பொதுக்கூட்டத்தில் அவரைத் தூரத்திலிருந்து பார்த்தால்தான் உண்டு. முகமது அலியைப் பார்க்கும் வாய்ப்பெல்லாம் எனக்குக் கிடைக்கப்போவதில்லை. அதனால் என்ன? தி கிரேட்டஸ்ட் எனக்கு நினைவில் இருக்கும் வரையில், ஒரு போட்டிக்கு வீரன்

எப்படி ஆயத்தமாகவேண்டும் என்பதைப் படிப்படியாகக் காட்டியது நினைவில் இருக்கும் வரையில், எனது மனதில் உருவான கதாநாயகப் பிம்பம் மாறாது. அவர்கள் இருவருக்கும் கோடிக்கணக்கில் ரசிகர்கள் இருக்கலாம், இருவரையும் ரசிக்கும் நான் ஆயிரத்தில் ஒருவன்.

மனதளவில் திரைப்படங்களில் சண்டைக்காட்சிகளில் நடிக்கும் தொழிலுக்கு நான் ஆயத்தமாவதை வடசென்னை நண்பர்களில் நக்கீரனைத் தவிர வேறு யாரிடமும் நானாகப் பகிரவில்லை. அப்பாவிடம் அடிக்கடி சொல்வேன், அவர் சத்தம் போடுவார், அம்மாவிடம் புலம்புவார். நான் சில நாள்களுக்கு அமைதியாக இருப்பேன். என்னுடைய பெயர் ஏனோ இந்த சண்டைப்பயிற்சிகளால் அப்பாவிடம் கெட்டுவிட்டது. நக்கீரனுக்கு என் எல்லாப் பழைய கதைகளையும் சொல்லியிருக்கிறேன். வடசென்னையில் அவன்தான் என் தேவையைத் தெரிந்து சரியான ஆள்களிடம் அழைத்துச் சென்றான்.

தமிழ்த் திரைப்படங்களின் சண்டைக்காட்சிகளில் அவ்வப்போது தோன்றும் நிஜாமுத்தீன் பாக்சரிடம் எனக்கு சண்டைக் காட்சிகளில் இருக்கும் ஆர்வத்தைச் சொன்னான். அவர் எண்ணூரில் கொல்லன் பட்டறை வைத்திருந்தார். ஆண்டியப்பன் மாஸ்டர் பேசியதைப் போல அதிகம் பேசவில்லை. குத்துச்சண்டை நுட்பங்கள் தொடர்பாக ஒரு வார்த்தையும் பேசவில்லை. அறிமுகமாகும்போதே அப்படி எதிர்பார்க்கவும் கூடாது.

என் முகத்தைக் கூர்ந்து பார்த்தபடி நிஜாமுத்தீன் பேசினார்.

"திலீப் எப்பிர்ராக்குறான்? இப்ப ஜதையே செய்றதில்ல, ப்ராட்டிசாச்சம் பண்றானா? மீசாப்பேட்லேர்ந்து நீ ஏன் இங்க வர்ர? ஐ.டி.ஐ. பட்சு முன்னேறுடா. ஃபைட்டுலாம் வேணாம், ஜத பார்க்க வர்ரதோட நிர்த்திக்கணும். நக்கீரன் கூப்டான், நாகமணி கூப்டான்னு பாக்சிங் ரிங்குல ஏறிடாத, தெர்தா? பட்சமா, நாலு ஹவுஸ் வயரிங் காண்ட்ராக்ட் எட்தமா, துட்டு சம்பார்ச்சமா போனமான்னு இர்க்கணும்டா,

ஸ்டண்ட்டுகிண்ட்டுன்னு தொரசாமி ரோட்ல சுத்தாத, சொல்றது தெர்தா?”

அமைதியாகக் கேட்டுக்கொண்டேன். நக்கீரனும் தலையைக் குனிந்தபடி பக்கத்தில் நின்றான்.

“நக்கீரா, ஐ.டி.ஐ. முட்சதும் ஐதகிதல்லாம் வுட்டுர்ரா. போர்ட்ரஸ்ட்ல கேஷுவல் லேபர் எலக்ட்ரீஷன் கெடைக்குதான்னு பாரு. யார்ட்டயாச்சும் சொல்லி வெக்கிறேன். கேஷுவலாப் போய்ட்டா அப்புறம் பர்மெனண்ட்டுக்குப் பாத்துக்கலாண்டா.”

“செரிண்ணா” என்றான் நக்கீரன். அவன் எங்காவது கம்பியாளாகச் சேர்ந்துவிடுவான். குத்துச்சண்டையை மனமகிழ்வுக்காகத் தொடர்வான்.

கொல்லன் பட்டறை வைத்திருக்கிறாரே, வடசென்னை தொழிற்பயிற்சி நிலையத்தில் கருமான் (பிளாக்ஸ்மித்) வேலைக்குப் படித்திருப்பாரோ? ஒருவேளை அவர் படித்திருந்தால், அவருக்கு அடுத்து ஐ.டி.ஐ. படித்துவிட்டு சண்டைக்காட்சிகளில் நடிக்க வாய்ப்புத் தேடப்போவது நான்தான். முதல் அறிமுகத்திலேயே சண்டைக்கலையின் பக்கம் வரக்கூடாதென அறிவுரை கிடைத்ததால், நிஜாமுத்தீன் பாக்சரிடம் அதற்கு மேல் என்ன பேசுவதென எனக்குப் புரியவில்லை. குத்துச்சண்டையிலும், திரைப்பட சண்டைக்காட்சிகளிலும், கருமான் பட்டறையிலும் ஒரே நேரத்தில் கவனம் செலுத்தும் அவரை எண்ணி வியந்து, அவருடன் பேச வாய்ப்புக் கிடைத்ததே போதுமென வந்துவிட்டேன்.

திருவொற்றியூர் கடற்கரையில் சக்திநாதன் அண்ணனைப் பார்த்தேன். அவரும் வேகமாக வளர்ந்து கொண்டிருக்கும் சண்டைக்கலைஞர். தனியாகத் தெரியும் வட்டமுகம், எத்தனை கூட்டத்தில் அண்ணன் திரையில் சண்டைக் காட்சியில் நடித்தாலும் தனியாகத் தெரிவார். அவருக்கு தாஸ், ஜூடோ பானு, முகமது ரபி, ஹயாத் மாஸ்டர் மீர்சாகிப்பேட்டை வாழ் சண்டைக்கலைஞர்கள் எல்லாரையும் தெரிந்திருந்தது.

“ஹயாத் மாஸ்டர் ரொம்ப சீனியர் ஸ்டண்ட் மாஸ்டர், ஜெய்சங்கருக்கு தேவர் ஃபிலிம்சுக்கெல்லாம் பண்ணாரு. உனுக்கு அவரு சொந்தமாடா பாய்?”

“இல்லண்ணா, எங்க ஏரியாக்காரர்”

சக்திநாதன் அண்ணனின் வழிகாட்டுதலில் திருவொற்றியூர் கடற்கரையில் சண்டைக் கலைஞர்கள் பயிற்சி பெற்றார்கள். ஔவையார் சிலைக்கு அருகில் பயிற்சி பெறும் கலைஞர்களைப் போலவேதான். குதித்தல், குத்துதல், உதைத்தல், வீழ்தல், ஓடுதல் எனத் திரையில் செய்யவேண்டிய அனைத்துக்கும் ஒத்திகை பார்த்தார்கள். சண்டைக்காட்சிகளை அமைக்கும் மாஸ்டர்களிடம் இருந்த வேகமும் உத்திகளும் சக்திநாதன் அண்ணனிடம் வெளிப்பட்டன.

ஹயாத் மாஸ்டர், முகமது ரபி, தாஸ், ஜூடோ பானு தென்சென்னையிலிருந்து வந்ததைப் போல நிஜாமுத்தீன், சக்திநாதன் அண்ணன், ரவி, பாம்பே பாபு வடசென்னையிலிருந்து தமிழ்த் திரைக்கு வந்த சண்டைக் கலைஞர்கள் பலர் உண்டு. இத்தனை தெரிந்த முகங்கள் இருக்கும்போது அவர்களுடன் சேர்த்து எனக்கும் ஓர் இடம் தமிழ்த் திரையில் கிடைக்காமலா போய்விடும்? கிடைக்கலாம், ஆனால் அப்பா என்னை வேறுவிதமாகப் பார்க்கிறார்.

நான் மின்சாரப் பணியாளனாவதற்குத் தேவையான திறனைக் கொண்டிருப்பதாக என்னைச் சுற்றிலும் இருப்போர் சொன்னார்கள், கூடவே படித்த நக்கீரன் அதில் முக்கியமானவன். பழைய ஓட்டு வீடுகளின் உத்திரத்தில் எப்படி மின்விசிறியை மாட்டியிருப்பார்கள் என நீங்கள் கவனித்ததுண்டா? இரண்டு உத்திரங்களுக்கு இடையில் நடுவில் வளைந்திருக்கும் கம்பியை முடுக்கி அந்த வளைவில் சரியாகத் தொங்கவிடுவார்கள்.

ஒருமுறை கொருக்குப்பேட்டையில் பழைய ஓட்டு வீட்டில் மின்விசிறி மாட்டுவதற்கு நக்கீரன் என்னை அழைத்துச் சென்றான். உத்திரத்தைப் பார்த்துவிட்டு மின்சாரச் சாதனங்கள் வாங்கும் பட்டியலில் கம்பியை எழுதாமல் ‘ஜே’ வடிவக்

கொக்கியை எழுதினேன். அது என்னவென அவனுக்குத் தெரியாது. மின்விசிறியை மாட்டச் சொன்னவர்களுக்கும் தெரியாது. பட்டியலின்படி எங்களையே வாங்கிக்கொள்ளச் சொல்லிக் காசு கொடுத்தார்கள். வாங்கி வந்தோம். அதுதான் எங்களுக்கு முதல் வேலை. அப்போது எங்களிடம் ஏது மின் துளையிடும் கருவி? குத்தூசியால் குத்தித் திருகித்திருகி உத்திரத்தில் துளையிட்டு 'ஜே' கொக்கியை மாட்டி முடுக்கினேன்.

அவர்களுக்குப் பிடிக்கவில்லை. இந்தக் கொக்கியிலா மின்விசிறி காலம் முழுதும் தொங்கும்? இதன் கீழே எப்படி நம்பிப் படுப்பது எனச் சத்தம் போட்டார்கள். ஐ.டி.ஐ. படிப்பவர்களைக் கூப்பிட்டால் இப்படித்தான், தொழில்முறை எலக்ட்ரீஷியன் யாரையாவது அழைத்திருக்கவேண்டும் என்றார்கள். நான் சிறிதும் யோசிக்கவில்லை, நாற்காலியில் ஏறி இரண்டு கைகளாலும் கொக்கியைப் பிடித்துக்கொண்டு 'புல் அப்' பயிற்சி செய்துகாட்டினேன். என் எடையைவிடவும் மின்விசிறியின் எடை ஆகக் குறைவுதான் என்றேன். அவர்களுக்கு நம்பிக்கை ஓரளவு நம்பிக்கை வந்தது. ஒரு மாதம் கழித்து அவர்கள் வீட்டில் வரும் எல்லா மின்சார வேலைகளுக்கும் இனி என்னைக் கூப்பிடுவதாக நக்கீரனிடம் சொல்லி அனுப்பினார்கள்.

தமிழ்த் திரையில் சண்டைக்காட்சிகளில் தோன்றப் போகும் ஒரு கலைஞன் மின்விசிறி மாட்டி, மின்சார வேலைகள் செய்துதான் அந்த இடத்தை அடைய விதி இருந்தால் அதை யாரால் தடுக்க முடியும். 1979இன் கோடைக் காலத்துக்குக் காத்திருந்தேன். அப்பொழுதுதான் என்னுடைய இரண்டாண்டு கம்பியாள் பயிற்சிப் படிப்பு முடியும்.

தமிழ்த் திரைப்பட சண்டைக்காட்சிகளை கராத்தே ஆக்கிரமித்துக்கொண்ட உணர்வு எனக்கு உண்டானது. ஆடு புலி ஆட்டம், சட்டம் என் கையில் இவற்றைத் தொடர்ந்து எந்தப் படத்தில் சண்டைக்காட்சியைப் பார்த்தாலும் அதில் கராத்தேயின் சாயல் இருந்தது. கராத்தே கமலா என ஒரு படம்கூட வெளியானது. கராத்தே சண்டைக்கலை சிவாஜி அவர்களையும் விட்டுவைக்கவில்லை. சிவாஜியும் ரஜினிகாந்தும்

கராத்தே உடையில் மோதுகின்ற ‘கட்அவுட்’ ஜஸ்டிஸ் கோபிநாத் படத்துக்காக பாரகன் திரையரங்கில் வைக்கப்பட்டது. அது எனக்கு நல்லதுதானே? படிப்பு முடிந்ததும் ‘ஸ்டண்ட் யூனியன் கார்டு’ கிடைப்பதற்கு என்னுடைய கராத்தே பயிற்சிகள் உதவும்.

பத்தொன்பது வயதில் தேவைக்கும் அதிகமாகவே வாழ்க்கை கரடுமுரடாக இருந்தாலும் மனதில் சில மூலைகள் மென்மையாகத்தான் இருந்தன. சண்டைக் கலைப் பயிற்சிகள், தொழிற் பயிற்சி நிலையத்தில் கம்பியாள் படிப்பு, குத்துச்சண்டைப் போட்டிகளுக்குச் சென்றுவருவது, அவ்வப்போது மாலை நேரத்தில் செய்யும் மின்சாரப் பணிகள், எதிர்காலம் குறித்த கேள்விக்குறி, அண்ணனுடனும் அப்பாவுடனும் சேர்ந்து குடும்பப் பொருளாதாரத்துக்குத் தோள்கொடுக்கவேண்டிய அவசியம் எல்லாமுமாகச் சேர்ந்து இறுக்கத்தைக் கொடுத்தாலும், சட்டம் என் கையில் கிருபா மாஸ்டரையும் கமலஹாசனையும் சண்டைக் காட்சிகளுக்குக் கொண்டாடியதைப் போல் ஸ்ரீபிரியாவையும் மனம் கொண்டாடத்தானே செய்தது? எந்த ஸ்ரீகிருஷ்ணா திரையரங்கம் சண்டைக்காட்சிகளைக் காட்டியதோ அதுதான் அழகே உன்னை ஆராதிக்கிறேனையும் காட்டி ‘அபிஷேக நேரத்தில் அம்பாளைத் தரிசிக்க’ பாடலை ரசிக்க வைத்தது.

மென்மையாக இருந்த மனதின் பகுதிக்குள் ஒரு பெண்ணுக்குச் சட்டென இடமும் கிடைத்தது.

நான் அவளைப் பார்க்கவில்லை, அவள்தான் முதலில் என்னைப் பார்த்தாள், திரும்பத் திரும்பப் பார்த்தாள். எம்.ஜி.ஆர் படங்களில் வரும் கதாநாயகிகள் அவரை அடிக்கடி பார்ப்பதுபோல் உங்களுக்குத் தோன்றினாலும், அதுதான் உண்மை. எந்த இந்திரா நகர் கைகலப்பில் விரட்டியடித்ததோ, எந்த இந்திரா நகருக்குச் சென்றதால் அப்பாவுக்குக் கைகலப்பு விஷயம் தெரியவந்து மனவருத்தம் உண்டானதோ, அதே இந்திரா நகர் அவளை எனக்குக் காட்டியது.

இந்திரா நகரில் ஒரு குடியிருப்பில் கூடுதலாக அறையைக் கட்டினார்கள், அதற்கு மின்கம்பி இழுத்து ஒரு மின் விசிறி,

இரண்டு குழல் விளக்குகள், இரண்டு ப்ளக் பாயிண்டுகள் போடவேண்டிய வேலை வந்தது. மின்சாரப் பணியாளர்களின் வேலைக்கணக்கில் அதை ‘மூன்று பாயிண்டுகள்’ என்போம். மீர்சாகிப்பேட்டை எலக்ட்ரீஷியன் சிகாமணி அண்ணன் என்னை அந்த வேலைக்கு அனுப்பிவைத்தார். மூன்று பாயிண்ட்டுகளுக்கான கூலி, மின்விசிறியும் குழல் விளக்குகளும் மாட்டியதற்குத் தனியாகக் கூலியும் சேர்த்து சிகாமணி அண்ணன் எவ்வளவு தருவார்? ஒரு திரைப்படம் பார்க்கக் காசு கிடைத்தாலும் எனக்குப் போதும்.

முன்பு சொன்னது போல் என்னிடம் மின்துளையிடும் கருவி கிடையாது, சுவர்களுக்கு இடையில் ஓட்டை போட்டுக் கம்பியிழுக்க வேண்டிய இடங்களில் ’ஜம்பர்’தான் அடிப்போம். அரை அங்குல ஜி.ஐ. குழாயைச் சரிவாக வெட்டி வைத்திருப்போம். சுவரில் வைத்து அடித்துத் திருகித் திருகி ஓட்டை இடுவோம். குழாய் சுவரைப் பொத்துக்கொண்டு போகும், செங்கல் தூள் குழாய் வழியாக வெளியே வந்து விழும். ஜம்பரின் தலையில் சுத்தியல் மோதும்போது எழுகின்ற ’ணங் ணங்’ ஓசை ஊரைக்கூட்டும். எனக்கு தற்காலிகப் பிழைப்பு காசு வருகிறது, அந்த ஓசை இசையாக இருக்கும்; மற்றவர்களுக்கு?

ணங் ணங் ஓசை எப்போது முடியும்? என்று கேட்பதற்காகத்தான் பக்கத்துக் குடியிருப்பிலிருந்து வந்தாள். அப்போது அவள் +1 மாணவி, நான் பதினொன்றாவது வகுப்புப் பள்ளிக் கல்வியை முடித்து இரண்டாம் ஆண்டு தொழிற் பயிற்சிக் கல்வியை முடிக்கவிருக்கும் மாணவன். அவளுக்கும் எனக்கும் படிக்கும் காலத்தில் காதல் கத்தரிக்காயெல்லாம் ஆகாதுதான், அது மனதுக்குப் புரியுமா? மகரந்தச் சேர்க்கையைத் தடுக்கும் சக்தி எந்த மலருக்காவது இருக்கிறதா? பார்வையில் நிகழும் மகரந்தச் சேர்க்கையைத் தடுக்கும் சக்தி எந்த மனதுக்காவது இருக்கிறதா?

இன்னும் பத்து நிமிடத்தில் ஓசை நின்றுவிடும் அதன் பின்னர் கம்பிகளை இழுப்பதும் இணைப்பும்தான் அதனால் ஓசைப் பிரச்சனை வராதென வீட்டுக்காரரிடம் சொன்னேன். நான் சொல்வதை அவளும் கேட்டுக்கொண்டிருந்தாள். ‘பத்து

நிமிசந்தாம்மா' என வீட்டுக்காரர் முடித்ததைக் கேட்டுவிட்டுப் புறப்பட்டாள். வெளியே சென்று சன்னல் வழியாக என்னைப் பார்த்தாள், நானும் ஏணியிலிருந்து சுத்தியலைக் கவனமாகப் பிடித்தபடி அவளைப் பார்த்தேன். ஏனோ அவள் சன்னலைக் கடக்கவில்லை, நின்றாள். 'மாமா' என்றாள். 'என்னம்மா' என வீட்டுக்காரர் கேட்டார், காரணமே இல்லாமல் 'இன்னும் பத்து நிமிஷந்தான?' என்றாள். அவர் 'ஆமா' என்றார். மீண்டும் ஒருமுறை என்னைப் பார்த்தாள்.

அவள் கண்களை மூன்றாவது முறையாக என் கண்கள் சந்தித்தன. முதலில் அவள் உள்ளே வந்தபோது, இரண்டாவது சன்னல் வழியாக அவள் பார்த்தபோது, இப்போது மீண்டும் சன்னல் வழியாக என்னைப் பார்க்கும்போது. மூன்றாவது முறை பார்த்த பார்வையில் அவளிடம் குறும்பு கொப்பளித்ததை என்னால் உணர முடிந்தது. நான் உன்னை வீழ்த்திவிட்டேன் எனப் பரணி பாடியதாகத் தோன்றியது. மூன்றாவது பார்வையில் நான் வீழ்ந்ததாக அவள் நினைத்துக்கொள்ளட்டும், நான் அவளுடைய முதல் பார்வையிலிருந்தே வீழ்ந்துவிட்டேன்.

அவள் பெயர் ஜெய்புன்னிசா.

★

7. வியட்னாம் வீடு

அவனைப் பெற்று வளர்த்து ஐ.டி.ஐ. படிக்க வைத்து வயர்மேனாக்கியது சினிமாவில் டூப் போடுவதற்கா? மௌண்ட்ரோடில் புல்லட்டில் பளபள சட்டையும் சுருட்டை முடி டோப்பா வைத்துக்கொண்டு போகிறான். அந்த ஆள் அவனிடம் வந்து மேம்பாலத்தில் ஏறி நிற்கச் சொல்லிவிட்டுப் படப்பிடிப்பு வண்டிக்குத்தானே சென்றார்? தவ்லத்தின் பின்னால் படம் பிடித்துக்கொண்டே வண்டி போனதைப் பார்த்தேனே.

சாலிகிராமத்தில் கராஜில் ஆட்டோ எலக்ட்ரீஷனாகத்தானே வேலை செய்வதாகச் சொன்னான்? மாதாமாதம் சம்பளத்தை சரியாக எண்ணித் தருகிறானே. பணத்தை ஒழுங்காகத் தந்து தங்கையின் திருமணத்துக்கு சிறுகச்சிறுக நகைச்சீட்டு கட்டும் பிள்ளையால் எப்படி எல்லாரையும் ஏமாற்ற முடிந்தது? பொய் சொல்லியிருக்கிறான். பெரிய பொய்யைச்

சொல்லி எல்லோரையும் ஏமாற்றியிருக்கிறான். என்னையும் மஹ்பூபாவையும் ஏமாற்றிவிட்டு அவன் நினைத்ததை அவன் பாட்டுக்கு நடத்தியிருக்கிறான்.

என் குடும்பத்திலோ மஹ்பூபாவின் குடும்பத்திலோ அடிதடி சண்டை சச்சரவுக்குச் சென்றவர்கள் யாரும் இல்லை. யாருக்கும் உடல்வாகும் அப்படி இருக்காது, உடல் வளர்ப்பதெற்கெல்லாம் நேரமும் இல்லை. இவனுக்கு மட்டும் பயில்வான் உடல்வாகு வாய்த்துவிட்டது, எது நடந்தாலும் சட்டெனக் கையை நீட்டிவிடுவான். படிக்கும் காலத்திலிருந்து அவனால் எனக்குப் பிரச்சனைதான். ஏதாவது அடிதடி சண்டையில் கையை நீட்டிவிடுவான், அவனுக்காக நான் மன்னிப்பு கேட்பேன். அவனை மட்டும் குறைசொல்லக்கூடாது, அவனை எம்ஜியார் படங்களுக்கு அழைத்துச் சென்ற அவன் மாமனையும் சேர்த்துக் குறைசொல்லவேண்டும்.

ஆயிரத்தில் ஒருவன் படம் வெளியானபோது அவனுக்கு ஐந்து வயது இருக்கும். அப்போதே அவனுடைய மாமன் அமுல் டப்பாவில் வாளின் கைப்பிடியைப்போல வெட்டி வளைத்து அதற்குள் பிரம்பைச் செருகிக் கத்திச்சண்டை போடவைத்தான். இவனும் வாள் வீசுவதாக நினைத்துக்கொண்டு தலையணைகளை வெளுத்து வாங்குவான். எல்லா எம்ஜியார் படங்களுக்கும் அழைத்துச் சென்றவன் மாமன்தான். மாமனைத்தான் முதலில் திட்டவேண்டும். அடுத்த முறை வீட்டுக்கு வரட்டும் பார்த்துக்கொள்கிறேன்.

சினிமாவில் ஸ்டண்ட் நடிகனாகத்தான் சேருவேன் என ஒற்றைக்காலில் நின்றான். எப்போது பார்த்தாலும் அதே பேச்சாகத்தான் திரிந்தான். அவன் ஐ.டி.ஐ. முடித்தவுடன் வயர்மேன் வேலைக்குப் போகாமல் ஸ்டண்ட் நடிகனாகப் போவதாகச் சொன்னான். வெறித்தனமாக சினிமாவில் சேரத் துடித்தான். அப்போது அவனுக்கு எண்ணூரிலும் திருவொற்றியூரிலும் நீலம்பாஷா தர்காவிலும் மீர்சாகிப்பேட்டையிலும் கிருஷ்ணாம்பேட்டையிலும் இருந்த வஸ்தாதுகளுடனும் ஸ்டண்ட் நடிகர்களுடன் தொடர்பு இருந்தது.

ஸ்டண்ட்டில் இருக்கும் வீரசாகசங்களைச் சொல்லும்போது அவனாகத்தான் முன்னணிக் கதாநாயகரின் படப்பிடிப்பில் தீ விபத்து ஏற்பட்டதைச் சொன்னான். குதிரைகளும் விபத்தில் சிக்கினவாம். அவன் கொண்டாடும் ஸ்டண்ட் நடிகர் திருவொற்றியூர் சக்திநாதனும் அந்த விபத்தில் சிக்கினாராம். முன்னணிக் கதாநாயகரும் வந்து பார்த்து ஆறுதல் சொல்லி உதவிகள் செய்தாராம், ஸ்டண்ட் யூனியன் உதவியதாம்.

அவன் சொல்லி முடித்ததும் நான் அவனைப் பிடித்துக்கொண்டேன். அப்படி ஒரு விபத்து அவனுக்கு நேர்ந்தால் என்னாகும்? சொல்லிக்கொள்ளும்படி வருமானம் இல்லாத என்னால் எப்படி அவனைப் படுக்கையில் வைத்து வைத்தியம் பார்க்க முடியும்? அவன் சொல்வதைப் போல ஸ்டண்ட் யூனியனின் உதவியும், கதாநாயகர்கள் செய்யும் உதவியும் சில நாள்களுக்கு உதவலாம். விபத்தில் பெரிய இழப்பு உண்டானால் குடும்பத்தால் அதைத் தாங்க முடியுமா? பேசிப்பேசி அவன் மனதை மாற்ற முயற்சி செய்தேன்.

வயர்மேன் வேலையிலும் தவறு நடந்தால் உயிருக்கு ஆபத்துதான் என்று மறுத்துப் பேசினான். நிற்பது நடப்பது பஸ்ஸில் போவது எல்லாமும் ஆபத்துதான் எனத் தத்துவம் பேசினான். நான் ஒப்புக்கொள்ளவில்லை, உசேன் பாயிடம் சொல்லி அறிவுரை சொல்லச் சொன்னேன். அவர் படித்து முடித்த பையனை நம் இஷ்டத்துக்கு வளைக்கக்கூடாதென எனக்கு அறிவுரை சொன்னார். அவருக்கென்ன சிலம்பம் உயிரென்றாலும் வருமானத்துக்கு மாநகராட்சி விளையாட்டுத் திடலில் ஸ்டோர் கீப்பர் வேலை இருக்கிறது. தவ்லத்துக்கு?

வயர்மேன் வேலை என்பது ‘கையில காசு வாயில தோசை’ கணக்கு, சில்லறையாகத் தினசரி ஏதாவது வேலை கிடைக்கும். அவன் தேவையில்லாமல் எம்ஜியார் படங்களைப் பார்த்துப் பார்த்து ஸ்டண்ட் நடிகனாவதை இலட்சியமாகக் கொண்டு புரியாமல் பேசினான்.

கடைசியில் அவன் தங்கையை இழுத்து அவள் மேல் ஆணையிட்டுச் சொல்லித்தான் அவனை ஸ்டண்ட்களின்

பக்கம் போகவேண்டாமெனத் தடுத்தேன். நான் அப்படி ஆணையிட்டதால் மனம் மாறி ஆட்டோ எலக்ட்ரீஷியனாகிவிட்டான் என்றல்லவா இத்தனை நாள் எண்ணிக்கொண்டிருந்தேன். இப்பொழுது என் கண் முன்னே இப்படிப் படப்பிடிப்பில் புல்லட் ஓட்டுகிறான்.

அப்பாவை மகன் இப்படியா ஏமாற்றுவது?

அன்று அவன் ஐ.டி.ஐ. முடிக்கையில் அந்தத் தீ விபத்து நடந்தது அல்லவா? அதற்கும் முன்பே மலையாள நடிகர் ஜெயன் ஹெலிகாப்டரில் தொங்கிய காட்சியில்தானே கீழே விழுந்து இறந்தார்? தினத்தந்தியில் படம் போட்டிருந்தார்களே.

இப்போது மட்டும் சினிமா ஸ்டண்ட்டில் என்ன வாழ்கிறது?

சென்ற ஆண்டுதான் அமிதாப்பச்சனுக்கு சண்டைக்காட்சியில் வயிற்றில் அடிபட்டது. கூலி திரைப்படத்தில் அமிதாப்பச்சனுக்கு வயிற்றில் அடிபட்டு ஆஸ்பத்திரியில் இருந்த செய்தி உங்களுக்கும் தெரியும்தானே? புனித் இஸ்ஸார்தானே அமிதாபுடன் அந்த சண்டைக்காட்சியில் நடித்தவர்? தவ்லத்துக்கு அமிதாப்பச்சனை ரொம்பவும் பிடிக்கும். அவர் ஆஸ்பத்திரியில் இருந்த நாள்களில் அவனும் வருந்தினான், முகம் சோகமாக இருந்தது. அவர் குணமாகி வந்த பிறகுதான் அவன் முகமும் தெளிவானது. அவனுக்கு எசகுபிசகாக ஏதாவது அடிபட்டால் அமிதாப்பச்சன் அளவுக்கு செலவு செய்து என்னால் வைத்தியம் பார்க்கமுடியுமா? அதையும் அவனிடம் கேட்டுவைத்தேன்.

எனக்கு நிரந்தரமான வேலை எதுவும் கிடையாது, எந்த வேலை கிடைத்தாலும் செய்வேன். ‘எந்த வேலை கிடைத்தாலும் செய்வேன்’ - படித்த உங்களுக்கு இதன் பொருள் தெரியுமல்லவா? எந்தத் தொழிலும் எனக்கு உருப்படியாகத் தெரியாது, அவ்வளவுதான்.

இன்றைக்கு சைக்கிள் கடையில் அமர்ந்து மண்ணெண்ணெயில் ஊறவைத்த துருவேறிய பழைய சைக்கிள் சக்கரங்களில் பட்டறைச்சீலை தேய்த்து துருக்களை எடுப்பேன், நாளைக்கு கலியாணச் சத்திர சமையல்கூடத்தில் தேங்காய் நாரை

சாம்பலில் முக்கியெடுத்து ரின் சோப்புக்கட்டியில் ஒரு இழு இழுத்து பந்தராசராவைத் தேய்த்துக் கழுவுவேன். பந்தராசராவா? அது பதினைந்து படி பிரியாணி தேக்சா.

என்னை நம்பி வந்த மஹ்பூபாவும் நாங்கள் பெற்றெடுத்த குழந்தைகளும் ஒருவேளையாவது நல்ல உணவு உண்ணவேண்டும், அதற்காக எதையாவது செய்துதானே தீரவேண்டும். அப்படி வேலை செய்துதான் இருவரை ஐ.டி.ஐ. படிக்கவைத்தேன், ஒரு மகளுக்கும் கலியாணம் செய்துவைத்தேன்.

இன்னொரு மகள் இருக்கிறாள், கொஞ்சம் வளரட்டும் பார்க்கலாம். இப்போது எனக்கு சின்னவளின் கலியாணச் செலவு குறித்து எந்தக் கவலையும் இல்லை. பெரிய பையன் மோட்டார் மெக்கானிக்காகப் பல்லவன் போக்குவரத்துக் கழகத்தில் வேலை செய்கிறான், அவன் பணம் தருகிறான். சொன்னேனே... இதோ இந்த தவ்லத்தும் அவளுக்காக நகைச்சீட்டு போட்டிருக்கிறான். அவ்வளவு பொறுப்பான பையன் ஏன் வேலை விஷயத்தில் எங்களிடம் பொய் சொன்னான்?

தவ்லத், தவ்லத் கானாகப் பெயர் மாற்றம் பெற்ற கதையைக் கேளுங்கள்.

முஸ்லீம் பெயர்களில் தவ்லத், அஷ்ரஃப் எல்லாம் தமிழ்ப் பெயரில் மீனாட்சியைப் போல. மீனாட்சியைத் தனியாகச் சொன்னால், ஆணா பெண்ணா குழப்பம் வருமல்லவா? மீனாட்சியுடன் சுந்தரத்தைச் சேர்த்தால் குழப்பம் வராதல்லவா? அப்படி முளைத்ததுதான் அந்த ‘கான்’.

ஐந்தாம் வகுப்பு முடித்து ஆறாம் வகுப்பில் அவனைச் சேர்க்க எல்லா மாணவர்களுக்கும் விண்ணப்பம் எழுதியபோது சகாயம் சார் வகுப்பில் இரண்டு தவ்லத்களாம், ஒரு ஆண், ஒரு பெண். பெண்ணின் பெயரில் உன்னிசா சேர்த்து தவ்லத்துன்னிசாவாம். இவனுக்கு வெறுமனே தவ்லத் இருந்தால் நாளைக்குக் குழப்பம் வரலாம் என சகாயம் மாஸ்டர் நினைத்து, ஹெட்மாஸ்டரிம் சொல்லி என்னை அழைத்தார். பெயரை

தவ்லத் கானாக்கிவிடுங்கள், இப்பொழுதே மாற்றிவிட்டால் எஸெஸெல்சி புக்கிலும் மார்க் ஷீட்டிலும் தவ்லத்கானாகிவிடும் நாளைக்குப் பிரச்சனை இல்லை என்றார்கள். எனக்கு அவர்கள் சொன்னது புரியவில்லை. 'டேய் தவ்லத்' - அது ஆண்பிள்ளையின் பெயர்தான். ஆயிரத்துத் தொள்ளாயிரத்து அறுபதில் சேப்பாக்கம் கோஷா ஆஸ்பத்திரியில் பிறந்தவனுக்கு பள்ளியில் வைப்பதுதான் பெயர். அவன் தவ்லத்திலிருந்து தவ்லத் கானாகிவிட்டான்.

அது சரி, மௌண்ட் ரோடில் அந்த ஆள் இவனை வேறு ஏதோ பெயர் சொல்லித்தானே மேம்பாலத்தில் ஏறி நிற்கச்சொன்னார்? என்ன பெயர்? நினைவுக்கு வரவில்லை. அவனுடைய முழுப்பெயர் தவ்லத் கான், ஆனாலும் அவனுடைய நண்பர்கள் எல்லோரும் அவனை தவ்லத் என்றுதானே அழைப்பார்கள்? அந்த ஆள் என்ன சொல்லி அழைத்தார்? நிச்சயமாக தவ்லத் என்று அழைக்கவில்லை.

டி.எம். தவ்லத் கான், தலைக்கடை முஸ்தகீம் தவ்லத் கான். எங்கள் வீட்டில் இரண்டு பேருக்கு பாஸ்போர்ட் உண்டு. அவனுக்கும் எனக்கும் மட்டும்தான். இரண்டும் தகரப் பெட்டிக்குள் தூங்குகின்றன. என்னுடைய பாஸ்போர்ட்டால் எந்தப் பிரயோசனமும் இல்லை. எமர்ஜென்சி காலம் முடிந்த காலகட்டத்தில் சென்னையிலிருந்து துபைக்கு தொழிலாளிகள் கப்பலேறினார்கள். அவர்களோடு நானும் ஹெல்ப்பர் வேலைக்கு துபைக்குச் செல்லத்தான் பாஸ்போர்ட் எடுத்தேன். எமர்ஜென்சி நேரத்தில் எனக்கு என்ன வயது இருக்கும் என நினைக்கிறீர்கள்? நாற்பது. முப்பத்தைந்து வயதுக்கு மேல் இருந்தால் ஹெல்ப்பருக்கு சரிப்படாதாம். ஏதாவது தொழில் முழுதாகத் தெரிந்தால் நாற்பதுக்கு மேல் வயது இருந்தாலும் டெக்னீஷியனாக எடுப்பார்களாம். வெல்டர், பார் பெண்டர், மேசன், கார்ப்பெண்ட்டர் இன்னும் என்னென்னவோ சொன்னார்கள். எனக்கு என்ன தொழில் முழுதாகத் தெரியும்? அத்தனை நாள் கலியாணச் சத்திரத்தில் பிரியாணிப் பானை கழுவியும் வெங்காயம் வெட்டியும் கறி கழுவியும் இதுவரையில்

பிரியாணி செய்யப் பழகவில்லை. சமையல்காரராகக்கூட துபைக்குச் செல்ல முடியாது.

பெரிய பையன் ஐ.டி.ஐ. முடித்து அங்கே இங்கே சின்னச்சின்ன கராஜ்களில் வேலை பார்க்கும்போது பாஸ்போர்ட் எடுக்கச் சொன்னேன். ஐ.டி.ஐ. சர்டிபிகேட் இருந்தால் துபையில் வேலை எளிதாகக் கிடைக்கும். அவன் பல்லவன் போக்குவரத்துக் கழகத்தில் வேலைக்குச் சேர்ந்ததும் துபைக்குச் செல்லவேண்டாம் எனப் பலரும் அறிவுரை சொன்னார்கள். நானும் தவ்லத்தை துபைக்கு அனுப்ப நினைத்து பெரியவனைப் பல்லவனிலேயே தொடரச் சொன்னேன். பல்லவன் போக்குவரத்துக் கழகத்திலும் சம்பளத்துக்குக் குறைவில்லை.

பெரியவனுக்குக் கலியாணப் பேச்சைத் துவங்கும்போது வேறு வீடு பார்க்கவேண்டும். இன்னொரு பெண் மருமகளாக வரும்போது ஆட்டுத்தொட்டி வீடு சரிப்படாது. ஜானிஜான் கான் ரோட்டிலோ ஷர்புதீன் கார்டனிலோ வீடு தேடவேண்டும்.

அடுத்து தவ்லத்தை துபைக்கு அனுப்ப நினைத்தேன் அல்லவா? ஐ.டி.ஐ. முடிப்பதற்கு முன்பாகவே தவ்லத்தை சிகாமணி எலக்ட்ரீஷியன் தன்னுடன் வேலைக்கு வரச்சொன்னான். மீர்சாகிப்பேட்டை சுற்றுவட்டாரத்தில் சிகாமணி எலக்ட்ரீஷியன் பிரபலம். அத்தோடு மீர்சாகிப்பேட்டைக்காரர்கள் வேறு எங்காவது குடியேறினாலும் மற்ற எலக்ட்ரீஷியன்களைக் கூப்பிடமாட்டார்கள். சிகாமணி வந்து டியூப் லைட் ஃபேன் மாட்டினால்தான் அவர்களுக்கு திருப்தி. ஐ.டி.ஐ. படிக்கையில் எப்பொழுதெல்லாம் நேரம் கிடைக்கிறதோ அப்பொழுதெல்லாம் சிகாமணி சொல்லும் வேலைகளைச் செய்வான்.

சிகாமணியிடம் ஒரே ஒரு பிரச்சனை, அவன் 'தண்ணி' வண்டி. ஞாயிற்றுக்கிழமைகளில் முழுத் தண்ணி வண்டியாகிவிடுவான், வேலை செய்யமாட்டான். அவன் செய்யாததால், தவ்லத்தும் ஞாயிற்றுக்கிழமைகளில் எங்காவது சென்றுவிடுவான். எங்கு போகிறான் வருகிறான் யாருக்கும் தெரியாது, நாங்கள் கேட்பதும் இல்லை. ஒன்று மட்டும் தெரிந்தது, அப்போதிலிருந்தே ஊரைச் சுற்றி இருக்கும் வஸ்தாதுகளுடன் தொடர்பில் இருந்துள்ளான்.

ஒரு ஒடுக்கத்துப் புதனில் மஹ்பூபா கடற்கரைக்குச் செல்ல ஆசைப்பட்டாள். முஸ்லிம் மாதங்களில் ஸஃபர் மாதத்தின் கடைசி புதன்கிழமை ஒடுக்கத்துப் புதன். எங்கள் பகுதியில் இருக்கும் முஸ்லிம்கள் சிலர் அன்று கடற்கரைக்குச் செல்வார்கள். மஹ்பூபாவையும் சின்னவளையும் அழைத்துக்கொண்டு ஐஸ்ஹவுஸ் கடற்கரைக்குச் சென்றேன்.

ஐஸ்ஹவுஸ் கடற்கரைக்குச் செல்வதில் வசதி என்ன தெரியுமா? அங்கு சென்றால் காசு செலவு இருக்காது. மெரீனா பீச்சைப் போலவோ, அண்ணா சமாதி, உழைப்பாளர் சிலை பீச்சைப் போலவோ வரிசையாகக் கடைகள் இருக்காது. பலூன், விளையாட்டுச் சாமான்கள், ரங்க ராட்டினம், மிளகாய் பஜ்ஜி, தள்ளு வண்டி சோடா கலர்கள், குச்சி ஐஸ் கப் ஐஸ் வண்டிகள் எவையும் இருக்காது. அதிகபட்ச செலவாக பையன்கள் தகர டின்னிலும் எவர்சில்வர் பேசின்களிலும் எடுத்துக்கொண்டு சுற்றிச்சுற்றி விற்கும் சுண்டலுக்கும் முறுக்குக்கும்தான் செலவாகும், அதனால் ஐஸ் ஹவுஸ் பீச் எனக்குப் பிடிக்கும்.

பீச்சுக்குப் போய்விட்டுத் திரும்பும் வழியில் நீலம் பாஷா தர்காவுக்கும் போக மஹ்பூபா விருப்பப்பட்டாள். சின்னவளும் நீலம்பாஷா தர்காவைப் பார்க்க ஆசைப்பட்டாள். லேடி வெலிங்டனைத் தாண்டி இடப்புறம் திரும்பி நீலம் பாஷாவுக்குச் சென்றோம். தர்காவுக்கு முன் வஸ்தாதுகள் போலிருந்த சிலர் நின்றிருந்தார்கள். போகும்போது எங்கள் மூவரையும் கூர்ந்து பார்த்தார்கள். எனக்கு என்னவோ சரியாகப்படவில்லை. அவசரமாகச் சென்று அவசரமாகவே திரும்பி எவ்வளவு சீக்கிரம் மெயின் ரோடுக்கு வரமுடியுமோ அவ்வளவு சீக்கிரம் வர நினைத்தேன். மஹ்பூபா மென்மையாகக் கடிந்துகொண்டாள். ‘ஒடுக்கத்துப் புதனும் அதுவுமாக வெளியில் வந்து பெண் குழந்தையை இப்படியா அவசரப்படுத்தி நடக்கவைப்பது? மெதுவாகத்தான் நடக்கட்டுமே, மீர்சாகிப்பேட்டைக்குச் சென்று வெட்டியா முறிக்கப் போகிறோம்?’ அவள் கேட்டதில் தவறு இல்லை, என் அவசரத்துக்கான காரணத்தை அவளிடம் சொல்லமுடியுமா?

அந்த வஸ்தாதுகள் நாங்கள் திரும்பி வரும் வழியில் எங்களுக்காகக் காத்திருந்தார்கள்.

“அஸ்ஸலாமலைக்கும். நீங்க தவ்லத் அப்பாதான?”

“வஅலைக்கும் சலாம். ஆமா, நான் தவ்லத் அப்பாதான்.”

“டேய் போய் டீ பிஸ்கெட்லாம் வாங்கியாடா" - அடுத்தவனிடம் குரல் கொடுத்தான். எல்லா வஸ்தாதுகளும் பட்பட்டென மடித்துக் கட்டியிருந்த லுங்கியை அவிழ்த்து சீராக்கி மரியாதையாக நின்றார்கள். எனக்கு எதுவும் புரியவில்லை.

“நாங்கலாம் தவ்லத் கூட்டாளிங்க பாய்சாப். இவன் உசேன் பாய் சிஷ்யன், தவ்லத்தோடதான் பாணா சுத்துறான். நான் திலீப், இங்கதான் கறிக்கடை வச்சிருக்கேன், இன்னிக்கு கடை லீவு அதான் பசங்களோட தர்கா வரைக்கும் வந்து ஃபாத்தியா பட்சுட்டுப் போலாம்னு. தவ்லத் நல்லாக்றானா பாய்சாப். எலட்ரிக் வேலைக்கு படிக்றான்ல, மூலக்கோத்திரம் வெரிக்கும் போய் படிக்றானாம், படிக்கட்டும் பாய்சாப். நீங்க டீ சாப்ட்டுதான் போவ்ணும்...”

எனக்கு சங்கடமாகிவிட்டது, மஹ்பூபாவுக்குப் பெருமை பிடிபடவில்லை, சின்னவளுக்கு ஒன்றும் புரியவில்லை. டீ வேண்டாம் என நான் மறுத்தேன். டீ வேண்டாம் என்றதால் சின்னவளின் கையில் பட்டர் பிஸ்கெட்டுகளையும் பன் பட்டர் ஜாமையும் அந்த திலீப் என்பவர் கொடுத்தார். சின்னவள் என்னைப் பார்த்தாள், வாங்கிக்கொள்ளச் சொன்னேன். பாதியாகக் கிழிக்கப்பட்ட தினத்தந்தியில் இரண்டையும் பொட்டலமாகக் கட்டிக் கொடுத்தார்.

நீலம் பாஷா தர்கா வஸ்தாதுகளுடன் தவ்லத்துக்கு அவ்வளவு நெருக்கம் இருப்பது வேறு யாருக்கு வேண்டுமானாலும் நல்லதாகத் தெரியலாம், நட்புக்குத் தடை கிடையாதுதான். ஆனால், தவ்லத்தின் குணம் அறிந்த எனக்கு பயமாக இருந்தது.

அன்றே அந்த அளவுக்கு வஸ்தாதுகளுடன் தொடர்பில் இருந்தவன் இன்றைக்கு எப்படி இருப்பான்? அதுதான் பொய் சொல்லிவிட்டு அவனுக்குப் பிடித்த வேலையைச்

செய்துகொண்டிருக்கிறான். உயிரைக்கொடுத்து வேலை செய்யலாம், உயிரை வாங்கும் வேலை செய்யலாமா? அவனுக்கென்ன வேலையா கிடைக்காது? படிக்கும்போதே வேலை கொடுத்த சிகாமணி எலக்ட்ரீஷியனிடம் ஒரு வார்த்தை சொன்னால் போதும், நாளையிலிருந்து வேலைக்கு வரச்சொல்லிவிடுவான், காசுக்குக் குறையிருக்காது.

சரி, பேசியோ திட்டியோ தங்கையின் மீது செய்த ஆணையை மீறியதாகச் குற்றம் சுமத்தியோ அவனை சினிமா ஸ்டண்ட்டிலிருந்து பிரித்து சிகாமணியின் மேற்பார்வையில் வேலைக்கு அனுப்பிவிட்டால் பிரச்சனை தீர்ந்ததா? இன்னொரு முறை ஆணையை மீறமாட்டானா? சிகாமணி என்ன தவ்லத்துக்கு போலீஸா? அவனுக்கு ஆயிரம் வேலை இருக்கும், அதை விட்டுவிட்டு தவ்லத்தைக் கண்காணிக்கச் சொன்னால் சிகாமணிதான் என்ன நினைப்பான்? ஏதாவது செய்யவேண்டும்.

முதலில் அவன் மவுண்ட் ரோட்டில் புல்லட் ஓட்டியதை மஹ்பூபாவிடம் சொல்வதா வேண்டாமா? சொன்னால் பதறிவிடுவாள். இன்று இரவு இப்போதே சொல்லத் தேவையில்லை, நாளைக்குக் காலையில் அனைத்தையும் சாவகாசமாகப் பேசலாம். அவனுடைய பாஸ்போர்ட் தகரப்பெட்டியில் என் பாஸ்போர்ட்டுடன்தானே இருக்கும்? அவர்கள் இரண்டு பேரின் ஐ.டி.ஐ. சர்டிபிகேட்டுகளும், எஸெஸெல்சி புக்கும், மார்க் ஷீட்டுகளும், நகைச்சீட்டு அட்டைகளும் மதார்ஷா துணிக்கடையின் பிளாஸ்டிக் பையில் பத்திரமாகத் தகரப்பெட்டிக்குள்தானே இருக்கும்? காலையில் பாஸ்போர்ட்டுகளை எடுத்துப் பார்க்கவேண்டும், அவனை எப்படியாவது துபைக்கு வேலைக்கு அனுப்ப யோசிக்கவேண்டும்.

எமெர்ஜென்சிக்குப் பின் மும்பையிலிருந்து துபைக்குக் கப்பல் வழியாக ஹெல்ப்பர்கள் வேலைக்குப் போனார்கள், இப்போது எல்லோரும் விமானத்தில் போகிறார்கள். துபை விசாவுக்குக் கொடுக்கப் பணமெல்லாம் என்னிடம் கிடையாது.

சின்னவளின் திருமணச் செலவுகே அண்ணன்கள் இருவர் உதவும்போது தவ்லத்தின் விசாவுக்கு என்னால் எப்படிப் பணம் திரட்டமுடியும். ஏபியெஸ்ஸில்தான் நான் அன்று லேபர் வேலைக்கு முயற்சி செய்தேன். ஏபியெஸ்ஸில் துபைக்குச் சென்றால் விசா டிக்கெட்டுக்கெல்லாம் பணச்செலவு இருக்காது, அவர்களே துபை வரையில் டிக்கெட் எடுத்து விசாவும் அடித்துத் தருவார்கள். தவ்லத்தை ஏபியெஸ்ஸிலேயே முயற்சி செய்யச் சொன்னால் என்ன? ஒப்புக்கொள்வானா? நிச்சயமாக மறுப்பான்.

மறுத்துவிடுவான் என்பதால் சொல்லவேண்டியதைச் சொல்லாமல் இருக்க முடியுமா? அவன் வீணாய்ப் போவதற்கா வழி சொல்கிறோம்? படித்த தொழிலைச் செய், அவ்வளவு கஷ்டப்பட்டு ஐ.டி.ஐ. படித்தது சினிமாவில் புல்லட் ஓட்டுவதற்கு அல்ல. அவனுக்கு பாஸ்போர்ட் எடுக்கும்போது வெரிஃபிகேஷனுக்கு வந்த காவல் துறையினர்கூட அவனுக்கு சீக்கிரம் துபையில் வேலை கிடைக்க வாழ்த்தினார்கள் தெரியுமா?

அந்த வாரம் முழுக்க ஆட்டுத்தொட்டிக் குடியிருப்பில் எல்லோருக்கும் கஷ்டமான வாரம். கரண்ட் பில் கட்டாததால் ஈ.பி.யிலிருந்து ஆள்கள் வந்து ஃபியூஸ் கேரியரைக் கழட்டிவிட்டார்கள். இனி பில் கட்டி, லைன்மேன் வந்து ஃபியூஸ் போட்டு, பெரிய கதையாக ஓடும். ஒண்டுக்குடித்தனத்தில் யார் ஈ.பி. பில்லுக்குக் காசு தரவில்லை? எதிர்பார்த்தபடி பஞ்சாயத்து ஓடியது. நாங்கள் எங்கள் போர்ஷனில் முட்டைக்கூடு விளக்கில்தான் அந்த வாரத்தை ஓட்டினோம். அப்போதுதானா மாலையில் போலீஸ் வெரிஃபிகேஷன் வரவேண்டும்? வீட்டுக்குள் கரண்ட் இல்லாததால் வெளியில்தான் நின்றிருந்தோம்.

இரண்டு காலவர்கள் சைக்கிளில் வந்தார்கள். வருவதற்கு முன்பே போலீஸ் முத்துவிடம் தவ்லத்தைப் பற்றி விசாரித்துவிட்டுதான் வந்திருக்கிறார்கள். எதற்காக பாஸ்போர்ட் எனக் கேட்டார்கள்? அது சம்பிரதாயக் கேள்விதான். ஒண்டுக்குடித்தனத்தில் வாழும் குடும்பத்தில் வெளிநாட்டுக்கு சுற்றுலாப் பயணம் செல்ல யாரும் பாஸ்போர்ட் எடுக்கப்போவதில்லை.

வாசலில் நின்ற காவலர்கள் உள்ளே பார்த்தார்கள். உள்ளே பார்த்தால் தெரியும் முற்றம் அவ்வளவு நன்றாக இருக்காது. இடியாப்பத் தட்டுகளும், குடித்தனக்காரர்கள் போக்குவரத்தும், ஓயாமல் லொட் லொட்டென யாரோ கைப்பம்பில் தண்ணீர் அடிக்க முயற்சி செய்து தோற்பதும், கோபத்தில் நீல நிற கெமிக்கல் பீப்பாயில் ஊற்றிவைக்கப்பட்டிருக்கும் நீரை மொள்வதும், ஏதோ ஒரு குழந்தையின் அழுகையும் அதட்டலும், உரத்த குரலில் குழந்தைகளைத் திட்டும் சாக்கில் பக்கத்துப் போர்ஷன்காரர்களைத் திட்டுவதும், கரண்ட் இல்லாததால் முட்டைக்கூடு விளக்கைக் கையில் எடுத்துக்கொண்டு நடமாடுவதும் களேபரமாக இருக்கும். வெளியிலிருந்து பார்த்தால்தான் அது களேபரம், எங்களுக்கு இல்லை. எங்களுக்கு அதில் ஒரு ஒழுங்கு இருப்பது புரியும்.

முற்றத்தைப் பார்த்து அதில் எங்கள் போர்ஷனைக் காட்டச் சொன்னார்கள். இடப்பக்கம் எங்கள் போர்ஷனை தவ்லத் காட்டினான். ஸ்கூல் சர்டிபிகேட்டையும், ஐ.டி.ஐ. சர்டிபிகேட்டைக் கேட்டார்கள். தவ்லத்தை அவர்களுடன் இருக்கச் சொல்லிவிட்டு நான் உள்ளே சென்று முட்டைக்கூடு விளக்கு வெளிச்சத்தில் தகரப் பெட்டியிலிருந்து எடுத்து வந்தேன். எலக்ட்ரீஷனா என்றார்கள், தவ்லத் தலையாட்டினான்.

இந்தப் பேச்சு நடந்துகொண்டிருக்கும்போதே இடியாப்பக்காரர் காவலர்களுக்கு டீ வாங்கித் தருவதற்கு சில்லறையை என் கைகளில் வைத்து அழுத்திப் பொத்தினார். காவலர்கள் பார்த்தார்கள்.

“நல்ல ரிப்போர்ட் அனுப்பிடுவோம் பாய்"

“நன்றி சார், ஒரு டீ சாப்டுட்டுப் போலாம், இங்க டீ ஸ்டால்ல டீ நல்லாருக்கும் வாங்கியாரச் சொல்றேன்"

“டீல்லாம் வேணாம் பாய், பையன் சீக்கிரம் வெளிநாட்டுக்குப் போயி காசு சம்பாதிக்கட்டும் அப்ப பிரியாணி போடுங்க. முத்துக்குப் பையனைத் தெரியுமா?"

“போலீஸ்கார் முத்துங்களா சார்?"

“ஆமா.”

“உசேன் பாய் மூலியமா தெரியும் சார்.”

“அது சரி, சீக்கிரம் அவனுக்கு வேலை கெடைக்கட்டும்.”

ஒரு டீ செலவுகூட இல்லாமல் போலீஸ் வெரிஃபிகேஷன் அவனுக்கு அன்று முடிந்தது. இப்போது அவனுடைய பாஸ்போர்ட்டை வெளியே எடுக்கவேண்டும். அவனை ஏபியெஸ் கம்பெனிக்கு அனுப்பவேண்டும்.

சென்னை ஆயிரம் விளக்கில் புதிதாகத் திறக்கப்பட்ட அப்போலோ ஆஸ்பத்திரி இருக்கிறதல்லவா? அதற்குப் பின்னால்தான் ஏபியெஸ் கம்பெனிக்கு ஆள் எடுக்கும் ஆபீஸ் இருக்கிறது. அங்கு யாரையாவது சிபாரிசுக்குத் தேடி தவ்லத்தை அனுப்பிவைக்கவேண்டும்.

நான் சொல்வதற்கு அவன் ஒப்புக்கொள்ளவேண்டுமே, அவன் மறுத்தால்? ஸ்டண்ட் வேலையில் நிலையாக நின்றால்? நேற்றுவரை வீட்டில் மறைத்துச் செய்த வேலை ரகசியம் வெளியே தெரிந்துவிட்டதால், இனி பயமின்றி நெஞ்சைத் தட்டி ’நான் அப்படிதான்’ என நிமிர்ந்துவிட்டால் ஏன்னால் தடுக்க முடியுமா? வளர்ந்த பையன். எதுவாக இருந்தாலும் நாளைக் காலையில் யோசிக்கலாம். இன்று இரவு மஹ்பூபாவிடமும் எதுவும் சொல்லப்போவதில்லை. எனக்கு எதுவும் தெரியாதது போலவே இருக்கிறேன். அவன் வீட்டுக்கு வரட்டும், பிறகு பார்க்கலாம்.

★

8. கலங்கரை விளக்கம்

கம்பியாள் படிப்பில் இரண்டாம் ஆண்டு நடக்கையில் என்னுடைய எல்லா சண்டைப் பயிற்சி ஆர்வங்களுக்கும் ஊர் சுற்றலுக்கும் உதவியாக இருந்தது சிகாமணி அண்ணனுடன் செய்த மின்சாரப் பணி உதவியாளர் வேலை. இரண்டாம் ஆண்டு படிக்கையில் திருவல்லிக்கேணி பீட்டர் எலக்ட்ரிகல் அக்சசரீசில் ஐந்து மீட்டர் சில்க் வயரும் குழல் விளக்கும் வாங்கச் சென்றிருந்தேன்.

“டேய் தவ்லத் இங்க வாடா” - சிகாமணி அண்ணன் அழைத்தார். கடையில் ஏதோ சாமான்களுக்குப் பட்டியல் கொடுத்துவிட்டுக் காத்திருந்தார் போல, கடை முதலாளிக்கு அருகில் நாற்காலியில் அமர்ந்திருந்தார்.

“தனியா வேல எடுத்துச் செய்றியாடா? எலக்ட்ரீஷியனுக்குப் படிக்றியாமே? கிண்டி ஐ.டி.ஐ.யா? அம்பத்தூரா?”

“மிண்ட் ஐ.டி.ஐ.லண்ணா. ஐயோ அண்ணா, நான் பெரிய வேலைலாம் எடுத்து செய்றதில்லண்ணா, சும்மா டியூப் லைட்டு ஃபேன்லாம் மாட்டுவேன், அவ்ல்தான்.”

“இந்தா இந்த பில்லுக்குப் பின்னால டியூப் லைட் கனெக்ஷன் டயக்ராம் வரைஞ்சு காமி, பாக்கலாம்.”

பீட்டர் எலக்ட்ரிக்கல்சின் பில்லைத் தந்தார். பெரிய பில், முழு வீட்டுக்கு மின்சார வேலைக்குப் பொருள்கள் வாங்கியிருக்கவேண்டும். நான் இப்படியெல்லாம் என்றைக்கும் மின்சாரப் பொருள்கள் வாங்கப்போவதில்லை. ஸ்டண்ட் யூனியனில் சேரும் வரைதான் எனக்கு இந்த மின்சாரப் பணிகள். அதற்குப் பின் மின்சாரத்துக்கும் எனக்கும் சம்மந்தம் இருக்காது.

படம் வரைவதற்கு அவர் தந்த மஞ்சள் நிற காப்பியிங் பென்சில் ஊதா நிறத்தில் ஊறிய முனையுள்ள ஊக்குடன் இருந்தது. அவர் சொன்ன படத்தை வரைந்தேன். இழுத்த கோடுகள் அத்தனை தெளிவாகத் தெரியவில்லை. சிகாமணி அண்ணன் கேள்வி கேட்டார்.

“இது இன்னாது ரிங்குரிங்காப் போட்ருக்க?”

“ஃபிலமெண்ட்டுண்ணா"

“அப்ப புள்ளையார் சுழியாட்டம் கோடு போட்டு இங்கயும் ரிங்கு போட்ருக்கியே அது இன்னாது?”

“அது சோக்குண்ணா?”

“டயக்ராமைப் பத்தி சொல்றா கேக்கலாம்"

“லைன் டூ சோக்குண்ணா, சோக் டூ ஃபிலமெண்ட், ஃபிலமெண்ட் டூ ஸ்டாட்டர், ஸ்டாட்டர் டூ ஃபிலமெண்ட், ஃபிலமெண்ட் டூ லைனுண்ணா.”

“ஹவுஸ் வயரிங்ல எனக்குக் கூடமாட வேல செய்ய ஹெல்ப்பர் தேவைப்படுது, வறியாடா? ஃப்ரீயா அப்ரண்டீசாட்டம் இல்ல, இன்னா வேல செய்றியோ அதுக்குக் கணக்குப் போட்டு காசு தந்துர்ரேன், இன்னா சொல்ற?”

“வரண்ணா, ஆனா சாயந்தரம் மிண்ட்லேர்ந்து வீட்டுக்கு வரவே நேரமாயிடும்ணா”

“வா வா ஒண்ணியும் பிரச்சன இல்ல. ஐ.டி.ஐ.லேர்ந்து வந்தப்புறம் வா. சனிக்கெழம செய்யி, ஞாயித்திக்கெழம செய்யி, சொல்றத செஞ்சியானா போதும்.”

ஞாயிற்றுக்கிழமைகளில் அவர் சொல்லும் வேலைகளை அரை நாளில் முடித்துவிடுவேன். சனிக்கிழமைகளிலும் எல்லா நாள்களிலும் வேலை இருக்காது. அதற்குப் பின்னர் என் இஷ்டம்போல ஞாயிற்றுகிழமைகளில் என் பொழுதுகள் சண்டைப் பயிற்சிகளுடன் கழிந்தன.

சனிக்கிழமையானால் சிகாமணி அண்ணனுக்கு சாராயக்கடை செல்லாமல் முடியாது. ஆங்கிலத்தில் அராக், தமிழில் சாராயம் என்பதை சாராயக் கடை பெயர்ப் பலகைகளைப் பார்த்துதான் தெரிந்துகொண்டேன். அது சரி, சிகாமணி அண்ணன் மட்டுமா சென்னையில் ‘தண்ணி வண்டி’? ’சிலுக்கோட கையால வாங்கிக் குடி’ பாடல் தெரியும்தானே? ’வா மச்சான் வா வண்ணாரப்பேட்டை’யேத்தான்.

வண்டிச்சக்கரம் திரைப்படத்தில் பலர் சிலுக்கைப் பார்த்தார்கள், நான் சங்கர் மாஸ்டர் ஜக்குவுக்கும் சிவகுமாருக்கும் அமைத்த சண்டைக்காட்சியில் ‘ஃப்ரண்ட் ஃப்ளிப்பை’த் தரையில் கேமராவை வைத்துப் படமாக்கியிருப்பார்களே அதைப் பார்த்தேன். ஜக்கு வண்டிச்சக்கரத்தைத் தூக்கி சிவகுமாரை அடிக்கும்போது ’ஃப்ரண்ட் ஃப்ளிப்’ அடித்து அதைத் தடுப்பதாக அமைத்திருந்தார்கள்.

சென்னை வண்ணாரப்பேட்டையில்தான் முதன்முதலில் குளிரூட்டப்பட்ட சாராயக்கடை வந்தது. சாராயக்கடைகளைத் திறப்பதற்கும் மூடுவதற்கும் நேரக்கட்டுப்பாடு கொண்டு வந்த நேரத்தில் மாலையில் கள்ளச் சந்தையில் சாராயம் ரகசியமாகக் கிடைத்தது. அதற்குப் பிறகு அரசே ‘கடா மார்க்’ சாராயம் கொண்டு வந்தது. சிகாமணி அண்ணனுக்கு தினமும் மாலையில் கடா மார்க் இல்லாமல் பொழுது போகாது.

வண்டிச்சக்கரத்தின் ஃப்ரண்ட் ஃப்ளிப்பை ரசிக்கும்போது நான் ஐடிஐ முடித்து தற்காலிகச் சான்றிதழெல்லாம் வாங்கிவிட்டேன். வேலை தேடவேண்டும், திரைப்பட சண்டைக்கலைஞர்கள் சங்கத்தில் கார்டு வாங்கவேண்டும், ஜெய்புன்னிசாவைத் தொடரவேண்டும். சிகாமணி அண்ணன் இந்திரா நகருக்கு அனுப்பிய வேலைக்கு இடையில்தானே ஜெய்புன்னிசாவின் பார்வையில் விழுந்தேன், மறக்க முடியுமா? எத்தனை ஆசைகளை வீட்டில் மறைப்பது? தமிழ்த் திரையில் சண்டைக் கலைஞனாகும் ஆசை, ஜெய்புன்னிசாவைக் காதலிப்பது, இரண்டில் எது வெளியில் தெரிந்தாலும் பெரிய பிரச்சனை உண்டாகும்.

ஜெய்புன்னிசாவைப் பார்த்து மனதைப் பறிகொடுத்தாலும் காதலிப்பது அத்தனை சுலபமில்லை. மீர்சாகிப்பேட்டை எங்கு இருக்கிறது, இந்திரா நகர் எங்கு இருக்கிறது. 'ஓசி' சைக்கிள் அல்லது வாடகை சைக்கிளில் செல்லவேண்டும், இல்லையென்றால் இரண்டு பேருந்துகள் மாறிச் செல்லவேண்டும். சென்றாலும் இந்திரா நகருக்குள் செல்லும்போது யாராவது கேட்டால் பதில் சொல்ல முடியுமா?

சிலம்பப் பஞ்சாயத்து முடிந்துவிட்டது, அதன் வழியாக புதிய நட்பு வட்டத்தை உருவாக்கி இந்திரா நகருக்கு அடிக்கடி செல்லலாம். சிகாமணி அண்ணனிடம் இந்திரா நகரில் வேலை வந்தால் அனுப்பச் சொல்லலாம். எங்கள் உறவினர் வீட்டுக்குச் செல்லலாம். இந்த மூன்றிலும் பாதுகாப்பானது சிகாமணி அண்ணனின் வேலைத் தொடர்புதான். யாருக்கும் சந்தேகம் வராது. ஆனால், அவருக்கும் சந்தேகம் ஏற்படாத வகையில் வேலை கேட்கவேண்டும். பட்டினப்பாக்கத்தில் இருக்கும் தெரிந்தவர்களைப் பார்க்கப் போவதாகச் சொல்லி அடையாறு, திருவான்மியூர், இந்திரா நகர் எனச் சுற்றி வளைக்கலாம். முன்பு சிலம்பப் பஞ்சாயத்து நடந்த நாகூர் கொடியேற்றம், இந்திரா நகர் இப்படியும் மடைமாற்றலாம். பல வழிகளை யோசித்தேன். தேடிப்போன மூலிகை காலில் சிக்கியதைப் போல, ஜெய்புன்னிசாவைப் பார்ப்பதற்கு வாய்ப்பு கிடைத்தது.

ஜெய்புன்னிசா வீட்டில் அவளையும் சேர்த்து அனைவரும் கோவளம் தமீம் அன்சாரி தர்காவுக்குப் போகிறார்களாம். வியாழக்கிழமை இரவு சென்றால் ஞாயிற்றுக்கிழமை இரவுதான் திரும்பப்போகும் தகவல் கிடைத்தது.

கிழக்குக் கடற்கரைச் சாலையில் மாமல்லபுரம் சென்றால் கேளம்பாக்கத்துக்குப் பிரியும் சந்திப்பில் இடதுபுறம் திரும்பினால் அந்தச் சாலை கோவளம் கடற்கரைக்குச் செல்லும் கடற்கரைக்கு அருகில் தமீம் அன்சாரி தர்கா இருக்கிறது. தர்காவுக்குச் சென்று இரண்டு மூன்று நாள்கள் அங்கேயே தங்கிவிட்டு வரும் வழமை எங்களிடையே இருந்தது. வியாழக்கிழமை இரவுகளில் ஐஸ்ஹவுசிலிருந்து கோவளம் தமீம் அன்சாரி தர்காவுக்கு பல்லவன் போக்குவரத்துக் கழகச் சிறப்புப் பேருந்துகள் இயக்கப்பட்டன. சென்னை வாழ் முஸ்லிம்கள் சிலருக்கு தமீம் அன்சாரி தர்காவுக்குச் சென்று இரண்டு நாள்கள் தங்கி வருவது ஆன்மீகச் சுற்றுலா.

அப்பொழுது கோவளத்தில் சொல்லிக்கொள்ளும்படி இருந்தவை கரீம் பீடி பங்களா என அழைக்கப்படும் பயணியர் விடுதியும் வேறு இரண்டு விடுதிகளும் மட்டும். பெரும்பாலானோர் தர்காவிலேயே படுத்து இரவுப்பொழுதைக் கழிப்பார்கள். நான்கூட அப்படி தர்காவில் படுத்திருக்கிறேன். அப்படிப் படுத்திருந்த சமயத்தில் இரவில் பேய் பிடித்ததாகச் சொல்லி அழைத்து வரப்பட்ட பெண் சத்தமிட்டு எல்லோரையும் விழிக்க வைத்த கதைகளும் உண்டு.

ஆண்டுக்கு ஒருமுறை கோவளம் சென்று தங்கி வருவதற்காக மாதாந்திரச் சீட்டு சேர்க்கும் வழக்கமும் இருந்தது. சமையல் பாத்திரம், மளிகைச் சாமான்கள் எல்லாம் எடுத்துக்கொண்டு புறப்படுவார்கள். கறி, மீன், காய்கறிகளைக் கோவளத்தில் வாங்கி சமைப்பார்கள். பெரும்பாலும் பிரியாணி, நெய்ச்சோறு, மீன் சால்னா, மீன் பொரியல் வகைகள்தான். இரண்டு நாள்கள் சாப்பிடுவதற்கு ஆண்டு முழுதும் பணம் சேர்த்தவர்கள் நாங்கள்.

அது மட்டுமா? இராயப்பேட்டை, திருவல்லிக்கேணி, ஐஸ்ஹவுஸ் வாழ் முஸ்லிம்களுக்கும் கோவளத்துக்கும் நெருங்கிய பந்தம்

இருப்பதாகச் சில கதைகளைச் சொல்வார்கள். இப்பொழுது பேருந்துகளில் செல்வதைப் போல் முன்னொரு காலத்தில் கூவம் ஆற்றில் படகில் சென்றார்களாம். கூவத்துக்கு அருகில் செல்வதே கடினமாக இருக்கும் நாள்களில் கூவத்தில் படகில் சென்றதைக் கேள்விப்பட்டால் வியப்பாக இருக்கும்.

முதல் உலகப்போரின்போது சென்னையை ஜெர்மனியின் எம்டன் போர்க்கப்பல் தாக்கி சென்னையில் இருந்த பர்மா ஆயில் கம்பெனியின் ஐந்து கொள்கலன்களை நாசமாக்கியபோது எங்கள் முன்னோர்கள் உயிருக்கு அஞ்சி ஓடிப் போய்த் தங்கியது கோவளம் தமீம் அன்சாரி தர்காவில்தானாம்.

என்னுடைய அப்பாவிடம் எங்களுடைய முன்னோர்களின் சொந்த ஊரைக் கேட்கும்போது சரியாகத் தெரியாதென்றுதான் பதில் சொல்வார். இதுவாக இருக்கலாம், அதுவாக இருக்கலாம் எப்படிக் குழம்பினாலும் தமிழ்நாட்டில் எங்கோ ஓர் மூலையில்தான் எங்கள் முன்னோர்களின் சொந்த ஊர் இருப்பது குடும்பப் பெயரை வைத்துத் தெரியும்.

என் முழுப்பெயரை இன்னும் நான் உங்களிடம் சொல்லவில்லையே? தவ்லத் கான், தண்டர் தவ்லத் இவை இரண்டு மட்டும்தானே உங்களுக்குத் தெரியும்? எனக்கு இன்னொரு பெயரும் இருக்கிறது, டி. எம். தவ்லத் கான், தலைக்கடை முஸ்தகீம் தவ்லத் கான். தலைக்கடை எனது குடும்பப்பெயர். தலைக்கடை என்றால் நடை, குறிப்பாக வீட்டின் வெளிவாசலிலிருந்து வீட்டுக்குள் நுழையும் வழி.

எம்டன் குண்டு வீசிய காலத்தில் உயிருக்கு அஞ்சி என் முன்னோர்கள் ஓடிப்போன கோவளத்துக்கு ஜெய்புன்னிசாவைப் பார்க்க நான் போகிறேன். நினைக்கையில் சிரிப்பு வந்தது. நான் எதற்காகப் போகிறேன் என்பது ரகசியம், ஆனால் நண்பர்கள் எதற்காகப் போகிறார்களோ அது ரகசியம் கிடையாது.

ஜெய்புன்னிசாவுக்கு ஒரு சித்தி இருக்கிறாராம். சித்தி என்றதும் பெரியவராகக் கற்பனை செய்யவேண்டாம், ஜெய்புன்னிசாவை விடவும் கொஞ்சமே மூத்தவராக இருக்கவேண்டும். அவர்

எஸ்.எஸ்.எல்.சி. முடித்துவிட்டு வீட்டில்தான் இருக்கிறாராம். அவர் மீது மீர்சாகிப்பேட்டையில் எங்கள் வட்டத்திலிருந்த ஒரு ’சித்தப்பா’வுக்குக் காதல். சித்தப்பாவுக்கு அவர்கள் குடும்பத்துடன் கோவளத்துக்குச் செல்லும் செய்தி கசிந்தது. சித்தியைத் தொடரும் சித்தப்பாவுடன் நாங்கள் துணைக்குச் சென்றோம். அதில் இணைந்திருக்கும் என்னுடைய கிளைக்கதை இன்னும் யாருக்கும் தெரியாது.

வியாழக்கிழமை இரவு ஐஸ்ஹவுசிலிருந்து புறப்பட்டோம். இரவுப் பொழுது கரீம் பீடி பயணியர் விடுதியில் கழிந்தது. தர்காவைச் சுற்றிய நான்கு வீதி, தூரத்தில் பார்த்தால் மணலில் சங்கிலி பாவா குடிசை தெரியும். எப்படியும் ஜெய்புன்னிசா என் கண்ணில் பட்டுத்தான் ஆகவேண்டும். என்னைப்போல் சித்தப்பாவும் நினைத்திருக்கவேண்டும். வெள்ளிக்கிழமை காலையில் எல்லா வேப்பமரத்தடிகளையும் பார்த்தாயிற்று, எல்லா இளநீர்க்கடைகளையும் பார்த்தாயிற்று, பெண்கள் சமைக்கும் பகுதிகளையும் நோட்டம் விட்டோம், விடுதிகளில் எங்காவது அவர்களுடைய உறவினர்கள் தென்படுகிறார்களா எனத் தேடினோம், கடற்கரைக்குச் சென்று பார்த்தோம், பலனில்லை. கடைசியில் சீட்டுக்கச்சேரியில் அவளுடைய அண்ணனைப் பார்த்ததாக ஒருவன் சொன்னான்.

காதல் விவகாரத்தில் அண்ணன்கள் எப்பொழுதும் வில்லன்கள்தான். அண்ணனிடமிருந்து செய்தியைக் கறக்க ஒருவன் சென்றான். மற்றவரின் கையில் இருக்கும் கார்டுகளைப் பார்க்காமல் தன் நண்பனுக்கு எந்த கார்டை இறக்கவேண்டும் எப்படி அடுக்கவேண்டும் என்பது அனுமதிக்கப்பட்ட ஆட்டம். அண்ணனுடன் எங்கள் ஆள் ஒருவன் அமர்ந்தான், புன்னகைத்தான், ஒவ்வொரு ஆட்டத்திலும் யோசனை சொன்னான், வெல்ல வைத்தான் தோற்றாலும் புள்ளிகளைக் குறைத்தான். வெல்லும்போது மற்றவர்கள் முறைக்கத் துவங்கிய வேளையில் சமயம் பார்த்து வெளியே வந்தான், வெளியே வந்தவன் வேண்டிய தகவலை வாங்கிக்கொண்டு வந்தான்.

அவர்கள் வீட்டில் பெண்கள் அனைவரும் அப்பாவின்

துணையுடன் காலையிலேயே மகாபலிபுரத்துக்குச் சென்றுள்ளார்களாம். சைக்கிளில் கோவளத்துக்கு வந்த குழுவைத் தேடி அவர்களிடமிருந்து மூன்று சைக்கிள்களை இரவல் வாங்கிக்கொண்டு மகாபலிபுரத்துக்கு மிதித்தோம். சைக்கிளில் புறப்பட்டதும் 'ஜூம்மாக்குள்ள வந்துடுங்கடா டேய்' என சைக்கிள் தந்தவர் கத்தியது எங்கள் காதில் விழுந்திருக்குமா? மிதிமிதியென மிதித்து மகாபலிபுரத்துக்குச் சென்று ஒவ்வொரு இடமாகத் தேடி, கடைசியில் சித்தப்பா சித்தியைப் பார்த்துவிட்டான், நானும்தான் ஜெய்புன்னிசாவை பார்த்தேன், அவ்வளவு போதும் அன்றைக்கு எனக்கு. எனக்குப் போதும், ஆனால், ஜெய்புன்னிசாவுக்கு? நான் மகாபலிபுரம் வரை அவளைத் தேடி வந்திருப்பது அவளுக்குத் தெரியவேண்டுமே. அவர்கள் குடும்பத்துடன் கலங்கரை விளக்கத்தை நோக்கி நடந்தார்கள்.

கலங்கரை விளக்கத்திலிருந்து பார்த்தால் தெரியும் ஒலக்கனேசுவரர் கோயிலில் எம்.ஜி.ஆரின் சண்டைக்காட்சி உண்டு, படமும் கலங்கரை விளக்கம்தான். 'நீலா நீலா' – கத்திக்கொண்டே எம்.ஜி.ஆர். பாறையில் ஓடுவதும், சரோஜாதேவியை இழுப்பதும், ஒலக்கனேசுவரர் கோயிலைச் சுற்றிப் போடப்பட்டுள்ள இரும்புக் கைப்பிடிகளில் சாய்வதுமாக அந்தச் சண்டை இருக்கும். உற்றுப் பார்த்தால் சில காட்சிகள் வெளிப்புறப் படப்பிடிப்பிலும் சில காட்சிகள் ஸ்டுடியோவுக்குள் அரங்கு அமைத்துப் படபிடித்ததுபோல இருக்கும். சண்டையின் பரபரப்பில் இந்த வித்தியாசத்தை உணர முடியாது. இதுவும் ஷியாம் சுந்தர் அமைத்த சண்டைக்காட்சிதான். கடைசியாக ஷியாம் சுந்தரை மீனவ நண்பனில் திரையில் பார்த்தேன், காவலாளியாக வருவார். அதற்கு பிறகு ஷியாம் சுந்தர் திரையில் தோன்றினாரா? வேலை செய்தால் ஷியாம் சுந்தரிடம் வேலை செய்யவேண்டும், வாய்ப்பு கிடைக்குமா? எம்.ஜி.ஆருக்கு சண்டைக்காட்சிகள் அமைத்த ஷியாம் சுந்தர் மற்றவர்களுக்கும் அமைப்பாரா?

நான் வந்த வேலையைச் செய்யாமல் கலங்கரை விளக்கத்தைப் பார்த்ததும் சண்டைக்காட்சிகளை நினைக்கிறேன். கலங்கரை

விளக்கத்திலிருந்து கீழே வருபவர்கள் எப்படியும் சர்பத் வண்டிகளைத் தாண்டிப் போவார்கள், அங்கே பார்த்துவிடலாம்.

இந்த இடைவெளியில் சித்தியும் சித்தப்பாவைப் பார்த்துவிட்டார். அவர்களுக்கு இடையில் பார்வைகளுக்கும் மேலான தொடர்பு இருக்கும்போலத் தோன்றுகிறது. அப்போது நீண்ட காதல் கடிதமெல்லாம் ஒருவருக்கொருவர் எழுதிக்கொள்வார்கள். சித்திக்கும் சித்தப்பாவுக்கும் இடையே கடிதப் போக்குவரத்து இருந்ததா தெரியாது, சாக்கு சொல்லிவிட்டு கலங்கரை விளக்கத்துக்குச் செல்லாமல் சித்தப்பா நிற்கும் சர்பத் வண்டிக்கு அருகில் நின்று நன்னாரி சர்பத் குடிக்கும் தைரியம் சித்திக்கு இருந்தது.

புறா விடுதூது, அன்னம் விடு தூது, மேகம் விடு தூதுகளுக்கு இணையாக சர்பத் விடு தூது அமைதியாக அரங்கேறியது. எதுவும் பேசாமல் சர்பத் குடித்து தகவல் பரிமாற்றம் செய்ய முடியுமா?

சித்தி தன் கைக்கடிகாரத்தைப் பார்த்தார், கையில் வைத்த குட்டி ரெக்சின் மணிபர்சைப் படக்கெனத் திறந்தார், சர்பத்துக்கு சில்லறையைத் தந்துவிட்டு மணிபர்சை மூடிக் கைகளில் வைத்து, சேலைத் தலைப்பு படபடக்காமலிருக்க இழுத்துப் பிடித்துக்கொண்டு கலங்கரை விளக்கத்தை நோக்கி நடந்தார். நாங்கள் இருவர் சித்தப்பாவுடன் இணைந்தோம். சித்தப்பா மனதுக்குள் 'காற்று வாங்கப் போனேன் ஒரு கவிதை வாங்கி வந்தேன்' பாடியிருக்கக்கூடும்.

உடனே புறப்படச் சொன்னான், எனக்கு சங்கடமாகிவிட்டது. ஜெய்புன்னிசா எப்படியாவது என்னைப் பார்க்கவேண்டும், அப்பொழுதுதான் கோவளத்திலிருந்து மகாபலிபுரம் வரையில் சைக்கிள் மிதித்த பலன் கிடைக்கும், இதை விட்டால் இப்படியொரு வாய்ப்பு இனி கிடைக்காது. சித்தப்பா அவசரப்படுத்தினான், நான் நேரம் கடத்தினேன். சப்ஜா விதை சர்பத் கேட்டேன், எதுவாக இருந்தாலும் கோவளத்தில் வாங்கித் தருவதாகவும் இப்போது உடனே புறப்படவும் சொன்னான். எனக்கு ஏமாற்றமாகிவிட்டது, வெளியில் எதுவும் சொல்ல

முடியாது. சித்தியுடன் இருக்கும் ஜெய்புன்னிசாவை நான் தொடர்வதை எப்படி சர்பத் வண்டிக்கு அருகில் நின்று உடைத்துச் சொல்வது? விதி, வருத்தத்தோடு புறப்பட்டேன்.

பாதி வழியில் சித்தப்பாவின் சைக்கிள் செயின் கழண்டுவிட்டது. வண்டியை நிறுத்தி செயின் கார்டைப் பிரித்துச் சுற்றினால் சுற்றியது, ஏறி உட்கார்ந்து அழுத்தினால் மீண்டும் கழண்டது. ஃப்ரீவீலைக் கொஞ்சம் இறுக்கவேண்டும். ஸ்பானர் இருந்தால் நானே ஒரு நிமிடத்தில் சரிசெய்துவிடுவேன். கடனே என ஃப்ரீ வீலில் ஒருவர் மாற்றி இழுத்துக்கொண்டும், பெடலை அழுத்தாமல் மென்மையாகக் கால்சக்கர அளவுக்குத் தட்டித் தட்டியும் ஓட்டிக்கொண்டு வந்தான். மற்ற நேரமாக இருந்தால் சலிப்படைந்திருப்பான், இப்போது சிரித்துக்கொண்டே வந்தான். மாகாபலிபுரத்திலிருந்து கோவளம் பாதையைத் தொட்டுச் செல்லும் பேருந்துகள் இரண்டு கடந்தன. அதில் ஏதாவது ஒன்றில் ஜெய்புன்னிசா இருந்தாலும் வழியில் ஊர்வலம் போகும் மூன்று சைக்கிள்களைப் பார்த்திருப்பாள்.

நாங்கள் சைக்கிள் ஊர்வலத்தில் தர்காவை நெருங்கியபோது மகாபலிபுரம் - சென்னை சாலையில் இறங்கி அங்கிருந்து கோவளத்துக்குப் பிரியும் கிளைச்சாலையில் ஜெய்புன்னிசா அவர்கள் குடும்பத்துப் பெண்கள் புடைசூழ நடந்துசென்றாள், அவளுடன் அவளுடைய சித்தி, அப்பா, அம்மா எல்லாரும் இருந்தார்கள். அவர்களைக் கண்டதும் சித்தப்பா நின்றுவிட்டான். எங்கள் இருவரையும் போகச் சொன்னான். இவ்வளவு தூரம் தட்டித் தட்டியும் பிடித்துக்கொண்டே வந்ததும் சோர்வாக இருப்பதாகவும், சைக்கிளைத் தள்ளிக்கொண்டே வரப் போவதாகவும் சொன்னான். அப்போதும் எங்கள் இருவருக்கும் எதுவும் புரியவில்லை. மகாபலிபுரத்தில் அவசரப்படுத்தினான், இங்கே பின்வாங்குகிறான், ஏன்? அவனுடைய பின்வாங்கலுக்கு நான் உடனே ஒப்புக்கொண்டு சைக்கிளை வேகமாக மிதித்தேன். ஜெய்புன்னிசாவைக் கடந்தேன், கரீம் பீடி பயணியர் விடுதிக்குத் திரும்பும் இடத்தில் இளநீர் வண்டியிடம் நிறுத்தி விலை விசாரித்தேன். உள்ளே இளநீர் இருக்குமா? வழுக்கை இருக்குமா? இந்த இரண்டு கேள்விகளை மாற்றி மாற்றிக் கேட்டு பேரம்

பேசி நேரம் கடத்தி ஜெய்புன்னிசா குடும்பத்தார் இளநீர் வண்டியைக் கடக்கும் வரையில் நின்றேன்.

பார்த்தாள், பார்த்தேன். நானும் சித்தப்பாவைப் போலாகி 'பொன்னெழில் பூத்தது புதுவானில் வெண்பனித் தூவும் நிலவே நில்' பாடினேன்.

ஒரே ஒரு நாளுக்கு தான் அந்த மகிழ்ச்சி நீடித்தது. சனிக்கிழமை காலையிலேயே எங்கள் குழுவினரை கோவளத்தைவிட்டுப் புறப்படச் சொன்னார்கள். சித்தப்பாவை எல்லோரும் முறைத்தார்கள். நான் அதிகாலையிலேயே கடற்கரைக்குச் சென்று கழுத்தளவு நீரில் நின்று ஆடிவிட்டு, ஒரு குடம் நல்ல தண்ணீர் வாங்கிக் குளித்து முடித்தேன். கடுமையாகப் பசித்தது, இவர்கள் காலைச் சிற்றுண்டி தரும் வரையில் காத்திருக்காமல் ஆப்பக் கடைக்குச் சென்று அலுமினியத் தட்டில் ஆப்பமும் தேங்காய்ப் பாலும் சாப்பிட்டுவிட்டுப் பொறுமையாக தர்காவைச் சுற்றி நடந்துவிட்டு வந்தேன். சித்தப்பாவை முறைப்பதும் உடனே புறப்படும்படி அழுத்தம் தருவதையும் புரிந்துகொள்ள எனக்கு அதிக நேரம் ஆகவில்லை.

சர்பத் விடுதூது சந்திக்கு வந்துவிட்டது.

எங்கள் குழுவில் இருந்த சித்தப்பாவுக்கும் ஜெய்புன்னிசாவின் சித்திக்கும் இடையே நீண்ட நாள்களாக மடல் விடு தூதுகளும், பார்வை விடு தூதுகளும், ஒலியும் ஒளியும் விடு தூதுகளும் நடந்திருக்கின்றன. என்னைத் தவிர எல்லாருக்கும் இது முன்பே தெரியும் போலிருக்கிறது. என்னுடைய விடு தூதுகள் இப்போதுதான் தொடங்கியிருப்பதால் எனக்கு அதை முன்பே கவனிக்க அனுபவம் போதாமல் இருக்கலாம்.

ஜெய்புன்னிசாவின் அம்மாவுக்குத் தன் தங்கையின் காதல், அதாவது சித்தியின் காதல் ஏற்புடையதாம், வீட்டில் மற்றவர்களுக்கு ஏற்பில்லையாம். ஜெய்புன்னிசாவின் வீட்டார்கள் தங்கள் பொறுப்பில் சித்தியைக் கோவளம் அழைத்து வந்திருக்கையில் சித்தப்பாவுடன் மகாபலிபுர சர்பத் விடு தூது அவர்களுக்கு ஏற்புடையதாக இல்லை. பிரச்சனை

வளராமல் இருக்க, சித்தப்பாவுடன் வந்த குழுவினரை உடனடியாக ஐஸ்ஹவுசுக்குத் திரும்பச் சொல்கிறார்கள். தேவையென்றால் அவர்கள் இந்திரா நகருக்குத் திரும்பட்டும் என்று வாதாட முடியாது.

இந்திரா நகருக்கும் ஐஸ்ஹவுஸ், திருவல்லிக்கேணி, இராயப்பேட்டை பகுதிகளுக்கும் நெருக்கமான உறவு உண்டு. சொல்லப்போனால் அனைவரும் ஒன்றுதான், அவர்கள் இந்திரா நகரில் வாழ்கிறார்கள் நாங்கள் மீர்சாகிப்பேட்டையில் வாழ்கிறோம், வசிப்பிட வேறுபாட்டைத் தவிர வேறெந்த வேறுபாடும் இல்லை. ஊருடன் பகைக்க முடியுமா? வேறு வழியின்றிக் கிளம்பினோம்.

சித்தப்பாவுக்கு அதில் வருத்தம் இருக்கலாம், எனக்கு வருத்தம் இல்லை. என்னுடைய பார்வை விடு தூது அடுத்த கட்டத்தை அடைந்தது. போலவே தமிழ்த் திரையில் நானும் சண்டைக்கலைஞனாகிவிடுவேன் என்னும் நம்பிக்கையும்.

நம்பிக்கையை விதைத்தவர் ஸ்டண்ட் மாஸ்டர் ஜம்ப்பிங் ஜெகன்.

தமிழ்த் திரைப்படங்கள் கிராமத்தை நோக்கி நகர்ந்தன அல்லவா? அந்த நகர்வின்போது 'மாமரக் குயிலே' வெளியானது. மாமரக் குயிலேவும் கிராமக்கதைதான். அதில் கிராமத்து சண்டைக்காட்சியும் இருந்தது. கருக்கரிவாள் தெரியும் அல்லவா? புல்லறுப்பார்களே, அது. கருக்கரிவாள் வீச்சு அல்லது இழுப்பு வெளியிலிருந்து உள்நோக்கி இருக்கும், புல்லை ஒரு கையால் பிடித்து மறுகையால் அரிவாளை இழுத்து அறுப்பார்கள்.

கிராமத்துக் கிளியேவின் சண்டைக்காட்சியில் கத்தியால் வயிற்றில் குத்தும் சண்டைக்காட்சி இருந்தது. சாதாரணமாக வயிற்றில் குத்துவது சரக்கென உள்ளிருந்து வெளியே கத்தியை நீட்டிக் குத்திய பின், குத்தியவருக்கும் குத்துப்பட்டவருக்கும் இரண்டு குளோசப்புகளை வைத்து முடிப்பார்கள்.

நான் முன்பு சொன்ன வண்டிச்சக்கரத்தில் சிவகுமாரும் ஜக்குவும் குத்திக்கொள்வது அப்படித்தான். ஜக்கு மடக்குக்

கத்தியைத் திறக்க, சிவகுமார் சக்கரத்தின் கடையாணியை உருவிக்கொள்வார், பின்பு குத்துவார்கள்.

சிவந்தமண்ணில் பலூனில் நடக்கும் கடைசிச் சண்டையில் சிவாஜியும் நம்பியாரும் இதே போலத்தான் குத்திக்கொள்வார்கள், உள்ளிருந்து வெளியே கையை நீட்டும் குத்தல்.

கிராமத்துக் கிளியேவில் அப்படி உள்ளிருந்து வெளியே கைநீட்டல் இல்லாமல், கருக்கரிவாளால் புற்களை அறுப்பது போலவே சண்டைக்கலைஞர் வெளியிலிருந்து உள்ளே இழுத்து வயிற்றை அறுப்பார். அந்தக் காட்சியைக் கண்டு அசந்துவிட்டேன். கருக்கரிவாள் பயன்பாட்டை இத்தனை துல்லியமாக ஒரு வினாடி மட்டும் ஓடும் காட்சியில் அமைத்த மாஸ்டர் ஜம்ப்பிங் ஜெகனின் நுட்பத்தை வியந்தேன்.

அவர் இளைஞர்களுக்கு வாய்ப்பு அளிப்பவர். மாமரக் குயிலேவில் உதவியாளராக அவர் வைத்துக்கொண்டது சங்கத்தில் புதிதாக உறுப்பினரான ஒரு இளைஞனைத்தான். எப்படியாவது மாஸ்டர் ஜெகனை ஒருமுறை சந்தித்துவிட்டால் போதும், எனக்கும் வாய்ப்பு கிடைக்கலாம்.

நம்பிக்கையோடு காத்திருந்தேன்.

★

9. ஒரு தாய் மக்கள்

முகமது அலியும் எம்.ஜி.ஆரும் சென்னையில் ஒரே மேடையில் தோன்றப்போகும் செய்தியைக் கேள்விப்பட்டால் நான் எவ்வளவு மகிழ்ந்திருப்பேன்?

நினைவு தெரிந்த நாள் முதல் எம்.ஜி.ஆரின் சண்டைக்காட்சிகளைப் பார்த்தும், நக்கீரன், ஆண்டியப்பன் வாத்தியார், வடசென்னை நண்பர்களின் தொடர்பால் முகமது அலியின் குத்துச்சண்டைச் செய்திகளை அறிந்தும், சென்னை தேவி திரையரங்கில் அலியின் ‘தி கிரேட்டஸ்ட்’ படத்தைப் பார்த்தும் அவர்கள் இருவரையும் என்னுடைய கதாநாயகர்களாக வரித்துக்கொண்டேன். அவர்கள் இருவரும் ஒரே மேடையில் தோன்றப்போகும் செய்தியைக் கேள்விப்பட்டதும் எனக்குத் தலைகால் புரியவில்லை.

“தவ்லத்தே, நேரு ஸ்டேடியண்டா, வாத்தியார் வராரு, அலி வராரு. வந்துர்ரா?”
– நக்கீரன்.

“டிக்கெட் நமக்கெல்லாம் கெடைக்குமாடா?”

“ங்கோத்தா அது என் வேல. உன்ன இட்டும்போறன் வந்துரு. சார்பட்டா பரம்பரைலேர்ந்து எல்லாரும் போவாங்கடா...”

அன்றிலிருந்து எனக்குத் தூக்கம் வரவில்லை. அண்ணன் அடிக்கடித் துளைக்கும் ‘ஐ.டி.ஐ. முடிச்ச கையோட நேஷனல் அப்ரண்ட்டீஸ் முடிச்சுர்ரா, அம்பத்தூர் ஐ.டி.ஐ. போயி அப்ரண்ட்டீஷ்ஷிப் அட்வைசரப் பாக்குறியாயா’ என் காதுகளில் விழவில்லை.

சிகாமணி அண்ணன் ஏதோ வேலை சொன்னார் ஏதோ வேலை செய்தேன்,

சண்டைக்கலைஞர் சங்கத்துக்குச் சென்று முகவரி வாங்கியோ அங்கேயோ எப்படியாவது ஜெகன் மாஸ்டரைப் பார்க்க முயற்சி செய்து அது தள்ளிப்போகும் வருத்தம் தற்காலிகமாகக் குறைந்தது.

ஜெய்புன்னிசாவின் முகம் மட்டும் நினைவில் இருந்ததேயன்றி இந்திரா நகருக்குச் செல்ல முயற்சி ஏதும் செய்யவில்லை.

எம்.ஜி.ஆர்., முகமது அலி, நேரு ஸ்டேடியம், நக்கீரன் அழைத்து செல்வான் இவற்றைத் தவிர வேறெதையும் நினைக்கவில்லை.

நேரு ஸ்டேடியத்தில் கூட்டம் அலைமோதியது. சார்பட்டா நண்பர்கள் இருந்த கூட்டத்தில் நானும் இணைந்தேன். ‘இன்னிக்கு ஆறுமுகம் அண்ணன் செய்றார்ரா அலியோட’ – யாரோ சொன்னார்கள். ’ஆறுண்ணா மட்டும் இல்லடா இன்னும் நெறிய்யப் பேரு ஸ்டேஜ் ஏர்ராங்க. அமெச்சூர் பாக்சிங் ஆளுங்கடா, யாரோ பள்ளிக்கூடத்துப் பையன்கூட செய்றாண்ணு பேச்சு’ – யாரோ பதில் சொன்னார்கள். நான் என் கதாநாயகர்கள் இருவரும் மேடைக்கு வரக் காத்திருந்தேன்.

முகமது அலி – ஜிம்மி எல்லீஸ் கண்காட்சிப் போட்டியும் நமது சென்னை மக்கள் அலியுடன் செய்த கண்காட்சிப் போட்டிகளும் சேர்ந்து என்னை இன்னொரு உலகுக்கு அழைத்துச் சென்றன. என் திரைப்பட சண்டைக் கலை

ஆர்வம் குத்துச்சண்டையின் மீது திரும்பும் எல்லை வரையில் சென்றேன், நல்லவேளையாக எல்லையைத் தாண்டவில்லை. தன்னுடைய வழமையான சுறுசுறுப்புடன் மேடையில் ஏறிய எம்.ஜி.ஆர். என்னைக் காப்பாற்றினார். எம்.ஜி.ஆரைப் பார்த்தால் எனக்கு எப்படி சண்டைக்காட்சிகள் நினைவுக்கு வராமற்போகும்? வந்தது, மேடையில் அவரைப் பார்த்ததும் காவல்காரன் குத்துச்சண்டைப் போட்டி நினைவுக்கு வந்தது. அவர் மேடையில் ஏறும்போது அவருடைய வேட்டி சிக்கி சின்ன தடுமாற்றம், அவர் அதை நொடியில் சமாளித்து மேடையில் நின்றார்.

முகமது அலியும் எம்.ஜி.ஆரும் ஒரே மேடையில், அதை நான் நேரில் பார்க்கிறேன். இதைவிடவும் பெரிய கொடுப்பினை எனக்கு என்ன தேவை? அதுவரை வாழ்ந்த வாழ்க்கை அந்த நொடிக்காகவெனத் தேன்றியது. அங்கே கூடியிருந்த ஆயிரக்கணக்கான குத்துச்சண்டை ரசிகர்களுக்கும், எம்.ஜி.ஆர். ரசிகர்களுக்கும் அப்படித்தான் தோன்றியிருக்கவேண்டும். கைதட்டலும் விசிலும் முழக்கமுமாக பேரிரைச்சல். அப்போது வந்து யாராவது சண்டைக்காட்சிக்கு அழைத்துச் சென்று எல்.ஐ.சி. கட்டிடத்திலிருந்து குதிக்கச் சொல்லியிருந்தால், கண்ணை மூடிக்கொண்டு குதித்திருப்பேன், எம்.ஜி.ஆரை அன்று பார்த்த பின் சண்டைக்காட்சிகளில் நடித்தே தீரும் வெறியில் இருந்தேன்.

வீட்டுக்குச் செல்லும் வழியில் கொஞ்சம் கொஞ்சமாக வெறி தணிந்து மனம் இயல்பு நிலைக்கு வந்தது. இனியும் தாமதிக்கக்கூடாது, இப்பொழுதே சண்டைக்காட்சிகளில் நடிக்க முயற்சி செய்தால்தான் சரிப்படும். ஜம்ப்பிங் ஜெகன் இளைஞர்களுக்கு உதவுவார், அவரைப் பார்த்தால் வழி கிடைக்கும்.

நக்கீரனைப் பிடித்து சுங்கச்சாவடி எண்ணூர் நண்பர்கள் வழியாக ஸ்டண்ட் யூனியனில் உறுப்பினராகலாம். மீர்சாகிப்பேட்டையிலிருந்து வடபழனி அருகில் இருக்கிறதா? சுங்கச்சாவடியிலிருந்து வடபழனி அருகில் இருக்கிறதா?

ஏன் ஜூடோ பானுவின் மூலமாக ஸ்டண்ட் யூனியனுக்கு வரக்கூடாது? இந்தக் கேள்வியை நிச்சயம் நக்கீரன் கேட்பான். கலைஞரின் வண்டிக்காரன் மகனில் ஜெய்சங்கருடன் தீப்பந்தச் சண்டையில் ஜூடோ பானுவுக்கு ஒரு குளோசப் இருந்தது. பின்னாலிருந்து எடுத்தாலும் முகம் திரை முழுதும் தெரிந்தது. அவர் என் வீட்டுக்கு அருகில்தான் இருக்கிறார். சண்டைக்காட்சி நடிகர்களுக்கு ஜூடோ பானுவைத் தெரியும், கட்டாயம் நக்கீரன் கேள்வி கேட்பான். அவனிடம் மனம்விட்டுப் பேசி உதவி கேட்கலாம், ஆனால் நக்கீரனையே குத்துச்சண்டைகளின் பக்கம் வரவேண்டாம் என்று சொல்லித்தான் ஐ.டி.ஐ. சேர்த்தார்களாம். அப்படிப் படிக்க வந்தவனிடம் நான் சண்டைக்காட்சிக்குச் செல்ல விரும்புவதை எப்படி விளக்கமுடியும்?

கவனமாக, என்னுடைய பகுதியில் இருக்கும் சண்டைக்கலைஞர்களிடம் உதவி பெறுவதைத் தவிர்த்தேன். எழில்வண்ணனுடன் கராத்தே பயின்ற இலியாசுக்கும் சனாவுல்லாவுக்கும் மட்டும் என் ரகசிய அணுகுமுறை தெரியும். ஹயாத் மாஸ்டரிடம் சென்றால், ஔவையார் சிலைக்கு அருகில் பயிற்சிகள் நடக்கும், வீட்டுக்குச் செய்தி வர அதிக நாள்கள் ஆகாது. ஜூடோ பானுவால் பிரச்சனை வர வாய்ப்பு இல்லை, ஆனால் எப்படியும் ஹயாத் மாஸ்டருக்கு செய்தி கிடைக்குமே, அப்போது ‘ஏரியா பையன்’ என்பதால் யாராவது என் அப்பாவிடமே நான் சண்டைக் கலைஞர்கள் சங்கத்தில் சேர்ந்திருப்பதைப் பெருமையாகப் பேசினால் என்ன செய்வது? சண்டைக் கலைஞர்கள் யாரிடமும் பேசவேண்டாம், மாஸ்டரிடம் பேசுவதுதான் சரி என நினைத்து ஹயாத் மாஸ்டரைச் சென்று பார்த்தேன்.

இப்போதைக்கு உறுப்பினர் அட்டை கிடைப்பது சிரமம், இருப்பினும் முயற்சி செய்யச் சொன்னார்.

“பிரச்சனையில்லடா, உன் வாப்பாட்ட நானாப் போயி எதுவும் சொல்லமாட்டேன். ஔவையார் சிலைக்கிட்ட பிராக்டீஸ்க்கு வராத, கோடம்பாக்கத்துலயே வாத்தியார் திடல்ட்ட பண்ணிக்கலாம், நான் சொல்றன். நம்ப ஏரியா

பையன், நீ ஸ்டண்ட்மேனாயிட்டா எனக்கு சந்தோஷந்தான. வாப்பாவுக்கா என்னிக்காச்சும் தெரிஞ்சா பிரச்சனை, அத நீ பாத்துக்க. தவ்லத்து, யூனியன் கார்டு வாங்கிட்டா ரோட்ல ஆன்னாவூன்னா கை நீட்ர பழக்கத்தை வுட்ரணும். ஒழுக்கம் முக்கியம். டெய்லி வடபழனிப் பக்கம் போயிப் பாரு, மெம்பராக்குவாங்க, நானும் சொல்லி வெக்கிறேன்."

'கை நீட்ர பழக்கம்?' சில விவகாரங்களால் என்னுடைய பெயர் கெட்டுப் போயிருப்பதைப் புரிந்துகொள்ள முடிந்தது. உங்களுக்குத் தெரியும், நான் நல்லவன்தான், எனக்கு முன்னால் பிரச்சனை செல்வதை என்னால் தடுக்கமுடியவில்லை. முதலில் இதை மாற்றவேண்டும். ஜம்ப்பிங் ஜெகன் குறித்து ஹயாத் மாஸ்டரிடம் ஒரு வரி பேசினேன். அவரும் பாராட்டினார். ஜெகனைத் தொடர்ந்து நிறைய இளைஞர்கள் மாஸ்டராகப் போவதாகச் சொன்னார். இன்னும் பத்து ஆண்டுகளில் இளைய தலைமுறை மாஸ்டர்கள் தமிழ்த் திரைப்பட சண்டைக்காட்சி உலகை ஆளப்போகிறார்கள் என்றார்.

அலங்காரமான வாள் வீச்சுகளாலும் நுட்பமாக அமைக்கப்பட்ட சண்டைக்காட்சிகளாலும் தமிழ் ரசிகர்களை ஈர்த்துவைத்திருந்த எம்.ஜி.ஆரைத் தொடர்ந்து வந்த கதாநாயகர்களுக்கு அமைக்கப்பட்ட சண்டைக்காட்சிகளில் அடுத்தடுத்து பல சோதனை முயற்சிகளைச் செய்து நுட்பங்களைப் புகுத்தி மாஸ்டர்கள் ரசிகர்களை ஈர்த்தார்கள். பாடல்கள் முக்கியத்துவம் பெற்றதைப்போல சண்டைக்காட்சிகள் முக்கியத்துவம் பெற்றன. அத்தனை பெரிய உலகில் எனக்கென ஒரு இடத்தைப் பிடிக்கும் ஆசையில் நாள்கள் ஓடின. கனவும் உரையாடல்களும் மட்டும் கரை சேர்க்குமா? அடுத்த கட்ட நடவடிக்கையாக, ஸ்டண்ட் யூனியனில் உறுப்பினராகும் எண்ணத்தில் சிகாமணி அண்ணனுக்குப் போக்குக் காட்டிவிட்டு வடபழனிக்குச் சென்றேன்.

நான் சென்றபோது அது பதினான்கு ஆண்டுகளைக் கடந்து வெற்றிகரமாக இயங்கிக்கொண்டிருந்த சங்கம். சண்டைக் கலைஞர் புலிகேசியின் எதிர்பாராத மரணத்துக்குப் பின்

அவருடைய இறுதிப் பயணத்துக்கும் பணமில்லாமல் சண்டைக் கலைஞர்கள் தங்கள் கையிலிருந்த பணத்தைப் போட்டு புலிகேசியின் இறுதிப் பயணத்தை முடிக்கும்போது சுடுகாட்டில் உணர்வுப் பெருக்கில் உருவான சங்கம் அது. திரைப்பட சண்டைக் கலைஞர்களின் பாதுகாப்புக்கு ஒரு சங்கம் தேவை என்பதை உணர்த்த உயிரிழப்பும் பணப்பற்றாக்குறையும் தேவைப்பட்டிருக்கிறது. அப்படி உருவாகிய சங்கத்தைத் துவங்கிவைக்க எம்.ஜி.ஆர். வந்திருக்கிறார். சங்கக் கட்டிடத்துக்கு கலைஞர் அடிக்கல் நாட்டியிருக்கிறார்.

சங்கம் துவங்கிப் பதினான்கு ஆண்டுகள் ஆகியிருந்தபோது, எனக்கு இருபது வயது. சண்டைக்காட்சிகளுக்கு இருபது வயது ஒன்றும் அத்தனை பெரிய வயதில்லை, சிறிய வயதுமில்லை. தொடர்ந்த உடற்பயிற்சிகளால் இறுகியிருந்த உடலும், எனக்குத் தெரிந்த சிலம்பம் கராத்தே இரண்டும் எனக்குக் கைகொடுக்கும் என்ற நம்பிக்கையிலும் சங்கத்தின் வாசலில் சிறிது நேரம் நின்று வந்துபோகும் கலைஞர்களைப் பார்த்தேன். வெளியில் இருந்த நீண்ட பெஞ்சில் சிலர் அமர்ந்திருந்தார்கள், அவர்களை நீங்கள் திரைப்படங்களில் சண்டைக்காட்சிகளில் பார்த்திருக்கலாம். தெருவிலிருந்து உள்ளே பார்க்கும்போது குழல் விளக்கு வெளிச்சத்தில் சங்க நிர்வாகிகளின் பெயர்கள் தெரிந்தன. மாடியில் அலுவலகத்தில் வரிசையாக சுவரில் சண்டைக்கலைஞர்களின் புகைப்படங்கள் மாட்டியிருப்பார்களாம். தெருவில் இருந்து சங்கத்தின் உள்ளே எட்டிப்பார்த்த என்னை எதிரில் தேநீர்க் கடையில் இருந்தவர்கள் கையைக் காட்டி அழைத்தார்கள்.

சங்கத்தின் வாசலில் அத்தனை நேரம் நின்றதன் காரணத்தைக் கேட்டார்கள், சொன்னேன். சொந்த ஊர் சென்னையா வேறு எங்கிருந்தாவது சினிமாவில் சேரும் ஆசையில் வந்திருக்கிறேனா என்றார்கள், விவரங்களைச் சொன்னேன். சிலம்பம் பயின்ற இடத்தைக் கேட்டார்கள், கராத்தே பயின்ற இடத்தைக் கேட்டார்கள். அதற்கிடையில் எனக்கும் தேநீர் சொன்னார்கள், வந்தது.

தமிழ்த் திரையில் எம்ஜியாரல்லாமல் சிலம்பச்சண்டையில் நல்ல சிலம்பச்சண்டை போட்டவர் யாரையாவது சொல்லச் சொன்னார்கள், என் மகனில் சிவாஜி சிறிய லத்தியைச் சுழட்டுவது, ரவிச்சந்திரன், ஜெய்சங்கர், கமல்ஹாசன், ரஜினிகாந்த், யோசித்தேன், எம்ஜியாரல்லாத சிலம்பம் எதுவும் சட்டென நினைவுக்கு வரவில்லை, தாமதம் ஆனது. மீண்டும் யோசித்தேன். கேள்வி கேட்டவர் என்னை மடக்கிவிட்ட வெற்றியில் புன்னகைத்தார்.

சட்டென ஒரு சண்டைக்காட்சி நினைவுக்கு வர, “சந்திரபாபு” என்றேன்.

என்னுடைய பதிலை யாரும் எதிர்பார்க்கவில்லை.

"தம்பீ, சந்திரபாபுவா? கொம்பு சுத்துனதா? ஸ்டண்ட்டுக்கு எடைல காமெடிக்கு குச்சி எடுத்து அடிக்ற சீன்லாம் இல்லீல்ல? என்ன படம்?”

“இல்லீங்கண்ணா, ஸ்டண்ட்தான், பாணா சுத்தறதுதான்.”

“சிலம்பத்த பாணான்னு சொன்ன பார், அதுக்காக இன்னொரு டீ உனுக்கு இருக்கு, மொதல்ல படம் பேரைச் சொல்லு.”

“கண்ணே பாப்பாண்ணா"

“கண்ணே பாப்பாவா?” - பக்கத்தில் இருந்தவர்களிடம் திரும்பி “அப்படி ஒரு படம் வந்துச்சா?”

இதைக் கேட்டுக்கொண்டிருந்த இன்னொரு குழுவில் இருந்து குரல் வந்தது, “புதூ பையனக் கலாச்சுக்னிக்றீங்களாடா? அது முத்துராமன் கே.ஆர். விஜயா படம், பழைய படம். பையன இங்க அனுப்பு நான் விசாரிக்றன். டேய், வாடா இங்க.”

அவரிடம் சென்றேன், எந்த அறிமுகமும் செய்துகொள்ளாமல் கேள்வி கேட்டார்.

“இன்னா ஃபைட் சீன் அது, சொல்லு மொதுல்ல.”

கண்கள் தெரியாத சந்திரபாபு குழந்தையைக் காப்பாற்ற சிலம்பம் வீசி எதிரிகளை விரட்டியடிக்கும் காட்சியை

சொன்னேன். அவர் தொடர்ந்து கண்ணே பாப்பாவின் சண்டைப் பயிற்சியாளர் பெயரைக் கேட்டார், தயங்காமல் ‘மாடக்குளம் அழகிரிசாமி’ என்றேன்.

சிவாஜியின் சிறந்த சண்டைக்காட்சியைக் கேட்டார். என் தம்பி திரைப்படத்தில் இடம்பெற்ற சிவாஜி - பாலாஜி கத்திச்சண்டையைச் சொன்னேன், அவர் எதுவும் கேட்பதற்கு முன்பே அந்தச் சண்டையை அமைத்தவர் ஸ்டண்ட் சோமு மாஸ்டர் என்றேன். வேறு ஏதாவது அந்தச் சண்டைக்காட்சி தொடர்பாகத் தெரிந்தால் சொல்லச் சொன்னார்.

“சிவாஜிக்கு டூப் போட்டது ஹயாத் மாஸ்டராண்ணா?” - உறுதியாகச் சொல்ல முடியாத செவிவழிச் செய்தியாதலால், கேள்வியாகக் கேட்டுவைத்தேன். ‘இருக்கலாம்’ எனப் புன்னகைத்தார்.

“ஸ்டண்ட் யூனியன் ஆபீசுக்கு உள்ள போயிருக்கியா?”

“இல்லண்ணா...”

“இத்தக் கேளு. என் தம்பில சிவாஜி வாள் வெச்சிருந்த ஸ்டைலு மார்லன் பிரண்டோவே பாராட்ன ஸ்டைலு. மார்லன் பிரண்டோ தெரியுமாடா?”

"தெரியாதுண்ணா"

"பரவால்ல, வுடு"

புதிதாக வந்த சண்டைக்காட்சிகளைப் பேசும்போது கிருபா மாஸ்டர் பெயரைக் குறிப்பிட்டேன். சிறிது நேர உரையாடலுக்குப் பின், இந்தக் குழுவினர் என்னை அந்தக் குழுவினரிடம் அனுப்பினர்.

“ரவீ, பையன்ட்ட விஷயங்குது, ரெகமண்டேஷனுங்குது. ஹயாத் மாஸ்டரைத் தெரியுமாமே. ஜூடோ பானு, குள்ள தாஸ், நிஜாமுத்தீன், சக்திநாதன் பேர்லாம் சொல்றான். அடுத்த வாரம் வந்து பாக்கச் சொல்லு.”

அதை அவரே என்னிடம் சொல்லியிருக்கலாமே? எதற்கு

இவர்களிடம் அனுப்பி, என் காதில் படும்படியாகவே என்னை அடுத்த வாரம் வரச்சொல்கிறார்கள். அவர்களுடைய படிநிலைகளைப் புரிந்துகொள்ளும் பக்குவம் எனக்கு இல்லாதிருக்கலாம். சண்டைக் கலைஞர்கள் சங்கத்தின் வாசலைத் தொட ஏழு நாள்கள் காத்திருந்தேன்.

அடுத்த வாரம் சங்கத்துக்குச் சென்றபோது என்னுடன் பேசிய யாரும் சங்கத்தின் வாசலிலோ தேநீர்க்கடையிலோ இல்லை. முன்பு பார்க்காதவர்கள் இருந்தார்கள். மரியாதைக்காக செருப்பை வாசலில் கழட்டிவிட்டு உள்ளே நுழைந்தேன். அலுவலகத்தில் சண்டைக்கலைஞர்களின் படங்களைப் பார்த்தேன். அமரரான சண்டைக்கலைஞர்களின் படங்களில் குங்குமம் வைக்கப்பட்டிருந்தது. உள்ளே செல்லும் வழியில் நிறைய அறிவிப்புகளும் விதிமுறைகளும் ஒட்டிவைக்கப்பட்டிருந்தன.

நாற்காலியில் அமர்ந்திருந்த ஒருவரிடம் என்னுடய விவரங்களைச் சொன்னேன், தேநீர்க்கடைக்கு என்னை அழைத்தவர்கள் அடுத்த வாரம் வரச்சொன்னதையும் சொன்னேன். ஹயாத் மாஸ்டர் இங்கு சங்கத்தில் யாரிடமாவது எனக்காகச் சொல்லியிருக்கிறாரா என விசாரித்தார்கள். பெயரைக் குறித்துக்கொண்டு அடுத்த வாரம் வரச்சொன்னார்கள்.

அடிக்கடி சென்று பார்த்து என்னுடைய இடைவிடாத ஆர்வத்தால் ‘ஸ்டண்ட் யூனியன்’ என்றழைக்கப்பட்ட தென்னிந்திய திரைப்பட ஸ்டண்ட் இயக்குநர்கள், நடிகர்கள் சங்கத்தில் சேர்ந்தேன். அந்த விவரத்தை ரகசியமாக வைத்தேன். ஹயாத் மாஸ்டர் நல்லவர், அவர் சொன்னபடி அவரால் எந்தத் தகவலும் கசியாது. முன்பு நினைத்தது போலவே ஜெகன் மாஸ்டரை சந்திக்க வாய்ப்பைத் தேடினேன். சங்கத்தில் சுற்றுவதைவிட அவர் பயிற்சி அளிக்கும் இடத்தைக் கேட்டு கோடம்பாக்கத்தில் திடலுக்குச் சென்றேன். பார்த்ததும் முதல் வேலையாக மாமரக் கிளியேவின் கருக்கரிவாள் இழுப்பைச் சொன்னேன். உற்சாகமில்லாமல் புன்னகைத்தார்.

“மாமரக் கிளியேவை மறந்துட்டா நல்லாருக்கும்”

எனக்கு அவர் சொன்னது புரியவில்லை. அதை வெளிப்படையாக அவரிடம் சொன்னேன். மெல்லிய பெருமூச்சு விட்டபின் விளக்கினார்.

இளைஞர்களின் திறமையை வெளிக்கொண்டு வரும் எண்ணத்தில் புதிய உறுப்பினரை உதவியாளராக வைத்து, அவர் பெயரை 'சண்டைப்பயிற்சி உதவி' எனத் திரையிலும் காண்பித்ததில் சங்கத்துக்கு உடன்பாடு இல்லையாம். அனுபவம் உள்ளவர்கள் காத்திருக்கையில் புதியவர்களை உதவியாளராகப் போட்டுக்கொள்வதற்கு எதிர்ப்பு தெரிவித்தார்களாம். இனி ஜெகன் மாஸ்டர் அனுபவம் உள்ளவர்களை மட்டும் உதவியாளராக நியமிக்கப்போகிறாராம். திறமைக்கு முதலிடம் என்றாலும், சில ஆண்டுகள் சண்டைக்கலைஞனாகப் பணியாற்றி விட்டு சண்டைப்பயிற்சி உதவி இயக்குநராக வருவதும் நல்லதுதான் என்றார்.

அடக்கமாக என்னைப்பற்றிய அறிமுகத்தைச் சொன்னேன். படிப்பு விவரங்களைக் கேட்டதும் நெற்றியைச் சுருக்கினார்.

"கைத்தொழில் ஒன்றைக் கற்றுக்கொள் / கவலை உனக்கில்லை ஒத்துக்கொள், இது யார் எழுதுன பாட்டு தெரியுமா?"

"பட்டுக்கோட்டை கல்யாணசுந்தரமா மாஸ்டர்?"

ஜெகன் மாஸ்டர் சிரித்தார்.

"நாமக்கல் கவிஞர் இராமலிங்கம்பிள்ளை."

"தெரியாது மாஸ்டர்."

"பரவால்ல, சும்மா தெரியுமான்னு கேட்டேன். அந்த வரிகள் என்ன சொல்லுதுன்னு புரியுதா?"

"ஸ்டண்ட்டும் தொழில்தான மாஸ்டர்"

தினசரி பணவரவைக் கொடுக்கும் மின்சாரப் பணியாளருக்குப் படித்துவிட்டு இப்படி சண்டைக்காட்சிக்கு வருவது சரியல்ல. வருமானம் முக்கியம், எவ்வளவுதான் ஆர்வம் இலட்சியம் மனத்திருப்திக்காக உழைப்பதில் பெருமைப்பட்டாலும்

பணவரவு இல்லாமற்போகும் காலங்களில் ஏற்படும் சலிப்பும் மனஅழுத்தமும் மனிதனை உயிரோடு இருக்கையிலும் பிணமாக்கும். இந்தக் காலத்தில் வேலை கிடைப்பது எவ்வளவு சிரமமாக இருக்கிறது? கையில் வேலையை வைத்துக்கொண்டு கோடம்பாக்கத்தில் ஒதுங்குவதா?

அப்பாவைவிடவும் அதிகமாக அறிவுரை சொன்னார்.

இதற்காகவா ஜெகன் மாஸ்டரைப் பார்க்கவந்தேன்? நான் ஏன் இன்னொரு ஜெகன் மாஸ்டராகக்கூடாது? இதை அவரிடமும் கேட்டேன். வருங்காலம் இளைய ஸ்டண்ட் மாஸ்டர்களின் காலம் என ஹயாத் மாஸ்டர் சொன்னதை அவரிடம் சொன்னேன், அவர் மறுக்கவில்லை.

“ஹூப்பர் பார்த்தியா? ஸ்டண்ட் மேன் படமாச்சே. ராயப்பேட்டை பைலட்ல ரிலீசாச்சு.”

“பார்த்தேன் மாஸ்டர்.”

“பரவால்லியே, இங்கிலீஷ் படம்லாம் பார்த்திருக்க. ஹீரோ யாரு?”

“தெரியாது மாஸ்டர்.”

“பர்ட் ரெனால்ட்ஸ்.”

“சரி ஸ்டண்ட்ல அவ்ளோ இண்ட்ரஸ்டுன்றியே, அந்தப் படத்துல உனக்கு என்ன புடிச்சது?”

பிறந்தநாள் கேக்கிலிருந்து பெண்ணொருத்தி அரை நிர்வாணமாக எழும் காட்சி அந்தப் படத்தில் உண்டு. அது என் வயதொத்த நண்பர்களுடன் கிளுகிளுப்பாகப் பேசவேண்டிய காட்சி. ஜெகன் மாஸ்டரிடம் அதையா பேசுவது? சண்டைக்காட்சி நுட்பம் குறித்துப் பேசவேண்டும்.

"மாஸ்டர், கடேசி ஸ்டண்ட், கார் ஜம்ப். அதுல கார் சாய்தளத்துல ஓடி மேல போனதும் பின்னால டிக்கில இருக்ற எக்ஸ்ட்ரா ஃபிட்டிங் ஜெட் இன்ஜினை டிக்கில மறைவா இருக்ற ஸ்டண்ட் மேன் ஸ்டார்ட் பண்ணி ஃபோர்சா காரை

ஜம்ப் பண்ணவைக்கிறது. வெளிலேர்ந்து பாக்குற ரசிகனுக்கு கார் ஜம்ப் மட்டுந்தான் தெரியும், ஆனா உண்மையிலயே கார் இன்ஜின் வந்து சாய்தளத்துல ஓடி கார் மேல போறது வரைக்கும்தான், அதுக்கு அப்புறம் டிக்கில இருக்ற எக்ஸ்ட்ரா ஃபிட்டிங் ஜெட் என்ஜின் கார் ஜம்ப்புக்கு."

"நல்ல கவனிச்சிருக்க, இங்கிலீஷ் அவ்ளோ புரியுமா?"

"இல்ல மாஸ்டர், படத்தைப் பார்த்துப் புரிஞ்சுக்கிட்டதுதான். இங்கிலீஷ்லாம் அவ்ளோ ஓடாது மாஸ்டர்."

"இவ்ளோ அப்சர்வேஷன் போதும். அப்படிப்பட்ட எக்விப்மெண்ட்ஸ்லாம் நம்ம படங்களுக்கும் வரணுண்டா. எப்படியும் வரும். ஷாவோலின் ஸ்டைலைக் கொணார்ரோம். சைனீஸ் ஃபைட் மாதிரி ரூம்ல இருக்ற எல்லா பொருள்களையும் ஆயுதமாக்கி ஃபைட் வெக்கிறோம், வரும் எல்லாம் வரும்."

முதலில் மற்போரும், சிலம்பமும், டிஷ்யூம் டிஷ்யூம் ஒலிகளும் சண்டைக்காட்சிகளில் நிறைந்திருந்தன. பிறகு ஜூடோவும், ரோமன் சர்க்கஸ் வகை வீரசாகசங்களும், கார் துரத்தல்களும் அந்த இடத்தைப் பிடித்தன. அதன் பிறகு கராத்தேயும் குங்ஃபூவும் கலக்காமல் சண்டைக்காட்சிகள் இல்லயென்னும் நிலையில் திரையுலகம் இருக்கும் காலகட்டம். கராத்தே, குங்ஃபூ கற்ற இளைஞர்கள் வந்தார்கள், புதிய அணுகுமுறைகளைக் கொண்டுவந்தார்கள். ஒவ்வொரு துறையிலும் நடக்கும் மாற்றங்களைப் போல சண்டைக்காட்சிகளும் தம்மை மாற்றிக்கொண்டன. அந்த மாற்றத்தில் நானும் அதனுடன் பயணம் செய்வது அவசியமா என்னும் கேள்வியைத்தான் ஜெகன் மாஸ்டர் முன்வைத்தார். இருப்பதை விட்டுப் பறப்பதற்கு ஆசைப்படுகிறேனா என்றார்.

நான் தெளிவாக இருந்தேன், என் முடிவை மாற்றவில்லை. புன்னகையுடன் என் முடிவை வரவேற்றார், என்னுடைய திறமைக்கு வாய்ப்பு இருக்கும் பட்சத்தில் சங்கத்தின் மூலமாக அழைப்பதாகச் சொன்னார். நம்பிக்கையுடன் வீட்டுக்குப் புறப்பட்டேன்.

சிகாமணி அண்ணனிடம் தொடர்ந்து போக்குக்காட்ட ஏதாவது செய்யவேண்டும். வெளியே வேலை செய்துகொண்டு சங்கத்திலும் வாய்ப்பு கேட்க வந்துபோகவேண்டும். சிகாமணி அண்ணனுக்குப் போக்குக்காட்டினால் வருமானத்துக்கு எங்கே போவது? நிஜாமுத்தீன் தன் தொழிலையும் பார்த்துக்கொண்டு படத்திலும் சண்டைக்காட்சியில் தோன்றுகிறார், அப்படி என்னால் செய்யமுடியுமா? நிஜாமுத்தீன் ஊரறிந்த குத்துச்சண்டைக்காரர், அவருக்கு சாத்தியப்படுவது எனக்கும் சாத்தியப்படுமா?

சங்கத்தில் வாய்ப்புக்குக் காத்திருக்கையில் வீட்டுக்குப் பணம் தர ஏதாவது செய்யவேண்டும். மிகப் பெரிதாக எதுவும் தேவையில்லை, அப்பாவுக்கு ஏதாவது செலவைக் குறைக்க உதவினால் போதும். அப்படியென்றால், வடபழனிக்கு அருகில் எங்காவது சின்னச்சின்ன மின்சாரப் பணிகளுக்கு முயற்சி செய்யவேண்டும். சிகாமணி அண்ணனிடம் கேட்க முடியாது, தனியாக வடபழனியில் முயற்சி செய்யவேண்டும். என்றைக்காவது வடபழனி சன்னதித் தெருவில் யூனியனில் காத்திருக்கையில் சுற்று வட்டாரத்தில் ஒரு 'ஃபியூஸ்' கூடவா போகாது? அப்படிப் போனால் அதிலிருந்து துவங்க வேண்டியதுதான்.

திரைப்பட சண்டைக்கலையை நெருங்குவது நீண்ட நாளாகக் கனவாக இருந்தது, இப்பொழுது கைக்கெட்டும் தூரத்துக்கு வந்துள்ளது. கொண்டாடவேண்டும், யாருக்கும் தெரியாமல் மனதுக்குள் மட்டும். ஜெய்புன்னிசாவுக்கு நான் மின்சார வேலை செய்வது தெரியும், சண்டைக்கலைஞர்கள் சங்கத்தில் சேர்ந்தது தெரியாது. என்னுடைய சண்டைக்கலை ஆர்வங்கள் குறித்தும் எதுவும் தெரியாது. ஒருவேளை என்னுடைய இந்திரா நகர் வீர பராக்கிரமங்கள் யார் வழியாகவேனும் அவளை அடைந்திருக்கலாம். பெண்களுக்கு சண்டைக்காரர்களைப் பிடிக்குமா?

அப்பாவை அம்மாவை அண்ணனை ஏமாற்றவேண்டும், எப்படியும் சந்தித்துப் பேசி காதலிக்கப்போகும்

ஜெய்புன்னிசாவையும் ஏமாற்றவேண்டும். எல்லாம் சில ஆண்டுகளுக்குதான். தமிழ்த் திரையில் பெயர் பெற்ற சண்டைக்கலைஞனாகிவிட்டால் யாரும் என்னை வெறுக்கப்போவதில்லை, அதுவரையில் ஏமாற்றுது தவறில்லை. அந்த நேரத்தில் இந்திரா நகர் ஒற்றர்படையிடமிருந்து ஜெய்புன்னிசா வீடு மாறப்போவதாகத் தகவல் வந்தது. அனகாபுத்தூருக்குச் செல்கிறார்களாம்.

பல்லாவரத்தையே நாங்கள் கிண்டலாக ‘மஃப்சல்’ என்போம். சென்னையில் நாங்கள் இருப்பது ஆட்டுத்தொட்டி ஒண்டுக்குடித்தனத்தில், சொந்தமாக ஒரு சதுர அடி நிலம்கூடக் கிடையாது, ஆனாலும் என்னவோ சென்னை நகரைப் பட்டா போட்டுக்கொண்ட நினைப்பில்தான் பேசுவோம். புறநகரிலிருந்து வருபவர்களை ‘மஃப்சல் பசங்க’ என்போம். இனி ஜெய்புன்னிசாவும் மஃப்சல் பெண்ணா? கிண்டலடித்தால் ஜெய்புன்னிசாவுக்குக் கோபம் வருமா? சித்தப்பா எப்படியும் வீட்டை மோப்பம் பிடித்து சித்தியைப் பார்க்கச் செல்வான், கூடவே எனக்கும் வழிபிறக்கும்.

★

10. நாளை நமதே

சண்டைக்கலைக்குள் முழுதாக அடியெடுத்து வைக்கும்போது வித்தைகள் தெரிந்தவனாக உள்ளே நுழையும் கர்வம் எனக்கு இருந்தது. அதில் ஏற்கெனவே சாதித்தவர்கள் குறித்த வியப்பு இருந்தாலும், சுற்றி நிகழும் சிலவற்றால் என்னை உயர்வானவனாக நினைத்தேன்.

சண்டைக்கலையில் மட்டுமல்ல, மின்சாரப் பணியிலும் அப்படி நினைத்திருக்கிறேன். தெரிந்த பையன் என அழைத்து வேலை கொடுத்த சிகாமணி அண்ணனையே படிக்காதவர் என நினைத்து அவசரமாக அந்த நினைவை அழித்தேன். வேலை கற்றுத் தரும் குருவை அப்படி யாராவது நினைப்பார்களா? பழைய வீடுகளுக்கு மின்சாரப் பணிக்குச் சென்றால் அதில் இருக்கும் பிரச்சனைகள் மட்டும் என் கண்ணுக்குத் தெரியும், 'இவன்லாம் இப்படி மாட்டி வெச்ச சுவிட்சு போர்டு இவ்ளோ நாள் சொவுத்துல நிக்கிறதே பெரி விஷயம்',

வந்த வேலையை விட்டுவிட்டு சுவிட்சு போர்டை ஒழுங்காக மாட்டுவேன், பிறகு வேலை செய்வேன். படிக்காத மின்சாரப் பணியாளர்களைப் பார்த்தால் தானாக, 'ஃபேஸ் நியூட்ரல் தெரியாதவன்லாம் எலக்ட்ரீஷன்றான்' - நினைப்பேன். நல்லவேளையாக இந்த நினைப்புகளை வெளியில் சொல்லும் பழக்கம் எனக்கு இல்லை.

இந்தக் கெட்ட பழக்கம் வடபழனி சன்னதித் தெருவிலும் எனக்கு வந்ததில் வியப்பில்லை. முறைப்படி சிலம்பம் பயின்று முறைப்படி கராத்தே பழகி என்னை ஆயத்தப்படுத்திக்கொண்டு உள்ளே நுழைந்த பெருமை மனதுக்குள் இருந்தது. முதல்நாள் கேள்வி பதிலில் கண்ணே பாப்பாவைச் சொல்லி அவர்களைத் திணறடித்திருக்கக்கூடாது. 'சீனியர் ஸ்டண்ட் மேன்' அழைத்து என்னைக் கேள்வி கேட்டிருக்கக்கூடாது. கொஞ்சமாவது என்னுடைய கர்வத்தை அவர்கள் காயப்படுத்தியிருந்தால் நன்றாக இருந்திருக்கும்.

சிகாமணி அண்ணனுக்கு சாக்குச் சொல்லியும், அப்பாவை ஏமாற்றியும் வடபழனியில் சுற்றுவது எளிது அல்ல. வேலைக்காக வெளியில் செல்வதாகப் பொய்சொன்னால், சம்பளம் வேண்டுமே, பணவரவு இல்லாவிட்டால் பொய்கள் பல்லிளிக்கும். இன்றே உறுப்பினராகி நாளையே சண்டைக்காட்சிகளில் நடித்து நாளை மறுநாள் காசு கொட்டும் நிலை சண்டைக்கலைஞர்களுக்குக் கிடையாது. பட்டியலில் பெயர் உள்ளபடிதான் வேலை கிடைக்கும், காத்திருக்கவேண்டும். அங்கு காத்திருந்தால், வீட்டில் என்ன பதில் சொல்வது?

எனக்கு அதிகப் பணம் தேவையில்லை, மாதத்திற்கு நூற்றைம்பது ரூபாய் கிடைத்தால் போதும், அப்பா ஒன்றும் சொல்லமாட்டார். ஐஸ்ஹவுஸ் - வடபழனிக்கு 'பஸ் பாஸ்' எடுத்துக்கொள்வேன். தங்கைக்கு சிறிய அளவில் நகைச்சீட்டு ஒன்று போடுவேன், மிச்சம் மீதியை அம்மாவிடம் வீட்டுச் செலவுக்குக் கொடுப்பேன். அது என்ன நூற்றைம்பது ரூபாய்க் கணக்கு எனக் கேட்கத் தோன்றுகிறதா? அண்ணன் சொல்வானல்லவா தேசிய தொழிற் பயிற்சித் திட்டம், அதில் தொழிற் கல்வி முடித்தவர்கள்

சேர்ந்தால் உதவித் தொகை நூற்றைம்பது ரூபாய். குறைந்தது அந்தப் பணவரவை வீட்டில் காட்டினால் போதும், ஓராண்டுப் பயிற்சிக்காலம் என நினைத்து நூற்றைம்பது ரூபாயை அப்பா ஏற்கும்படி அவரைச் சமாதானப்படுத்துவேன்.

வடபழனி சன்னதித் தெருவிலிருந்து கூப்பிடு தூரத்தில் எங்காவது நூற்றைம்பது ரூபாய்க்கு வேலை தேடவேண்டும். சிகாமணி அண்ணனிடம் முழுநேர வேலைக்குச் சேர்ந்தால் சுளையாக மாதம் குறைந்தது முன்னூறு ரூபாய் சம்பாதிக்க வேலை தருவார். ரகசியமாகச் சொல்கிறேன் கேளுங்கள், மின்சாரப் பொருள்கள் வாங்குவதில் அவருக்குக் கடைக்காரர்கள் தருகின்ற ஊக்கத்தொகையையும் நான் செய்யும் வேலைக்குத் தக்கபடி பிரித்துக் கொடுப்பார். நியாவான்கள் அதை 'கமிஷன்' என்று சொல்லி ஒதுக்குவீர்கள், உங்கள் நியாயம் உங்களுக்கு, எங்களுக்கு அது நாங்கள் அவர்களிடம் பொருள்களை வாங்குவதற்கான ஊக்கத்தொகை, 'இன்செண்ட்டிவ்'. இன்செண்ட்டிவ் தவறில்லைதானே? அது தனியாக மாதத்துக்கு ஐம்பது ரூபாய் வரையில் கிடைக்கலாம்.

பணத்துக்குப் பின்னால் ஓடினால், என் கனவு என்னாவது?

துவக்கத்தில் அதிக ஆசையில் அகலக்கால் வைக்காமல் குறைந்தது நூற்றைம்பது சம்பாதிக்க நினைத்தேன். ஆற்காடு சாலையிலிருந்து துரைசாமி சாலைக்குள் நுழையும் இடத்தில் மின்சாரப் பொருள்கள் விற்கும் கடை இருக்கிறது, சிவன் கோயில் தெருவில் ஒரு கடை இருக்கிறது, வடபழனி முருகன் கோயிலுக்கு அருகில் இருக்கிறது, பழகியவர்கள் இருந்தால்தான் சின்னச்சின்ன வேலைகளுக்குச் சொல்வார்கள். முன்பின் தெரியாமல் நாமாகப் போய்க் கேட்டாலும், 'ஸ்டண்ட் யூனியன்' ஆள் என்றாலும் தயங்குவார்கள். தெரிந்தவர்கள் யாரேனும் பரிந்துரைத்தால் கிடைக்கலாம், காலையில் ஒரு வணக்கம், தேநீர் நேரத்தில் ஒன்று, மாலையில் புறப்படும்போது புன்னகை போதும். நம்பிக்கை உண்டான பின் கடைக்கு வரும் சின்னச்சின்ன வேலைகள் கிடைக்கலாம்.

மீர்சாகிப்பேட்டையில் பேருந்து ஏறுவதும் வடபழனி முருகன்

கோயிலில் இறங்குவதும் துரைசாமி சாலையில் சுற்றுவதும், சங்கத்தில் வாய்ப்புக்காக நிற்பதும் வழமையாகி மாதம் முடிந்தது. வாய்ப்பு இல்லாததால் வருமானம் இல்லை, சம்பளம் இல்லை, வேலை தொடர்பான பல பொய்களுடன் கூடுதலாக இன்னொரு பொய், 'அடுத்த மாசம் சம்பளத்தோட சேர்த்து தராங்களாம்.' வடபழனிக்கு வரத்துவங்கி நூற்றைம்பது ரூபாய்கூட சம்பாதிக்காமல் ஒரு மாதம் ஓடியது.

"தவ்லத்தே சும்மிங் தெரியும்ல? அட்சா சைடுல ஃப்ளாட்டா வுழுவல்ல? வூடு ஐஸ்ஹவுசாண்டதான? நைட்டு ஏழு மணிக்கு மெரீனா சும்மிங்பூலுக்கு வந்துரு, லிஸ்ட்டுல போட்டாச்சு."

"ஸ்விம்மிங் தெரியுண்ணா, வந்துர்ரேன். என்ன படம்ணா?"

"புரொடக்ஷன் தெரியும், படம் பேரு தெரியாது. மாணிக்கம் மாஸ்டருக்கு, பார்த்துப் பண்றா, ஃபஸ்ட்டு வேல, கவுத்துராத."

மகிழ்ச்சியான நிமிடத்தில் அடுத்த பொய்க்கு ஆயத்தமாகமானேன். புதிய வீட்டில் வயரிங் வேலை நடக்கிறது. இரவு விழித்திருந்து பிவிசி குழாய்களுக்குள் கம்பிகளை இழுத்துத் தரவேண்டும். சம்பளத்துடன் இரவு நேரப் பணிக்கு ஊக்கத்தொகையும் கிடைக்கும், முடிந்தது. யார் என்ன மறுப்பு சொல்வார்கள்?

வீட்டிலிருந்து மெரீனா நீச்சல் குளத்துக்கு நடந்து சென்றேன். எனக்குப் பழகிய இடம். இரண்டு ஓரங்களிலும் மூன்றடியில் துவங்கி ஆழம் அதிகமாகிக்கொண்டே செல்லும். நடுவில் நீரில் பாயும் பலகை உள்ள இடத்தில் மட்டும் பதினைந்து அடி ஆழம். பதினைந்து அடி ஆழத்தில் பாய்ந்து மேலே வந்து ஃப்ரீ ஸ்டைலில் இரண்டு முறைகள் கைகளை வீசினாலும் சுவற்றைத் தொட்டுவிடலாம். ஒன்பதாம் வகுப்பு படிக்கையில் அதில் நீச்சல் பழகினேன்.

பட்டணத்தில் பூதம் திரைப்படத்தில் 'கண்ணில் கண்டதெல்லாம் காட்சியா' பாடலில் ஜெய்சங்கருக்கு நீச்சல் குளத்தில் குட்டிக்கரணம் உண்டு (ஃப்ரண்ட் ஃப்ளிப்), பாடலின் சரணம் முடிந்ததும் பாயும் பலகையிலிருந்து குட்டிக்கரணம் அடித்து நீரில் பாய்வார். பாடலில் கே.ஆர். விஜயா கதாநாயகி. எனக்கு என்ன

காட்சியோ? நிச்சயமாக 'கண்ணில் கண்டதெல்லாம் காட்சியா' பட்டணத்தில் பூதம் திரைப்படப் பாடலில் தோன்றியது போல் கே.ஆர். விஜயாவோ, 'மலர் எது என் கண்கள்தானென்று சொல்வேனடி' அவளுக்கென்று ஒரு மனம் திரைப்படப் பாடலில் தோன்றியது போல் பாரதியோ நீச்சல் குளத்திற்கு வரப்போவதில்லை. நான் என்ன ஜெய்சங்கரா? ஜெமினி கணேசனா? முதன் முதலில் திரையில் முகம் நினைவில் நிற்காத அளவுக்கு சில நொடிகள் தோன்றப்போகும் சண்டைக்கலைஞன். சண்டைக்காட்சி யாருடன்? படத்தின் பெயர் என்ன? எப்படி அடி விழப்போகிறது? எப்படித் தண்ணீரில் விழப்போகிறேன், அவற்றைக் கேட்கக் காத்திருந்தேன்.

வண்ண விளக்குகள் போட்டு நீச்சல் குளத்தை அலங்கரித்திருந்தார்கள். வெளிச்சம் பாய்ச்சும் பெரிய விளக்குகள் இரண்டு இருந்தன. இயக்குநர் யார்? கதாநாயகன் யார்? எனக்கு எதுவும் தெரியாது. யாரோ அடிக்கப்போகிறார், பக்கவாட்டில் மரம் போல விழவேண்டும், உடை எடுத்து வரச் சொன்னதாலும் நீச்சல் குளத்திற்கு வரச் சொன்னதாலும் தண்ணீரில் விழப்போகிறேன், அவ்வளவுதான் தெரியும். மாணிக்கம் மாஸ்டர் உதவியாளர் புடை சூழ வந்தார். எனக்கு அது கண்கொள்ளாக் காட்சி. நானும் என்றேனும் ஒருநாள் இப்படிப் படப்பிடிப்பு தளத்துக்கு வருவேன், என்னைச் சுற்றியும் உதவியாளர்கள் இப்படித்தான் இருப்பார்கள். மாணிக்கம் மாஸ்டரிடம் சென்று கையைத் தொட்டு வணக்கம் வைத்தேன்.

"நெல்லா பண்றா, ஒரு சீன்தான், சைடுல வுழணும், ஒரே டேக்தாண்டா. ஒரு ட்ரையல் தரைல பாத்துக்கோ."

"சரிங்க மாஸ்டர்"

"ரவி, இவன் புதுசுல்ல, இவனப் பாத்துரு. ஹீரோ வந்தாச்சா?"

"சரிங்க மாஸ்டர். ஹீரோ இப்ப வந்துருவாராம்"

ரவி அண்ணன் சொல்லிக் கொடுத்தார். ஜூடோ அசைவு, நான் வலக்கையால் வெட்ட அதை இடக்கையால் தடுத்து எதிராளி வலக்கையால் என் கழுத்தில் வெட்டினால் சரிந்து

விழவேண்டும். என்னுடைய புத்தி இருக்கிறதே, அதை என்ன சொல்லித் திட்டுவதெனத் தெரியவில்லை. ஜூடோவில் இந்த வெட்டை அமைத்ததற்கு கராத்தேவில் அமைத்திருந்தால் சிறப்பாக இருக்குமென நினைத்தேன். இப்படி நினைப்பதை முதலில் நிறுத்தவேண்டும். மனதில் இருப்பது என்றைக்காவது வார்த்தையாக வெளிப்பட்டால், வீணாக அதிகப்பிரசிங்கிப் பெயர் கிடைக்கும்.

கதாநாயகர் வந்த பிறகுதான் ஜூடோ அசைவுகளை மாஸ்டர் அமைத்த காரணம் புரிந்தது. சூரியகுமார், அறுபதுகளின் இறுதியிலும் எழுபதுகளிலும் முன்னணிக் கதாநாயக வரிசையில் ஒருவர். அவருக்கென குறிப்பிட்ட ரசிகர்கள் இருக்கிறார்கள். வரிசையாக அவருடைய சண்டைக்காட்சிகள் ஜூடோவில் அமைக்கப்படும். அவருக்கு ஜூடோ வெட்டு சிறப்பாக வரும். மோவாயைத் தூக்கியபடி தலையைச் சாய்த்துக் கைகளை சுற்றிச் சுற்றி பட்பட்டென அவர் வெட்டுவதைத் திரையில் குளோசப்பில் காட்டுவார்கள். கறுப்பு வெள்ளைக் காலத்திலிருந்து அப்படித்தான். அவர் பதினைந்து ஆண்டுகளாகத் திரையில் கதாநாயகனாக நடிப்பவர். அவர் முன்னே நான் பொடிப்பையன்.

'ஹாய் மாணிக்கம் மாஸ்டர்' மாஸ்டரையே அப்படித்தான் ஹாய் சொல்லி அழைத்தார். மாஸ்டர் காட்சிகளை விளக்கினார். சூரியகுமாருக்கு விளக்கிவிட்டு ரவியை அழைத்தார், ரவியும் சூரியகுமாரும் அசைவுகளை செய்துபார்த்தார்கள். ரவி வந்து எல்லா சண்டைக்கலைஞர்களிடமும் மீண்டும் ஒரு முறை அசைவுகளை சரிபார்த்துக்கொண்டார்.

"தோ பார் தவ்லத்தே, ஃபஸ்ட் உன்னுதுதான். வர்ர, ரைட் சாப்பு (chop) சார் கழுத்துல போர்ர, சார் லெஃப்ட்ல ப்ளாக் பண்ணிட்டு அதே ரைட் சாப்பு உன் கழுத்துல போடுவாரு, சைடுல ஸ்விம்மிங்பூல்ல வுழுற, சரியா? உள்நீச்சல்ல அன்னாண்ட எதிர் சொவுத்தத் தொடுற வெரிக்கும் போ, எதிர் சொவுத் தொட்டு தண்ணிக்கு மேல வா தெர்தா. ஃபீல்டு கிளியர் இன்னாண்டதான். சொவுத்தத் தொர்ர வெரிக்கும் எடைல தலைய வெளில காட்டிராதடா."

"போலாமா? ஸ்டண்ட் மேன்லாம் ரெடியா? சார், ரெடிங்களா?" - குரல் கேட்டது.

உடல் சிலிர்த்தது, என் முன்னே சூரியகுமார் நிற்கிறார், கனவைப் போல இருந்தது. துளியும் பிசகாமல் ரவி அண்ணன் சொல்லித் தந்ததைச் செய்தேன். தண்ணீரில் விழுந்தவன், உள்நீச்சலில் எதிர் சுவரைத் தொட்டு மேலே தலையைத் தூக்கி மூச்சு வாங்கினேன். இன்னும் மூன்று சண்டைக்கலைஞர்களை வெவ்வேறு ஜூடோ வெட்டுகளால் சூரியகுமார் நீரில் தள்ளியிருப்பார். எல்லோரும் உள்நீச்சலில் எதிர் சுவரைத் தொட்டு மேலே வந்து என்னைப் போலவே மூச்சு வாங்கினார்கள்.

'ஷாட் ஓக்கே'யாகியிருக்க வேண்டும். காதுகளில் நீர் புகுந்திருந்ததால், குளத்துக்கு வெளியே பேசியது உடனே கேட்கவில்லை. ஷாட் ஓக்கே இல்லையென்றால் இந்நேரம் பரபரப்பாகியிருக்குமே. சுவரைப் பிடித்து ஒரு எக்கில் மேலே ஏறினேன். என்னையறியாமல் அழுதிருக்கிறேன் போல, முகத்திலிருந்து நீரை வழித்துப்போடும்போது கண்ணீரும் சேர்ந்து வழிந்தது. கலங்கரை விளக்கம் இருக்கும் திசையிலிருந்து அண்ணா சதுக்கத்தின் திசைநோக்கி காமிரா இருந்தது. என்னுடைய முதுகுதான் தெரிந்திருக்கும், முகம் தெரியாது. படம் வெளியாகி திரையில் பார்த்தால் ஒரு நொடிதான் இந்தக் காட்சி சண்டையில் இருக்கும். எனக்கு முதல் படி வைத்த மகிழ்ச்சி.

மாணிக்கம் மாஸ்டர், 'புதூ பையன் நெல்லா பண்றாண்டா' என ரவி அண்ணனிடம் சொன்னாராம். ஏற்கெனவே நான் தரையிலிருந்து அரை அடி உயரத்தில் நடந்தேன், அவர் சொன்னதும் ஒரு அடி உயரத்துக்குப் போனேன். வேறு சில காட்சிகள் படமாக்கப்பட்டன. அவை முடிய நேரமாகலாம். அதுவரையில் மாணிக்கம் மாஸ்டரும் ரவி அண்ணாவும் இருக்கவேண்டும்.

தண்ணீரில் விழுந்தவர்கள் உடைமாற்றிக்கொண்டோம். சங்கத்து மற்ற சண்டைக்கலைஞர்களுடன் சேர்ந்து கடற்காற்றில் வெடவெடக்கும் உடலுடன் இரானி 'தம் டீ'யை உறிஞ்சினோம்.

எங்களில் ஒருவன் ‘மட்டன் சமோசா இல்லையா’ என்றான். தேநீர் டிரம் அருகில் நின்றவர் கூடைக்கு அருகில் சென்று எண்ணி தலைக்கு ஒரு சமோசா வீதம் எடுத்துக்கொண்டு கூடையை மூடிவிட்டு வந்தார். இரானி டீ, மட்டன் சமோசா இரண்டுக்கும் பசியைத் தள்ளிப்போடும் ஆற்றல் இருக்கிறது. சோர்வும் பசியும் பறந்தன.

எல்லோரும் படப்பிடிப்பு முடியும் வரையில் இருந்து மாஸ்டர் புறப்பட்ட பிறகு புறப்பட்டோம். படப்பிடிப்பு முடிந்த பின் மக்கள் நடமாட்டம் கண்ணகி சிலை வரையில் தெரிந்தது. சூரியகுமார் வந்திருக்கும் சேதி சேப்பாக்கம் முதல் அயோத்தியா குப்பம் வரையிலிருக்கும் குடியிருப்புகளுக்குப் பரவியிருக்கவேண்டும். கூட்டமாக மக்கள் வந்து அவர் காரில் கையசைத்துப் போகும் வரை நின்றிருக்கிறார்கள். கடற்கரைச் சாலையில் நடந்து வழமை போலவே பெசண்ட் சாலையில் ஏறி வீட்டுக்குப் போனேன்.

ஆட்டுத்தொட்டியில் பீடி சுற்றுபவர்கள் நடமாட்டம் நள்ளிரவுக்கும் மேலும் இருக்கும். சுற்றிய பீடிக்கட்டுகளைக் கொண்டுபோய்க் கொடுத்துவிட்டு, அடுத்த நாள் சுற்றுவதற்கு இலைகளும் புகையிலைத் துகள்களும் வாங்கி வருவார்கள். தெரு வந்ததும் பீடிக்கட்டு சுமப்பவர்களைப் பார்த்துக்கொண்டே தோளிலிருந்து ஈரத்துணியை எடுத்துக் கையில்வைத்தேன். வீட்டின் தலைக்கடைக் கதவு சாத்தியிருந்தது. வெளியிலிருந்து மேல் தாழ்ப்பாள் இருக்கும் இடத்தில் தட்டிவிட்டு அழுத்தினால் திறக்கும். திறந்து உள்ளே போனேன். முற்றத்துக் கொடியில் ஈரத்துணிகளைப் போட்டேன். சமையல் பகுதியில் படுத்திருந்த அப்பா விழித்தார். இரவு வேலை இருப்பதாகச் சொன்னதைக் கேட்டார். நினைத்ததை விடவும் எளிதில் கம்பிளை இழுத்ததாகச் சொல்லிவிட்டு லுங்கி மாற்றிவிட்டு அவருக்கு அருகில் பாயில் கிடைத்த இடத்தில் சுருண்டேன்.

காலையில் வடபழனி நண்பர்கள் முதல் வாய்ப்புக்கு ‘தண்ணி பார்ட்டி’ கேட்டார்கள். அவர்களாகவே வந்து என்னுடைய நூற்றைம்பது ரூபாய் இலக்கை பேசவைத்தால் நான் என்ன

செய்ய? மாதம் இருநூறாவது வீட்டில் சம்பளமாகக் கணக்கு காண்பித்தால்தான் இதைத் தொடர முடியும், அப்படிப்பட்ட நிலையில் ஒரு காட்சியில் தோன்றியதற்குக் கிடைக்கும் சம்பளத்தை செலவு செய்ய முடியாது என்றேன். நல்ல வாய்ப்பு கிடைத்தால், மாதம் ஐநூறுகூட சம்பாதிக்கலாமே என்றார்கள். ஐநூறா? அண்ணனே இன்னும் ஐநூறைத் தாண்டவில்லை, அதற்குள் எனக்கு ஐநூறா? வாய்ப்பு கிடைக்க வேண்டுமே. வாய்ப்பு கிடைத்தால் விருந்துக்குச் செலவு செய்ய ஒப்புக்கொண்டேன்.

வாய்ப்பு இல்லாத நாள்களில் அக்கம்பக்கத்தில் மின்சாரப் பணிகள் கிடைத்தால் நூற்றைம்பது எளிதாகத் தேற்றலாம். தயங்கித் தயங்கிதான் இதைச் சொன்னேன்.

“ஏய் பாய், இதுக்கு ஒழுங்கா எலக்ட்ரிகல் வேலையே பாக்கலாம்ல. உனுக்கு இன்னா சினி ஸ்டண்ட் மேல அவ்ளோ லவ்வு. கைலக்ற வேலைக்கு காசு பாப்பியா...” இந்த வகை அறிவுரைகளும் எனக்குப் பழகின. அவற்றுக்குப் புன்னகைதான் பதில்.

நிஜாமுத்தீன் பாக்சரைப் போல சண்டைக்காட்சியிலும் நடித்துக்கொண்டு வேறு தொழிலும் செய்வபர்கள் சிலர் இருந்தார்கள். வேப்பேரியில் இருந்த வெங்கடரத்தினம் நாயுடு அங்கேயே அவர் வீட்டுக்குப் பக்கத்தில் ’ரெயில்வே பார்சல் புக்கிங்’ முகவராக இருந்தார். பைசப்ஸ் கோதண்டராமன் கோடம்பாக்கத்தில் பெட்டிக்கடை வைத்திருந்தார். முன்னோர் வழி என் வழி, நல்ல வாய்ப்புகள் கிடைக்கும் வரையில் மின்சாரப் பணியும் செய்யவேண்டும், ஏனென்றால் அப்பாவுக்கும் அண்ணனுக்கும் ’மீட்டர்’ ஓடுவதைக் காட்டினால்தான் மேற்கொண்டு கேள்விகள் எழாது.

அவர்கள் இருவரும் வடபழனிப் பக்கம் வருவதற்கு வாய்ப்பு இல்லை. அண்ணனுக்கு வேண்டுமானால் வடபழனி பணிமனையில் வேலை கிடைத்தால் அவன் வரலாம். அதுவரையில் அவன் எல்லை ஐஸ்ஹவுஸ் பேருந்து நிலையத்திலிருந்து பாடிகாட் முனீஸ்வரனுக்கு அருகில்

இருக்கும் பல்லவன் பணிமனையில் யாரையாவது பார்க்கச் செல்வது வரைதான். அவரவர் தங்கள் வேலை தேடலில் இருக்கும்போது தம்பியேயானாலும் தூக்கிவிடுவதற்குத் தான் நிற்கவேண்டும் அல்லவா? எனக்கு அவன் கைகொடுத்துத் தூக்கிவிடாமல் இருந்தால் போதும், திரையுலகில் எப்படியாவது பிழைத்துக்கொள்வேன். சிகாமணி அண்ணனைப் பார்த்தால், அப்போதைக்குத் தோன்றும் பொய்யைச் சொல்லவேண்டும்.

இன்னொரு நாள் சவேரா ஹோட்டல் நீச்சல் குளத்தில் விழுவதற்கு அழைக்கப்பட்டேன். அது பட்டணத்தில் பூதத்தில் ஜெய்சங்கர் அடித்த குட்டிக்கரணத்தைப் (ஃப்ரண்ட் ஃப்ளிப்) போல இருக்கும். சில் நாள்கள் வேலையில்லாமல் இருந்தேன், பின் ஷிரீலேகா ஹோட்டலின் கூரையில் ஆளுயர *SHRILEKHA* எழுத்துகளுக்கு இடையில் நின்று கதாநாயகர் காலால் எத்தியதை (ஃப்ரண்ட் கிக்) வயிற்றில் வாங்கிபடி பின்னால் விழுந்தேன். தவ்லத், புதியவன் ஓரளவு செய்கிறான் என்னும் பெயர் கிடைக்க ஆறு மாதங்கள் தேவைப்பட்டன. 'ஸ்டண்ட் யூனியன்' ஆள்களின் சிபாரிசில் துரைசாமி சாலை மின்பொருள் கடைகளுக்கு வரும் சின்னச் சின்ன மின்சாரப் பணிகளில் அவர்களுடைய பழைய மின்சாரப் பணியாளர்களுக்குப் போக, மீதியிருக்கும் சிலவற்றை எடுத்துச் செய்து சில்லறையைத் தேற்றி, இலக்கு வைத்து மாதாமாதம் நூற்றைம்பது இருநூறு சேர்த்து வீட்டில் கணக்குக் காட்டுவது கண்ணாமூச்சி ஆட்டம்.

கராத்தேக்கும் சிலம்பத்துக்கும் வாய்ப்புகள் வரவில்லை. அதற்கெல்லாம் பழகிய பழையவர்கள் இருந்தார்கள். எப்படியும் வாய்ப்பு அதற்கும் வரும், திரைப்படத்துக்கு என்னென்ன தேவையோ அதற்கும் மேல் கராத்தே பழகிய பின்னர்தானே வந்தேன். என்னுடைய இந்தக் கர்வத்தை அழிப்பதற்கென்றே ரஜினிகாந்த் நடித்த தேவர் ஃபிலிம்ஸின் அன்புக்கு நான் அடிமை வெளியானது, அதன் பின்னர் என் கர்வம் அழிந்தது.

அன்புக்கு நான் அடிமையில் வில்லானாக நடித்தவர் ரென்ஷி ஆர். வி.டி. மணி. எப்பேர்ப்பட்ட சண்டைக்கலைஞர், சென்னையில் பூதோகாய் கராத்தே பயிற்சிக்கூடத்தை நிறுவியவர். ஜப்பானிய

மொழியில் பூதோ என்றால் சண்டைக்கலை, காய் என்றால் சந்திப்பு, சண்டைக்கலை சந்திப்பு அல்லது சண்டைக்கலைப் போட்டி எனலாம். யமாகுச்சி பெயரைக் கேள்விப்பட்டிருப்பீர்கள். ஜப்பானிய கிராண்ட் மாஸ்டர் யமாகுச்சியின் சென்னைப் பயணத்தில் முன்னே நின்றவர்.

ரென்ஷி பட்டம் பெற்ற அவர் முன்னே நான் யார்? ஆரஞ்சு நீலம் மஞ்சள்பட்டைகளில் ஊசலாடிய துவக்க நிலை மாணவன். சண்டைக்காட்சி அசைவுகளுக்குத் தேவையானதைப் பழகி ஏதோ சூழலில் தொடர முடியாமற்போன எனக்கு கராத்தே தெரியும் என்ற தலைக்கனம் இனி தேவைதானா?

அன்புக்கு நான் அடிமையில் திருவாரூர் எம்.எஸ். தாஸ் மாஸ்டர் அமைத்த சண்டைக்காட்சி ரென்ஷி மணிக்கு எப்படி இருந்தது தெரியுமா? அடடா, எப்பேர்ப்பட்ட துவக்கம்.

அவர் கட்டிலில் படுத்திருப்பார், என் அபிமான ஜஸ்டின் நிஞ்சா வகை வாளால் அவரைத் தாக்குவார், ஜக்கு இரும்புக் குழாய் எடுத்துத் தாக்குவார். படுத்தமேனிக்கு டபுள் கிக், தனித்தனி உதைகளுக்குப் பின் காலால் கழுத்துப் பிடி. கழுத்துப் பிடியில் எதிராளியை இழுத்த நகர்வில் கட்டிலில் இருந்து உருண்டு எழுந்து நிற்பார். ஜஸ்டினுக்குப் பக்கவாட்டு உதை (சைடு கிக்).

கடைசி சண்டைக்காட்சியில் ரஜினிகாந்துடன் மோதும்போது தலைக்கு வீசப்படும் நிஞ்சா வாளைத் தலைக்கு உயரே பிடிப்பதும் இழுப்பதும் அபாரமான உத்தி. ரஜினிகாந்த் தன்னுடைய ஸ்டைலால் ரென்ஷி ஆர்.வி.டி. மணிக்கு ஈடுகொடுத்து அந்தச் சண்டைக்காட்சியில் நடித்தார்.

ரென்ஷி ஆர்.வி.டி. மணி அப்படி நடிக்கையில் இனியும் நான் கராத்தே குறித்து கர்வம் கொள்வது சரியா? அன்றோடு என் தலைக்கனம் இறங்கியது. ஒழுங்காகத் திடலுக்குச் சென்று எல்லோருடனும் பயிற்சிகள் பெற்று எல்லோருடனும் ஒருவனாக எந்த முக்கியத்துவமும் இல்லாதவனாக இந்தத் துறையில் சாதித்தவர்களின் வரிசையில் நானும் நிற்கவேண்டும்.

சவேரா நீச்சல் குள குட்டிக்கரணம் ஜெகன் மாஸ்டர் காதுக்கு எட்டியிருக்கிறது. அவர் திடலுக்கு வந்தபோது பயிற்சியில் ஈடுபட்டிருந்த அனைவரும் ஓடிச்சென்று வணக்கம் வைத்தோம்.

“பாய்க்கு ஃப்ரண்ட் ஃப்ளிப் நல்லா வருதுன்னாங்க, அப்படியாடா?”

“ஆசீர்வாதம் மாஸ்டர்” - சங்கடமாக நெளிந்தேன். அருகில் இருக்கும் மற்ற கலைஞர்கள் தொழில் போட்டியால் தவறாக நினைக்கக்கூடாதே என்னும் எண்ணத்தில் ஜெகன் மாஸ்டரின் நேரடிப் பாராட்டுக்கு பயந்தேன். ஜெகன் மாஸ்டர் இளைஞர்களை ஊக்கப்படுத்துவது சங்கம் அறிந்த செய்தி, ஆனாலும் எனக்கு அதன் விளைவுகள் குறித்த அச்சம் இருந்தது.

“டியூப் லைட் உடைப்பியா பாய்? நான் யூனியன்ல சொல்லிக் கேக்கவேணாம். என்னிக்காவது ஷெட்யூல்ல வந்தியானா பார்க்கலாம்.”

“டியூப் லைட் ஒடச்சதில்ல மாஸ்டர்...”

“ஃப்ளிப்ல லேண்டிங் ஆவும்போது லைட்டு உடைக்கணும்டா. இதோ, இவன் அசால்ட்டா செய்வான். எந்தப் படத்துக்கு செய்த தணி?” - தணிகாசலத்தைக் கையைக் காட்டிச் சொன்னார்.

“வேடன் வருவான்ல மாஸ்டர், விஷ்ணுகாந்த்துக்கு டூப்பு” - மாஸ்டருக்கு பதில் சொல்லிவிட்டு தணி என்னைப் பார்த்தான். நட்புப் பார்வையா, தொழிலில் போட்டிக்கு நிற்பதன் பார்வையா, தெரியவில்லை. எல்லா வாய்ப்புகளும் பட்டியலிடப்பட்டு வருவதால் ஒருவர் இடத்தை இன்னொருவர் பறிக்கும் போட்டி எங்களுக்கு இடையில் கிடையாது, இது நுட்பத்துக்குக் கிடைக்கும் புகழைப் பங்குபோட இன்னொருவர் உருவாவதைப் பார்க்கும் பார்வையாக இருக்கலாம்.

என் முகம் திரையில் தெரியாவிட்டாலும், சங்கத்தில் பலருக்குத் தெரிந்தது. துவக்க நாள்களில் இருந்த தேக்க நிலை இல்லாமல் சரியான இடைவெளியில் வாய்ப்புகள் வந்தன. அடிபடும் நேரங்களிலும் வீட்டில் பொய் சொல்லக் கற்றுக்கொண்டேன்.

அப்பாவுக்கு 'மீட்டர்' சரியாக ஓடுவதில் மகிழ்ச்சி.

ஜெய்புன்னிசாவுக்கு சண்டைக்கலைஞனைப் பிடிக்குமா? மின்சாரப் பணியாளனைப் பிடித்த மனதுக்கு சண்டைக்கலைஞனைப் பிடிக்காதா? செய்யும் தொழிலைப் பார்த்தா காதல் வருகிறது? இன்னமும் சரியான வேலையில் சேராத சித்தப்பாவுக்காக ஒரு சித்தி உருகும்போது சண்டைக்கலைஞனை ஜெய்புன்னிசா விரும்பமாட்டாளா? ஏற்கெனவே இந்திரா நகரில் நான் குமாருடன் சேர்ந்து விழுப்புண் பெற்ற கதைகளை இந்நேரம் அவள் சேகரித்து வைத்திருக்கலாம். அப்படி இருந்தால், எந்தப் பிரச்சனையும் இல்லை. அப்படி இல்லாமற் போனாலும்தான் என்ன பிரச்சனை?

இன்னும் சித்தப்பா அவர்களுடைய அனகாபுத்தூர் வீட்டை மோப்பம் பிடிக்கவில்லை. நான் வடபழனிக்கும் படப்பிடிப்புகளுக்கும் மீர்சாகிப்பேட்டைக்கும் இடையில் ஓடுகிறேன். தங்கைக்கு சீட்டுப் போடுவதுபோல ஜெய்புன்னிசாவுக்கும் தனியாக இன்னொரு நகைச் சீட்டுப் போடலாமா? தாங்கமாட்டேன், இரண்டு அட்டைகளை தகரப் பெட்டியில் வைத்தால் அம்மாவோ அப்பாவோ பார்த்துவிடுவார்கள். அட்டையை வேறு எங்காவது மறைக்கவேண்டும். என்னுடைய அடுத்த பார்வை விடுதூது எப்போது எங்கு நடக்கும்? பார்வை விடுதூதிலிருந்து அடுத்த கட்டத்துக்கு எப்போது நகரும்? சித்தப்பாவிடம் பேசவேண்டும், சீக்கிரமாக அனகாபுத்தூரில் அவன் வீட்டைக் கண்டுபிடிக்கட்டும். பல்லாவரம் பம்மல் வழிதானே இரண்டு பேருந்துகள் மாறிச் சென்றுவிடலாம்.

★

11. நீரும் நெருப்பும்

சென்ற ஆண்டு படப்பிடிப்பில் நடந்த தீ விபத்தில் சக்திநாதன் அண்ணன் மரணத்தைத் தொட்டு மீண்டார். சொர்ணக்குளத்தில் அரங்கு அமைத்து பிரம்மாண்டமான சண்டைக்காட்சி படம் பிடித்தார்கள். தீப்பிழம்புகளுக்காக நிலத்தில் கேஸ் குழாய்கள் பதித்து சிறிய நுண்துளைக் குழாய் வழியே கேஸ் வர ஏற்பாடு செய்தார்கள். ஒவ்வொரு நுண்துளைக்கும் தனித்தனி ரெகுலேட்டர்கள். கேஸ் சிலிண்டர்களை தூரத்தில் வைத்து ஏதாவது தவறு நடந்தால் உடனே கேஸ் வருவதை நிறுத்த சிறப்பு ஏற்பாடுகள் இருந்தன. நூறு கிரவுண்ட் நிலத்துக்கு நடுவே பத்து கிரவுண்டு அளவில் அமைக்கப்பட்ட ராட்சத கேஸ் அடுப்பைப் போல அது இருந்ததாம், பார்த்தவர்கள் சொன்னார்கள்.

பயிற்சிபெற்ற குதிரைகள் தனி வண்டிகளில் வந்தன. தொழில்முறை குதிரையேற்ற வீரர்கள் வந்தார்கள். ஏகப்பட்ட

வாகனங்கள், ஆள்கள், படப்பிடிப்புக்குழுவினர். வேடிக்கை பார்க்கத் திரண்ட சொர்ணக்குளத்து மக்களை தூரத்தில் நின்று வேடிக்கை பார்க்கும்படி ஊர்த்தலைவர் ஒலிபெருக்கியில் கேட்டுக்கொண்டாராம், அவ்வளவு கூட்டம். முன்னணிக் கதாநாயகர் வரப்போகும் செய்தி கசிந்திருக்கும்.

முன்னணிக் கதாநாயகர் வருவதற்கு முன், எதிர்பாராத விதமாக அரங்கில் தீப்பிடித்தது. நல்லவேளையாக பாதுகாப்பு ஏற்பாடுகளால் குதிரைகளும் சண்டைக்கலைஞர்களும், தொழில்நுட்பக்கலைஞர்களும் தீக்காயங்களுடன் தப்பினார்கள், உயிர்ச்சேதம் இல்லை.

படப்பிடிப்பில் தீக்காயம்பட்ட சக்திநாதன் அண்ணனும் ஜீஹெச்சில் சேர்க்கப்பட்டார். அண்ணனுக்கு தீக்காயங்கள் அதிகமென்றார்கள். திரைக்கலைஞர்கள், சங்கத்தினர், அரசியல்வாதிகள், முன்னணிக் கதாநாயகர்கள் உட்பட எல்லோரும் வந்து அண்ணனை நலன் கேட்டுச் சென்றார்கள். கதாநாயகர் நீண்ட நேரம் அண்ணனுடன் ஜீஹெச்சில் அமர்ந்திருந்தார். பெரிய தொகையைத் தன் தரப்பிலிருந்து தருவதாக அறிவித்தார். அந்த வாரம் முழுதும் செய்திப் பத்திரிகைளில் சொர்ணக்குளம் படப்பிடிப்பில் நடந்த தீ விபத்து செய்தியானது. குதிரைகளுக்குத் தீக்காயம் உண்டானதால் புளூகிராஸ் அமைப்பினர் படத்துக்குத் தடை விதிக்கக்கோரி போராட்டம் நடத்தினர்.

அது திரைப்பட சண்டைக்கலைஞர்கள் அனைவரையும் அதிரவைத்த தீ விபத்து. நிலைமை கொஞ்சம் கொஞ்சமாக சீரானது, வாழ்க்கை இயல்பு நிலைக்குத் திரும்பியது. சக்திநாதன் அண்ணன் உடல்நலம் தேறி வந்தார், மெதுவாக திருவொற்றியூர் கடற்கரையில் பயிற்சிகளைத் துவங்கினார். திரைப்பட சண்டைக்கலையில் வேகமாக முன்னேறத் துவங்கினார்.

அந்தக் காலத்தில் தகவல் சொல்லிவிட்டு நண்பர்களை சந்திக்கச் செல்லும் வழமை எங்களிடம் கிடையாது, அதற்கு வசதியும் இல்லை. நக்கீரனிடம் நான் சுங்கச்சாவடிக்கு வருவதைச் சொல்லவேண்டுமென்றால் முதலில் மனமகிழ் மன்றத்தைத்

தொலைபேசியில் அழைக்கவேண்டும். கேரம் போர்டுகளும், சீட்டுக்கட்டு மேசைகளும் பரவியிருக்கும் கூடத்தின் மூலையில் மேசையில் இருக்கும் கருப்பு நிறத் தொலைபேசி அடிப்பதைக் கேட்டு உதவியாளர் எடுத்தால் அது நம் நல்லகாலம், எடுத்தாலும் நக்கீரன், பாக்சர் பையன், எலக்ட்ரிகல் வேல பாப்பானே அவன், இப்படிப் பேரைச் சொல்லிப் புரிய வைத்து அவர் புரிந்துகொண்டால் அது ஆகச்சிறந்த காலம். அந்தத் தகவலைக் கேட்டு அவர் நக்கீரனை அழைக்க ஆள் அனுப்பினால், சுங்கச்சாவடியில் உடனே மழை பெய்யும், அதெல்லாம் வேலைக்கு ஆகாது.

இரண்டாம் சனிக்கிழமை மதியம் சுங்கச்சாவடிக்கு புறப்பட்டேன். எவரெடி பாட்டரித் தொழிற்சாலைக்குப் பின்னால் அவன் வீட்டிற்குச் சென்று கேட்டால், மின்சாரப் பொருள்கள் வாங்கச் சென்றிருப்பதாகவும் அரைமணி நேரத்தில் வந்துவிடுவானென்றும் சொன்னார்கள். காத்திருந்தேன். பின்னால் தொழிற்சாலை தெரிந்தது. அங்கே ஏதாவது சண்டைக்காட்சி படம் பிடித்தார்களா? அதுவரையில் இல்லை. சாலையோர மாதா கோயிலில் மதியத்திலும் மெழுவர்த்தி எரிந்தது. எல்லா சுவர்களிலும் எம்.ஜி.ஆர். வெவ்வேறு ஒப்பனைகளில் சிரித்தார். சுவரோவியங்களின் செல்லப்பிள்ளை எம்.ஜி.ஆர்தான். வளைவாக டபுள்யூ போட்டு மேலே நீட்டி இழுத்து, குட்டிக்குட்டி வளைவுகளுடன் தொப்பியும், கண்ணுக்குப் பதிலாகக் கருப்புக் கண்ணாடியும் வரைந்தால் எம்.ஜி.ஆர். என எந்தக் குழந்தையும் அடையாளம் காட்டும்.

நக்கீரன் சைக்கிளில் வந்து இறங்கினான். பிவிசி குழாய்களும், கம்பிகளும், மின்கருவிகளும், அட்டைப்பெட்டிக்குள் விளக்குகளுமாக முழுநேரத் தொழில்முறை மின்சாரப் பணியாளாக மாறியிருந்தான்.

“ங்கோத்தா ன்னாடா இந்தப் பக்கம் காத்தடிக்குது? ஸ்டண்ட் யூனியன் ஆளுல்ல நீயி இப்போ. அங்க ன்னா தொர்த்திவுட்டாங்களா? இனி எலட்ரிகல் வேலையா?”

“போடாங்கோத்தா, அப்டில்லாம் ஒண்ணியும் இல்ல. இப்ப

டூப் போட சான்ஸ் கெடைக்குதுரா. சக்திநாதன் அண்ணனுக்கு ஆக்சிடெண்ட் ஆய்ட்சுல்ல, செரியாய்ட்டு இப்போ பிராட்டீஸ் பண்றார்னாங்க, வாடா திருவொத்தூர் போயி பார்த்துட்டு வந்துரலாம்."

"தோடா, ங்கோத்தா பாடு, அவரு ஜீஹெச்ல இருக்கும்போதே நாங்க போயி பாத்துட்டு வண்ட்டோம். நீ ஜீஹெச் போயிருந்தியா?"

"இல்லடா, அங்க வெச்சு அண்ணனைப் பாக்க மனசு வரல்"

"இரு, இதெல்லாம் உள்ள வெச்சிட்டு வரேன்."

அங்கிருந்து அவனுடைய சைக்கிளில் திருவொற்றியூருக்குப் போனோம் கடற்கரையில் சக்திநாதன் அண்ணன் இருந்தார். கடுமையாகப் பயிற்சி செய்தார். பார்க்கையில் பெருமையும் உற்சாகமும் பொங்கின. நான்கு எதிரிகளுடன் மோதும் காட்சிக்கு நகர்வுகளை அமைத்திருந்தார். ஒவ்வொரு எதிரிக்கும் ஒரு வகைத் தாக்குதல். ஒரு எதிரியைத் தாக்கிவிட்டு அடுத்த எதிரிக்குப் போவதற்கு குத்துச்சண்டை கால் நகர்வுகளை வைத்து, கைத்தாக்குதலுக்கு கராத்தே வெட்டுகளை வைத்திருந்தார்.

"வண்டானுங்கடா எலக்ட்ரீசனுங்க ரெண்டு பேரும், வாங்கடா. ன்னா பாயி யூனியன்ல் மெம்பராயிட்ட போலக்குது. நெல்லா பண்றேன்னு வேற சொல்றாங்க, செய் செய். நெக்கீரா நீ உன் லைன்ல போடா, இன்னும் அஞ்சு வருஷத்துல ஹவுஸ் வயரிங் காண்ட்ராக்ட் எடுக்ற. நான் வூடு கட்னா நீதாண்டா எலக்ட்ரிகல் வேல பாக்ற."

"ண்ணா ஒடம்பு எப்படிண்ணா இருக்கு?"

"பாதி முதுகு எரிஞ்சுட்சுடா, பெட்டுல கவுந்துதான் கடந்தேன், நெக்கீரன் பாத்தான? நீ பாக்றியா?"

சக்திநாதன் அண்ணன் பனியனை உயர்த்த கைகளைக்கொண்டு போனார். வேண்டாமெனக் கேட்டுக்கொண்டேன். தன்னுடன் பயிற்சி பெற்ற நால்வரையும் அழைத்தார்.

"கண்ணுங்களா இவன் தவ்லத்து, நம்ப நெக்கீரன் சிநேகிதன்,

ஸ்டண்ட் யூனியன் மெம்பரு, எல்லாம் செய்வான்." - எங்களைப் பார்த்து, "டீ சொல்ட்டுமாடா? அங்கேர்ந்து மண்ணுல டீ எடுத்துக்குனு இதுவெரிக்கும் வர்ரதுக்குள்ளொ ஆறிடும். அங்கயே போயி குட்சுட்டுப் போயிர்ரீங்களா?"

"இல்லண்ணா வேணாண்ணா, உங்களைப் பாத்துட்டு போலாம்னுதான் வந்தோம்ணா."

"டேய் பாயி, எங்க பிராட்டீஸ் பண்ற?"

"கோடம்பாக்கத்துல திடல்லண்ணா"

"முடியும்னா இங்கயும் வாடா, நா இல்லீன்னாலும் பசங்க இருப்பாங்க"

"செரிண்ணா"

நானும் நக்கீரனும் புறப்பட்டோம். உற்சாகமாக இருந்தேன். எனக்கு இப்போது பயிற்சி பெற மூன்று இடங்கள். கோடம்பாக்கம் திடலிலும் பயிற்சி பெறலாம், அப்பாவிடம் பேசக்கூடிய உளறுவாயர்கள் கண்ணில் படாமல் கடற்கரைச் சாலையில் ஒளவையார் சிலைக்கு அருகிலும் பயிலலாம், நக்கீரனைப் பார்த்துவிட்டு திருவொற்றியூர் கடற்கரைக்கு வந்தால் இங்கும். வாய்ப்புதான் தொடர்ந்து கிடைக்கவேண்டும்.

நீச்சல் குளத்தில் விழுவதற்கு என்னை நேர்ந்துவிட்டதுபோல் அழைத்தார்கள், அதே சவேரா, அதே நீச்சல் குளம். இந்த முறை மாற்று உடை தேவையில்லை, நடிகைக்கு டூப். கதாநாயகனுக்குத் தங்கை நீச்சல் குளத்தில் தவறி விழவேண்டும். ஏன்? ஏதற்கு? எனக்குத் தெரியாது, எப்படி மட்டும்தான் எனக்குத் தேவை. பாயும் பலகையில் குளத்துக்கு முதுகைக் காட்டி நிற்கவேண்டும், காதலனோ வில்லனோ யாரோ கையைப் பிடிப்பார், அதுவரையில் கதாநாயகனுக்குத் தங்கையை வைத்துப் படம் பிடிப்பார்கள். அதன்பின், அங்கே நான் கையைப் பிடிக்கையில் மல்லாந்து குளத்தில் விழவேண்டும். பலகை உயரத்தில் இருப்பதால் நீச்சல் குளத்தில் விழுவதற்கு டூப்.

உடைகள் உதவியாளர் எனக்கு சேலை கட்டிவிட்டார்.

ஒப்பனையில் டோப்பா வைத்தார்கள். பின்னாலிருந்து பார்த்தால் நான் பெண், முன்னே பார்த்தால் கரடுமுரடான சண்டைக்கலைஞன். எங்கள் சங்கத்தாருடன் நின்றுகொண்டேன். எனக்கு இது சவேராவில் எத்தனையாவது முறை எனக் கேட்டார்கள், இரண்டாவது என்றேன். 'தெலுங்கும் சேர்த்தா?' – கேள்வி தொடர்ந்தது. தெலுங்கில் இன்னும் வாய்ப்பு கிடைக்காததைச் சொன்னேன். 'காளஹஸ்தில ஷூட்டிங்னா வருவியா தவ்லத்தே?' நமுட்டுச் சிரிப்புக்குப் பின் வெடிச்சிரிப்பு. 'அவன் பொம்பள வேஷத்துலதாண்டாக்குறான், பொம்பள இல்ல, சிரிக்குறானுங்க. அனுப்புங்கடா அவனை டிரையல் பார்த்துக்கட்டும்' மாஸ்டரின் குரல் ஒலித்து அவர்களை அடக்கியது. மாஸ்டரின் காதுகளில் 'காளஹஸ்தி' விழாதது நல்லதெனக் கிசுகிசுப்பாக பேசினார்கள்.

மேலே ஏறி உயரத்தைப் பார்த்துக்கொண்டேன். மல்லாந்தபடி குளத்தில் தொபீர், எளிமையான காட்சிதான். நடிகை வந்தார், மேலே சென்றார், அவருடைய காட்சி முடிந்தது. நான் மேலே ஏறினேன், கையைப் பிடித்தேன், குளத்தில் மல்லாந்து விழுந்தேன். நீரிலிருந்து தலையைத் தூக்கும்போது டோப்பாவைக் கானவில்லை, கண்களை வழித்துவிட்டுப் பார்த்தால் மூன்றடி தூரத்தில் மெதுவாக மேலே வந்து மிதந்தது. சுட்டு விரலால் அதைக் காட்டினேன், எடுத்து வரச் சொன்னார்கள், அதே ஃப்ரீ ஸ்டைல் இரண்டு கை வீச்சுகளில் ஜடையைப் பிடித்துக்கொண்டு வெளியேறினேன். ஒப்பனைக்காரரிடம் ஜடையைத் தந்துவிட்டு, சுவரோரத்தில் உடை மாற்றிக்கொண்டு வெளியே வந்து மாஸ்டரின் உதவியாளரிடம் 'ஓகேவாண்ணா' கேட்டுவிட்டு மாஸ்டரிடம் சென்று ஒப்புதல் பெற்றுக்கொண்டு சங்கத்தாருடன் இணைந்துகொண்டேன். தமிழ்த் திரையில் நிரந்தர டூப்பாக வருவதன் துவக்க நிலையைக் கடந்துள்ள மனத்திருப்தியில் அடுத்த வாய்ப்புக்குக் காத்திருந்தேன்.

ஜெகன் மாஸ்டருடன் பின்னி மில்ஸில் ஒரு படப்பிடிப்புக்கு வாய்ப்பு கிடைத்தது. மாஸ்டர் ஏற்கெனவே டியூப் லைட் உடைப்பது தொடர்பாக விசாரித்ததால் படப்பிடிப்புக்குப் போகுமுன் லாரி சக்கரத்தின் டியூபையும் இரண்டு லுங்கிகளையும்

எடுத்துப் பையில் வைத்தேன், எதற்கும் இருக்கட்டும். பழைய கராஜில் சண்டைக்காட்சி, குழுச் சண்டை. விஷ்ணுகாந்த் கதாநாயகன். குழுவைப் பிரித்து ஒவ்வொருவராகத் தாக்கி அவர் வீழ்த்தும் காட்சியை மேலிருந்து படமாக்கப் போகிறார்கள். வாகனங்களில் பக்கவாட்டுக் கண்ணாடிகளில் குழியாடி (கான்கேவ் லென்ஸ்) அதிகப் பரப்பைக் காட்டுமல்லவா, அப்படிக் காட்சிகள் தெரியும். கர்ணன் + ஜெய்சங்கரின் ஜம்புவில் ஒகேனக்கல் அருவிகளை நீங்கள் அப்படிப் பார்த்திருப்பீர்கள். சிவாஜியின் திரிசூலத்தில் கடைசிச் சண்டைக்காட்சியிலும் பண்டகசாலையில் இரண்டு சிவாஜிகள் சண்டையிடுவதை அப்படித்தான் படமாக்கியிருப்பார்கள். முகம் தெரியாது, பரபரவென நொடியில் காட்சிகள் மாறும், விறுவிறுப்பாக இருக்கும்.

எனக்கு ஸ்லோமோஷன் இருப்பதாக ஜெகன் மாஸ்டரே வந்து சொன்னார். ஃபிரண்ட் ஃப்ளிப் அடித்து மார்பால் டியூப் லைட்டுகளை உடைக்கவேண்டும். ஏழு அடி உயரத்துக்கு இரண்டு எஃகுக்கம்பங்கள் இருந்தன, என்னையே டியூப் லைட்டுகளை அடுக்கச் சொன்னார். தரையிலிருந்து இரண்டடி விட்டுத் துவங்கி ஐந்து டியூப் லைட்டுகளை ஒவ்வொன்றுக்கும் ஓரடி இடைவெளிவிட்டு அடுக்கினேன். கீழே தலையணையும் வைக்கோலும் போட்டு கோணிப்பையால் மூடினேன்.

தரையிலிருந்து மூன்றடி உயரத்தில் வண்டியின் பானெட், அதிலிருந்து நின்ற நிலைக்கு ஃப்ரண்ட் ஃப்ளிப் அடித்தால் முதுகுதான் தரையில் முதலில் படும். ஓடிவந்து அடித்தால் ஒரு சுற்றுச்சுற்றி மார்பை முன்னுக்குக் கொண்டு வரலாம், இங்கு ஓடுதல் கிடையாது, பானட்டிலிருந்து எகிற வேண்டும். தணிகாசலமே இன்று வந்திருந்தாலும் இந்த ஃப்ளிப் கஷ்டமாயிற்றே, ஜெகன் மாஸ்டரிடம் எப்படிப் பேசுவது? முதல் வாய்ப்பு, தவறாக நினைக்கமாட்டாரா?

நான் அளவு பார்த்து யோசிப்பதைப் பார்த்த மாஸ்டர் அருகில் வந்தார்,

"பயமாருக்காடா?"

“பயம் இல்ல மாஸ்டர், ஸ்பாட்டுக்கு வந்து லுங்கியும் டியூபும் பாடில சுத்திட்டுதான் மேல சட்டை போட்டேன் மாஸ்டர். மாஸ்டர் தப்பா நெனைக்கலேன்னா ஒண்ணு சொல்லலாமா?”

“சொல்லுடா சொல்லு”

“பானட்லேர்ந்து ஃப்ளிப்புல மேல போயி செஸ்டக் கொணாந்து லைட் ஒடச்சுட்டு லேண்ட் ஆகமுடியுமான்னு தெர்ல மாஸ்டர்”

“நிண்ணமேனிக்கு எத்தன அடி மேல போவ?”

“நாலு நாலரை மாஸ்டர்”

“அப்ப ஸ்டாண்டோட ஹைட்டு பிராப்ளமில்ல, லேண்டிங்தான் பிராப்ளம் இல்லியா?”

“ஆமா மாஸ்டர்”

“மேட்டரே இல்ல, பானட்ல நிக்கும்போது பொசிஷன் மாத்திக்கோ, ஹீரோவுக்கு முதுகைக் காட்டி நில்லு, கெண்ட சதைல ஸ்டிக்கால ஸ்ட்ரைக் பண்ணுவாரு, பேக் ஃப்ளிப் அடி. எனக்கு செஸ்ட் தான் லைட்ட ஒடைக்கணும். அதான் பொசிஷன்.”

“சரிங்க மாஸ்டர். பேக் ஃப்ளிப் அடிக்றன்”

“நில்லு நில்லு நில்லு, பொசிஷன் பேக் பொசிஷன் வேணாம், ஃப்ரண்ட்டா மாத்திக்கோ. ஒரே ஒரு சேஞ்ச், ஃப்ளிப் அடிக்காத, டைவ் அடி”

“சரிங்க மாஸ்டர்”

“லேண்டிங் சூப்பரா வரணும்டா, பார்த்து”

“சரிங்க மாஸ்டர்”

“ஷாட்டுக்கு முன்ன, தட்ஷிணா சேஃப்டில்லாம் பாத்துருவான். நீ திடல்ல அடிக்றதுதான். கார் பானெட்லேர்ந்து டைவ் அடி, மார்ல லைட்டை ஒடச்சுட்டு லேண்டிங். தட்ஷிணாவ அனுப்பறேன். தட்ஷிணா! தட்ஷிணா! அது முடிச்சுட்டு தவ்லத்துக்கு டிரையல் பாத்துரு, ஒரே ஒரு சேஞ்ச், இவனுக்கு

ஃப்ளிப் இல்ல, டைவ்."

மற்ற சண்டைக்கலைஞர்களுக்கு ஒத்திகை பார்த்துவிட்டு தட்ஷிணாண்ணா வந்தார்.

"லைட் ஓடிக்க தணியத்தான் கேட்டோம், தணிக்கு வேற ஷெட்யூல் தவ்லத்தே. நகரி போய்க்குறான், தெலுங்குப் படம், மாணிக்கம் மாஸ்டர் கம்ப்போஸ் பண்றாரு. நீ தெலுங்கு பண்ணிருக்கியாடா?"

"இல்லண்ணா. மாணிக்கம் மாஸ்டருக்கு பண்ணியிருக்கண்ணா, ஸ்விம்மிங்பூல்ல"

"செரி இது டிரையல் பாத்துரு. உன் சீக்குவென்ஸ் லாஸ்ட்டாம். ஹீரோவ அட்டாக் பண்ற, ரைட் ஹாண்ட், ஹீரோ உன் அட்டாக்க டாஜ் பண்ணிட்டு கையை வலிச்சு ஓடம்பைச் சுத்தி உன்னை பானட் மேல போடுவாரு, ஒரு ரோலிங் பானட்ல பண்ணிட்டு எழுந்து நில்லு, பொசிஷன் பாத்துக்கோ, இது லாஸ்ட் சீக்குவன்சு, லாங்குல எடுக்றது, செரியாடா. பின்ன, நீ நிக்கிற பொசிஷன்ல வரும்போது ஹீரோ கட்டைய எடுத்துக்குவாரு, உன் கால்ல அட்டாக் பண்ணும்போது மாஸ்டர் மாத்துனார்ல டைவ்...டைவ் அடிக்ற, லைனா லைட்டுங்கள ஒட்சுட்டு லேண்டிங், அவ்ல்தான். வாடா, டிரையல் டிரையல்."

தட்ஷிணாமூர்த்தி என்னும் தட்ஷிணாண்ணாவை நீங்கள் பார்க்கவேண்டுமே, அமிதாப் பச்சனுக்கு மட்டும்தான் அண்ணன் டூப் போடமுடியும், அவ்வளவு உயரம். தெருச்சண்டை, குழுச்சண்டை, ஒற்றைக்கு ஒற்றை, அண்ணன் ஒத்திகை பார்த்தால் யாரும் இரண்டாவது டேக் வாங்கமாட்டார்கள். சண்டைப்பயிற்சியில் உதவி இயக்குநராவதற்கு எவ்வளவு உழைத்திருப்பார். நானும் கட்டாயம் இப்படி மற்றவர்களுக்கு ஒத்திகை பார்ப்பேன், கதாநாயகர்களுடனும் ஒத்திகை பார்ப்பேன், இன்னும் சில வருடங்கள் இப்படியே உழைத்தால் போதும், சண்டைப்பயிற்சி உதவி இயக்குநர்கள் வரிசையில் இடம் பிடிப்பேன்.

கதாநாயகர் விஷ்ணுகாந்த் வந்தார், ஜெகன் மாஸ்டரும், தட்ஷிணாண்ணாவும் காட்சிகளை அவருக்குச் சொன்னார்கள். என்னுடைய காட்சிகள் தொடரில் கடைசியாதலால், ஒத்திகைக்குக் கடைசியாக அழைத்தார்கள்.

விஷ்ணுகாந்த் என்னைப் பார்த்தார், ‘யங் மேன்’ என்றார், புன்னகையுடன் வணக்கம் சொன்னேன். ஒத்திகையில் அசற அடித்தார், என்ன வேகம் என்ன சுற்றல், கையைச் சுற்றி இழுத்து வண்டியின் பானட்டில் புரட்டிச் சுழற்றினார். அதே சுழலில் எழுந்து நின்றேன், ‘குட்’ என்றார்.

“ட்யூப்லைட்ஸ் இருக்கு, தணி எங்க தட்ஷிணா?” கேட்டார்.

"தணிக்கு மாணிக்கம் மாஸ்டரோட ஷெட்யூல் சார். இவன்தான் பண்றான், பேரு தவ்லத்து, நல்லா பண்ணுவான்"

பாய்ச்சல் ஒத்திகையில் டியூப்லைட்டில் விழாமல் கம்பங்களை நகர்த்தி வைத்துவிட்டுப் பாய்ந்து தரையில் விழுந்தேன். மாஸ்டர் தூரத்தில் இருந்து கண்டிப்பாகப் பார்த்திருப்பார், தட்ஷிணாண்ணா ’ஓக்கே’ சொன்னார், விஷ்ணுகாந்த் ஒரு கையை மார்பில் கட்டி இன்னொரு கையால் மோவாயைப் பிடித்தபடி என்னுடைய பாய்ச்சலைப் பார்த்தார். தலையை ஆட்டித் தன் சண்டைக்கலை ரசனையை வெளிப்படுத்திவிட்டு மாஸ்டரை நோக்கி நடந்தார்.

குழுச்சண்டை துவங்கியது, ஒவ்வொரு சண்டைக்கலைஞரும் அவர்களுடைய பங்கை சரியாகச் செய்தார்கள். விஷ்ணுகாந்த் என்னிடம் வந்தார், ஒத்திகையில் செய்ததில் இம்மியும் பிசகாமல் செய்து முடித்தேன். அவர் என்னை பானெட்டில் சுழற்றிய கையோடு அதே வேகத்தில் எழுந்து நின்றேன், நின்ற நிலையை அப்படியே மனதுக்குள் படம் பிடித்தேன்.

அடுத்த காட்சியை டியூப் லைட்டுகளை முன்னிலைப்படுத்தி எடுப்பார்கள். நான் பழைய நிலையில் நின்றேன், விஷ்ணுகாந்த் கையில் கட்டையை எடுத்துக் கால்களில் அடிப்பது போல் அடித்தார், பானெட்டில் இருந்து பாய்ந்தேன், உயரே சென்று இரண்டு கம்பங்களுக்கு நடுவில் நீச்சல் குளத்தில்

பாய்வதைப் போல் பாய்ந்தேன். முதல் டியூப் லைட் மார்பில் பட்டவுடன் லேண்டிங்குக்காக கைகளையும் கால்களையும் கண்ணிமைப்பதற்குள் ஆயத்படுத்தித் தரையைத் தொட்டேன், என்ன செய்தாலும் மார்பும் வயிறும் தரையில் மோதுவதைத் தவிர்க்க முடியாது, தாக்கத்தைக் குறைக்கலாம், எல்லா சண்டைக்கலைஞர்களுக்கும் அது தெரியும். தலையை அடிபடாமல் உயர்த்திக்கொள்ள எங்களுக்குப் பயிற்சி உண்டு. மார்பும் வயிறும் வைக்கோல், தலையணை, கோணியின் மீது விழ தாக்கம் குறைவாக இருந்தது. கைகளில் கால்களில் சேதமில்லை. கால்களின் முட்டி வரையில் வைக்கோல் பரவியிருந்ததால் பிரச்சனை இல்லை, தரையில் மோதிய உள்ளங்கை தெரித்தது. உயர்த்தியிருந்த கழுத்தில் குலுக்கம் இருந்தது.

படுத்த நிலையில் தலையை உயர்த்திப் பார்த்தேன். அனைத்தும் சரியாக நடந்திருக்கவேண்டும், யாரும் கோபமாகப் பார்க்கவில்லை. தட்ஷிணாண்ணாவும் மாஸ்டரும் ஆளுக்கொரு கையைப் பிடித்துத் தூக்கினார்கள், தரையைப் பார்த்தேன் பாஸ்பர் பூசப்பட்ட மெல்லிய கண்ணாடிச் சிதறல்கள் ஒழுங்கற்ற வட்டமாக என்னைச் சுற்றிச் சிதறிக்கிடந்தன. நான் விழுந்த இடத்தில் சிதறகள் குறைவாக இருந்தன, அவை என் உடம்பில் ஒட்டியிருக்கவேண்டும். நான் குனிந்து என் மார்பையும் வயிற்றையும் பார்ப்பதற்கு முன், மாஸ்டர் பார்த்து கண்ணாடிகளைத் தன் டர்க்கி டவல் துண்டால் தட்டிவிட்டார், சில உதிர்ந்தன சில பொத்துக்கொண்டு உள்ளே சென்றதால் உதிரவில்லை.

“நல்லா பண்ணடா, செம லேண்டிங்” தட்ஷிணாண்ணா சொன்ன வார்த்தை போதும்.

ஜம்ப்பிங் ஜெகன் மாஸ்டர்தான் இளைஞர்களை ஊக்குவிப்பராயிற்றே பாராட்டாமல் இருப்பாரா?

“நல்ல லேண்டிங்க் பாயி. கேட்டுக்கோ ஒரு சீக்ரெட், இதை ஸ்லோமோஷன்லயும் போர்ரோம். தட்ஷிணாவுக்கும் உனக்குந்தான் தெரியும்.”

என்னுடைய மகிழ்ச்சிக்கு அளவே இல்லை. நான் சுதாரித்த பின் அவரவர் அவரவர் வேலையைப் பார்க்கச் சென்றார்கள் சங்கத்து நண்பர்கள் வந்து கைகொடுத்துச் சென்றார்கள். அடுத்தடுத்த காட்சிகளில் நான் இல்லை. ஓரமாக ஒதுங்கி நின்று சட்டையைக் கழட்டினேன். சத்தம் வராதபடிக்கு உதறினேன். சட்டையிலிருந்து கண்ணாடிச் சில்லுகள் உதிர்ந்த இடங்களில் பொத்தல்கள் விழுந்திருந்தன. இந்தச் சட்டையை இனி போட்டுக்கொண்டு வெளியில் செல்ல இயலாது. மார்பிலும் வயிற்றிலும் சுற்றியிருந்த லுங்கியைப் பிரித்தேன், டியூபையும் பிரித்தேன். அடிவயிற்றின் வலப்பக்கம் ரத்தச்சொட்டு இருந்தது, கண்ணாடிச் சில்லு குத்தி நின்றிருந்தது. கண்ணாடிச் சில்லை உருவினேன், ரத்தம் கசிந்தது. கராஜை விட்டு வெளியே வந்தேன்.

தயாரிப்பு நிர்வாகத்தில் முதல் உதவிப் பெட்டியை வாங்கிக்கொண்டு வெளியே இருந்த விளக்குக் கம்பத்தின் கீழ் நின்று கால்சட்டையை இறக்கி, உள்ளாடையை இறக்கி, டெட்டாலால் துடைத்தேன், அதற்கே எரிந்தது. ஸ்பிரிட்டை பஞ்சில் நனைத்து வைப்பது வழக்கம், நான் காயத்தின் மீது ஸ்பிரிட்டை ஊற்றினேன். என்ன செய்வதெனத் தெரியவில்லை. பெட்னோவெட்டைத் தேடினேன், கிடைத்தது. காயத்தின் மேல் பூசினேன். அது சரியா தவறா எனக்குத் தெரியாது. கண்ணாடிச் சில்லு மட்டும் குத்தியிருந்தால் தூக்கிப்போட்டுவிட்டுப் போயிருப்பேன், டியூப் லைட் சில்லு என்பதால் பயந்தேன். எதுவாக இருந்தாலும் மாஸ்டரிடம் பிறகு சொல்லலாம். குனிந்து காயத்தைப் பார்த்தேன், பெட்னோவெட்டின் மேல் ரத்தக் கசிவு தெரிந்தது, வழித்துப்போட்டுவிட்டு பஞ்சை ஸ்பிரிட்டில் தோய்த்து காயத்தின்மேல் வைத்தேன், மேலும் பஞ்சை வைத்து அழுத்தி அழுத்தி நீளமாக எக்ஸ் வடிவ பிளாஸ்திரியைப் போட்டேன். உள்ளாடையை மேலேற்றி, கால்சட்டையை மேலேற்றி சட்டையை இழுத்துவிட்டேன். நடக்கும் போது வலித்தது. வலது காலைத் தரையில் வைத்தால் காயம் பட்ட இடத்தில் அடிவயிறு கடுத்தது.

உள்ளே சென்று தயாரிப்பு நிர்வாகத்தில் முதலுதவிப் பெட்டியைத்

தந்துவிட்டு ஜெகன் மாஸ்டரோ தட்ஷிணாண்ணாவோ தனியாக இருக்கும் நிமிடங்களுக்குக் காத்திருந்தேன். அடுத்தடுத்து காட்சிகள் வந்தன, படப்பிடிப்பு முடியும் வரையில் இருவரும் ஓய்வாக இருக்கப்போவதில்லை. சங்கத்து நண்பர்களுடன் சேர்ந்து நின்று படப்பிடிப்பை ரசித்தேன். முடிந்ததும் பார்த்துக்கொள்ளலாம். நான் மட்டும்தான் சாகசக் காட்சியில் நடித்துள்ளேன் என நினைத்தால் அது தவறு. கராஜில் இருந்த ஒவ்வொரு சண்டைக்கலைஞரும் ஒவ்வொரு வகையில் சாகசம் செய்திருப்பார்கள். நான் புதியவன் இன்னும் காயங்களைத் தாங்க உடல் பக்குவப்படவில்லை. யார் யாருக்கு எங்கெங்கு காயங்கள் பட்டனவோ இன்னும் சிறிது நேரத்தில் தெரியும்.

படப்பிடிப்பு முடிந்ததும் எல்லோருக்கும் சேர்த்துக் கையசைத்து விஷ்ணுகாந்த் புறப்பட்டார். நான் மாஸ்டரிடம் அடிவயிற்றில் கண்ணாடிச் சில்லு குத்தியதைச் சொன்னேன். சில்லுகளை சரியாக எடுத்துப் போட்டுவிட்டுத்தானே மருந்து வைத்தாய் எனக் கேட்டார், ஆமாம் என்றேன். ஒன்றும் கவலைப்படத் தேவையில்லையென மிகச் சாதாரணமாகச் சொன்னார். வீட்டுக்குப் போவதற்குள் ஒட்டிக்கொள்ளும், பெரிய வெட்டாக இருந்தால் இந்நேரம் இரத்தம் அதிகமாக வெளியேறியிருக்கும், சிறிய காயத்துக்குக் கவலைப்படாதே என்றார்.

அடிவயிற்றுக் கடுப்புடன் கால்களைப் பூப்போல வைத்து அதிராமல் நடந்து வெளியே வந்தேன். பின்னியிலிருந்து பெரம்பூர் பேருந்து நிலையம் வரையில் யாராவது படப்பிடிப்புக்குழுவினர் இருசக்கரத்தில் கொண்டுவிட்டால் போதும் அங்கிருந்து பேருந்து 29 டி தடத்தில் ஐஸ்ஹவுஸ் செல்வேன். எவ்வளவு தூரம்தான் பூப்போலக் காலெடுத்து நடப்பது. யாராவது இருசக்கரத்தில் வருவார்கள்.

படபடவென இன்னொரு சண்டைக்கலைஞரே வந்து வண்டியை என் முன்னே நிறுத்தினார்.

“வண்டில உக்காருப்பா, லைட்டு உடைச்சதுல வாட்லோடு வயித்துல எறங்கிடுச்சாமே. மாஸ்டர் உன்னை ஸ்டான்லில காட்டிட்டுப் போகச்சொன்னாரு”

“இல்லண்ணா, என்னை பஸ் ஸ்டாண்டுல விட்ருங்க, அது போதும் இது பெரிய காயம் இல்லைன்னு மாஸ்டர் சொன்னாரு.”

“மாஸ்டர்தான் என்னை அனுப்பினாரு, ஸ்டான்லில தெரிஞ்ச பொண்ணு நர்ஸா இருக்கு, இப்ப டூட்டிலதான் இருக்கும், உக்காருப்பா போலாம்.”

ஸ்டான்லியில் அவசரப் பிரிவில் வயிற்றுக் காயத்தைக் காட்டி, அவர்கள் காவல் துறைக்குத் தகவல் உள்ளதா? சண்டையா? யார் குத்தியது? கேள்விகள் தொடர்ந்தபோது படப்பிடிப்புத் தளத்தில் நடந்த தவறைச் சொன்னோம். அதற்கு அவர்கள் ஏதோ ’ஆகுபேஷனல் இஞ்சரி’யெனப் புரியாததெல்லாம் சொல்லிக் குழப்ப, எனக்குத் தலைசுற்றியது. காயத்தைவிட காயத்துக்கு வைத்தியம் பார்ப்பது கொடுமை. கடைசியில் என்னுடன் வந்த சண்டைக்கலைஞருக்குத் தெரிந்த நர்ஸ் அம்மா வந்த பின்னர்தான் நிலைமை சீரானது. அவர் வந்து எங்கள் நிலையை மருத்துவமனை அலுவலர்களிடம் விளக்கினார். மருத்துவமனை சீட்டெழுதி மருத்துவரிடம் அழைத்துச் செல்லும்போது திட்டினார்.

“அதுவும் இப்படித்தான் ஒவ்வொரு ஃபைட் சீன் முடிஞ்சதும் அங்கங்க சிராய்ப்பு வாங்கிக்கினு வந்து நிக்கும்.”

மருத்துவரும் காயத்தைப் பார்த்ததும் திட்டினார்.

“கொஞ்சம் சேஃப்டியா பண்ணமாட்டீங்களாப்பா? ஒரு அப்டமண்ட் கார்டு கட்டிக்க எவ்ளோ நேரம் ஆகும்?”

உடைந்த கண்ணாடிச் சில்லு ஒன்று உள்ளேயே இருந்துள்ளது. இடுக்கியை வைத்து எடுத்தார். நர்ஸ் அம்மாவிடம் கட்டுப்போடச்சொல்லிவிட்டுச் சென்றார். மருத்துவருக்கும் நர்ஸ் அம்மாவுக்கும் நன்றி சொல்லிவிட்டுப் புறப்பட்டோம்.

“தேங்ஸ்ணா, விட்டிருந்தா பிரச்சனை ஆகியிருக்கும்ணா.”

“மாஸ்டரைப் பார்க்கும்போது தேங்ஸ் சொல்லு, அவருதான் உன்னை இட்டும்போவச் சொன்னது. இங்கேர்ந்து எப்படிப் போவ?”

“ஐஸ் ஹவுஸ்க்கு டைரக்ட் பஸ் இருக்குண்ணா, போயிருவேன்"

“சரி, பார்த்துப்போ. அப்புறம்...டைவ் அடிச்சு தண்டராட்டம் விழுந்து டியூப் லைட் ஒட்சியாம், விஷ்ணுகாந்த் மாஸ்டர்ட்ட சொன்னாராம்"

அன்றிலிருந்து ‘தண்டர்’ என்னுடன் ஒட்டிக்கொண்டது, ‘தண்டர்’ தவ்லத்.

★

12. நேற்று இன்று நாளை

ஜஸ்டின், குண்டுமணி, ஜக்கு போன்ற நடிகர்களின் முகம் உங்களுக்கு நினைவில் இருக்கும், அவர்கள் சண்டைக்காட்சிகளிலும் நடிப்பார்கள், கதையிலும் அவர்களுக்கு வில்லனின் கையாளாக, கொள்ளைக்கூட்டத்தில் ஒருவராக ஏதாவது பாத்திரம் தரப்படும், அதனால் அவர்களை விட்டுவிடுவோம். அவர்களைவிடுத்து, சண்டைக்காட்சியில் சில நிமிடங்கள் தோன்றி மறையும் யாருடைய முகத்தையாவது உங்களால் நினைவில் வைத்திருக்க முடியுமா? யாரையாவது அடையாளம் காட்டமுடியுமா?

யங் மாஸ்டர் படத்தால் ஜாக்கி சானுடைய முகம் பிரபலமான பிறகுதானே அவர் எண்ட்டர் த டிராகனில் புரூஸ்லீயுடன் சில நொடிகள் சண்டைக்காட்சியில் தோன்றியது தெரியவந்தது. சண்டைக்காட்சியில் தலையைக் காட்டினாலே அந்த நிலை, டூப் போடும் சண்டைக்கலைஞனின்

நிலையைச் சொல்லத்தேவையில்லை. அவன் முகம் யாருக்குமே தெரியாது. விஷ்ணுகாந்த், சூரியகுமார் படங்களில் நான் சொன்ன சண்டைக்காட்சிகளை நீங்கள் பார்த்தாலுமே, உங்கள் நினைவில் தங்கும் அளவுக்கு என் முகம் திரையில் தோன்றாது. முகம் தெரியாத ஆயிரக்கணக்கான கலைஞர்களுள் நானும் ஒருவனானேன்.

நகைச்சீட்டுடன் சேர்த்து மாதாந்திரப் பணச்சீட்டும் இடியாப்பக்காரரிடம் பிடிக்கும் அளவுக்குப் பணம் சம்பாதித்தேன். கழுகு, சவால், சட்டம் ஒரு இருட்டறையெல்லாம் வெளியாகி சண்டைக்காட்சி ரசிகர்களை மகிழ்வித்த நாள்களில் உதவியாளராகும் கனவில் கடுமையாக உழைத்தேன். குழுச்சண்டையில் கராத்தே நகர்வுகளுக்கு மாணிக்கம் மாஸ்டர் அழைத்தார். மாணிக்கம் மாஸ்டரிடமும் உயிரைக்கொடுத்து வேலை செய்தேன்.

மாணிக்கம் மாஸ்டர் சீன ஜப்பானிய சண்டைக் கலைகளுக்கு இணையாக தமிழ்த் திரையில் சண்டைக்காட்சிகளை அமைப்பவர். முதன் முறையாக முன்னணிக் கதாநாயகருக்கு டூப் போட அழைத்தார். அது தீப்பந்தச் சண்டை. அதில் சர்க்கஸ் சாகசத்தைப் போல் பாய்ச்சல் (டைவ்), பின்பக்கக் குட்டிக்கரணம் (பேக் ஃபிளிப்), மல்லாந்து படுத்து கை கால்களைத் தரையில் வைத்து இடுப்பை உயர்த்துவது (ஹிப் த்ரஸ்ட்), இடுப்பை உயர்த்திய நிலையில் பக்கவாட்டில் சுழல்வது (டுவிஸ்ட்) நான்கையும் அமைத்தார். நான்கு திசைகளில் ஒவ்வொரு திசையிலும் தீப்பந்தத் தாக்குதல் வரும்போது ஒவ்வொரு உத்தியில் அதைத் தவிர்க்கவேண்டும். டுவிஸ்ட், ஹிப் த்ரஸ்ட், பேக் ஃபிளிப், டைவ், கடைசி உத்தி பாய்ச்சல். பாய்ச்சலில் முடித்து, கதாநாயகன் முகத்தைக் குளோசப்பில் எடுத்து அடுத்த வீச்சுக்கு நிற்கையில் அரங்கில் கைதட்டல் பறக்கும்.

கருந்தேள் கண்ணாயிரத்தில் பாபு மாஸ்டர் ஜெய்சங்கருக்கு அமைத்த தீப்பந்தச் சண்டை, வண்டிக்காரன் மகனில் ஜூடோ பானு ஜெய்சங்கருடன் மோதும் தீப்பந்தச் சண்டை, காளியில்

தியாகராஜன் மாஸ்டர் ரஜினிகாந்துக்கு அமைத்த தீப்பிழம்புச் சண்டை, உசேன் பாயிடம் சிலம்பம் பயின்ற நாள்களில் டேவிட் சுற்றும் சக்கரப் பரோட்டா அனைத்துடன் சேர்த்து சொர்ணக்குளம் தீ விபத்தும் எனக்கு நினைவுக்கு வந்தது.

'அச்சமென்பதில்லையே' எங்களுக்கும் பொருந்தும்தானே? சொர்ணக்குள விபத்துக்குப் பின் சக்திநாதன் அண்ணன் மீண்டு வந்ததும் சண்டைக்கலையில் உயர்ந்துகொண்டிருப்பதும் தெரியும்தானே? இன்னும் கொஞ்ச நாள்களில் அவரை சக்திநாதன் மாஸ்டர் என்று அழைக்கப்போகிறேன். வெற்றிக்கதை கண் முன்னே இருக்கையில் விபத்தை நினைத்துத் தயங்குவேனா?

ஸ்டெப் கட்டிங் தலைமுடி டோப்பா, வெளிர் பழுப்பில் பெல்பாட்டம் கால்சட்டை, பெரியபெரிய பூக்கள் போட்ட சட்டை, கதாநாயகன் அணிந்திருக்கும் உடையை நானும் அணிந்து களத்தில் நின்றேன்.

"தண்டரே, நாலே நாலு மூவ்டா, தீப்பந்தம் வரும்போது டுவிஸ்ட்டு, ஹிப் த்ரஸ்ட்டு, பேக் ஃபிளிப்பு, டைவ். டைவ்தான் கடேசி மூவ். பந்தத்தை தரையோட சொருவும்போது ஹிப் த்ரஸ்ட் டைமிங் வுட்ராதடா. கெவ்னம் ஃபுல்லா தீப்பந்தம் வர்ரதுலயும் மூவ்லயும் இருக்கணும் தெர்தா. இதுக்கு தேட்டர்ல கிளாப்ஸ் வாங்குற நீ" - மாணிக்கம் மாஸ்டர் சொல்லி முடித்தார்.

யார் என்னைத் 'தண்டரே' என அழைத்தாலும் மாணிக்கம் மாஸ்டரின் அழைப்பில் இருக்கும் கனிவும் செல்லமும் வடஆற்காட்டுச் சென்னைத் தமிழில் குழைத்தெடுத்த உச்சரிப்பும் மயக்கும். அந்தத் 'தண்டரே'யைக் கேட்பதற்காகவே அவரிடம் வேலை செய்யவேண்டும். யாரிடம் உதவியாளராகச் சேரப்போகிறேனோ? சண்டைக்கலை உதவி என்றில்லை நாளை நான் மாஸ்டராகவே ஆகிவிட்டாலும் மாணிக்கம் மாஸ்டர் என்னை அதேபடிக்கு 'தண்டரே' என்றுதான் அழைப்பார்.

"போலாமாடா"

“ஓக்கே மாஸ்டர்”

“ஸ்டார்ட்”

தண்டால் எடுக்கும் நிலையில் நின்று முதல் தீப்பந்த அடி முதுகுக்கு வருவதற்குள் டுவிஸ்ட்டில் நிலையை மாற்றி மல்லாந்து படுத்தேன். அடுத்த வீச்சு பந்தத்தைத் தரையோடு தரையாகத் தேய்த்துச் செருகுவது, பந்தம் வந்தபோது ஹிப் தரஸ்ட் போட்டுத் தவிர்த்தேன், அது தரையில் வெற்றாக ஓடியது. ஹிப் த்ரஸ்டை முடித்து எழுந்து நின்றேன், பந்தம் காலில் வீசப்பட்டது பேக் ஃப்ளிப் அடித்து முடித்தேன். அடுத்த வீச்சுக்கு டைவ் அடித்து முடித்தேன். எழுந்திருக்கும்போது கை உடைந்திருப்பதை உணர்ந்தேன்.

எதுவும் சொல்லவில்லை, காட்சி சரியாக வந்ததா மட்டும் கேட்டுவிட்டு, கையைப் பிடித்துக்கொண்டு ஒதுங்கினேன். மாஸ்டருக்குப் புரிந்துவிட்டது. வடபழனி புத்தூர்க்கட்டுக்கு அனுப்பிவைத்தார்கள். கதாநாயகன் விளம்பரமே இல்லாமல், யாருக்கும் தெரியாமல் மாஸ்டரிடம் சொல்லித் தன்னுடைய தனிப்பட்ட அக்கறையில் அடையாறில் இருந்த எலும்பு முறிவு மருத்துவமனைக்கு சிகிச்சைக்கு அனுப்பினார். என்னுடைய வசதிக்கு அந்த சிகிச்சை ராஜ சிகிச்சை. கட்டுப்போட்டுக்கொண்டு வீட்டுக்கு வந்தேன். மூன்று மாதங்கள் ஓய்வு. நகைச்சீட்டு கிடையாது, மாதாந்திரச் சீட்டு கிடையாது.

சண்டைக்கலைஞனின் வாழ்வில் இயல்பாக நடப்பவைதான், ஆனால் ஆட்டுத்தொட்டியில் நான் சண்டைக்கலைஞன் இல்லையே. மீண்டும் மீண்டும் பொய்தான், கீழே விழுந்துவிட்டேன். அண்ணன் ஈ.எஸ்.ஐ. (எம்ப்ளாயீஸ் ஸ்டேட் இன்சூரென்ஸ்) இருக்கிறதுதானே, இழப்பீட்டில் சம்பளம் கிடைக்கும்தானே என்றான். நான் மனதுக்குள் சிரித்தேன். குடும்பத்தின் அனைத்துப் பதறல்களும் திட்டுகளும், கூடவே எனது பொய்களும் பழகியவையல்லவா, எதுவும் என்னப் பாதிக்கவில்லை.

சித்தப்பா நண்பர்கள் குழுவும் வந்து நலன் விசாரித்தது.

நலன் விசாரிப்போடு சித்தியின் அனகாபுத்தூர் வீட்டைக் கண்டுபிடித்துவிட்ட செய்தியும் பகிரப்பட்டது. இது என்ன இது? சித்தப்பா தன் காதலின் வெற்றிக்கு உழைக்கிறானா? என் காதலுக்கு உதவுகிறானா? கையை இப்படி வைத்துக்கொண்டு அனகாபுத்தூருக்குப் பேருந்து ஏற முடியாது. கை சரியானதும் பயிற்சிக்குத் திடலுக்கோ கடற்கரைக்கோ போகிறேனோ இல்லையோ முதல் வேலையாக அனகாபுத்தூருக்குச் செல்லவேண்டும்.

கை சரியாவதற்கு இரண்டு மாதங்கள் பிடித்தன. சரியானாலும் படப்பிடிப்புக்குச் செல்ல முடியாது, எடை தூக்க முடியாது. அதற்கு இன்னும் இரண்டு மாதங்கள் ஆகலாம். அனகாபுத்தூருக்குச் சென்றேன். பார்வை விடுதூதிலிருந்து முன்னேறிவிட்டேன். வீட்டைக் கண்டுபிடித்ததில் அவளுக்கு வியப்பு இல்லை, கோவளச் சுற்றுலாப் பயணக் கதையிலிருந்தே சித்தி - சித்தப்பா கதை உறவு வட்டத்துக்குத் தெரிந்ததுதான். சித்தப்பாவின் நண்பனுக்கு வீடு தெரிவதில் வியப்பில்லை, இருப்பினும் என் துணிவை வியந்தாள்.

எப்படி இவ்வளவு துணிவாகத் தெருவுக்குள் வந்து, பார்த்து, சைகையில் அழைத்து, தூரத்தில் கடையில் நின்று துணிவாகப் பேசி, ஊராட்சிப் பூங்காவுக்கு அழைத்து, 'ரொம்பதான் தைரியம்' வெடுக்கென முழங்கையால் இடுப்பில் பக்கவாட்டில் இடித்தாள். கரடுமுரடான ஆள்கள் நான்கு பேர் தீப்பந்தத்தைச் சுற்றிச்சுற்றி அடிக்கும்போது அனாயாசமாகத் தவிர்த்துப் பாய்ந்தவன், அந்த இடிப்பில் வீழ்ந்தேன், அதற்குப் பின் எழுந்திருக்கவேயில்லை.

அது என்ன பழமொழி? கத்தரிக்காய் விளைந்தால் கடைத் தெருவுக்கு வரவேண்டுமா? எங்கள் தொடர்பும் கடைத் தெருவுக்கு வந்தது. திடீரென ஜெய்புன்னிசா பதறினாள். பூங்காவிலிருந்து திரும்பும் வழியில் பார்த்த இளைஞர்கள் அவர்கள் தெருவில் குடியிருப்பதாகச் சொன்னாள். பதறாமல் வீட்டுக்குப் போகச் சொன்னேன். கண் மூக்கு வைத்து முதலில் செய்தி அவரவர் நட்பு வட்டத்தில் பரப்பப்பட்டு பின்னர் அதுவாக வெளியேறி வீட்டாரைச் சேரும், அதற்கு இன்னும் நேரம் இருக்கிறது.

ஜெய்புன்னிசாவைப் போகச்சொல்லிவிட்டு நான் பேருந்து நிலையத்தை நோக்கி நடந்தேன். எங்களைப் பார்த்த இளைஞர்களிடம் இருசக்கர வண்டிகள் இருந்தன, ஒருவன் தன் வண்டியை ஓட்டி வந்து எனக்குக் குறுக்கே நிறுத்தினான். கையை உடைத்துக்கொண்டு இரண்டு மாத ஓய்வில் இருந்ததால், என்னால் எதுவும் செய்ய முடியாதா என்ன? இவர்களை சமாளிக்க என்னுடைய ஒரு கை போதும், ஆனால் எதுவும் செய்யமாட்டேன்.

“எங்கேர்ந்து வர?”

“ஏன்?”

“கேட்டா பதில் சொல்லு, எங்கேர்ந்து வர?”

“ராயப்பேட்டை"

“அந்தப் பொண்ணை உனக்குத் தெரியுமா?”

“சொந்தக்காரப் பொண்ணுதான்"

“சொந்தக்காரப் பொண்ணுன்னா வீட்டுக்குதான போய்ப் பாக்கணும், ஊராட்சி பார்க்குல ஏன்? லவ்வா?”

“ஜாஸ்தி பேசாதீங்க"

“பேசுனா என்ன செய்வ?”

என் உடம்பு இருக்கும் நிலையில் ஒற்றைக்கைச் சண்டைதான் இந்நிலையில் சரிப்படும், இரண்டு அடி அடித்துவிட்டு பேருந்து நிலையத்தை நோக்கி ஓடலாம், ஆனால் செய்யமாட்டேன். என் சண்டைக்கலை கிடக்கட்டும், ஒருவேளை இந்தத் தகராறு முற்றி காவல் நிலையம் வரையில் சென்றால், நான் சண்டைக்கலைஞர் சங்கத்தைச் சேர்ந்தவன் என்பது தெரிந்தால், சங்கத்தின் ஒழுக்க மீறல் நடவடிக்கைக்கு ஆளாக நேர்ந்தால், என்னால் அதை சமாளிக்க முடியாது.

உடலை உறுதி செய்வதும் வளைய வைப்பதும் சண்டைக்கலை பழகுவதன் நோக்கமாக இருந்தாலும், அதில் தாக்கும் நுட்பங்களைப் பழகும்போது மற்றவர்களைத் தாக்கும்

எண்ணமும் மனதுக்குள் எங்காவது மூலையில் பதுங்கியிருக்கும். பழகித் தேர்ந்த பின் எங்கெங்கு தட்டினால் என்னென்ன விளைவுகள் எதிராளியின் உடம்பில் ஏற்படும் என்பது தெரிந்த பின் அவசியமில்லாமல் அவசரப்பட்டுத் தாக்குவதற்கு யோசனையாக இருக்கும். சண்டைக்கலையின் நுட்பங்கள் பழகிய கலைஞனிடம் அதீதப் பொறுமை இருக்கும்.

அவர்களை விலக்கிவிட்டு நடந்தேன்.

“இனிமேல் உன்னை இங்க பார்த்தோம், நடக்கறதே வேற”

நடந்த நான் திரும்பி நின்று அவர்கள் முகத்தைப் பார்த்தேன், எதுவும் பேசாமல் திரும்பி மீண்டும் நடந்தேன். அடுத்த முறை இந்த முறைப்புக்கு வாய்ப்பிருக்காது அடிதான் என்றார்கள். நான் பதில் பேசவில்லை, அமைதியாகப் பேருந்து நிறுத்தத்துக்குச் சென்று அண்ணா சாலைக்குப் பேருந்தில் ஏறினேன்.

சென்னைத் தெருச்சண்டைக்கு வியூகம் அமைப்பதில் பழக்கமானவர்களாக இருந்திருந்தால், அவர்களுள் ஒருவன் என்னை ரகசியமாகப் பின் தொடர்ந்திருப்பான், குறைந்தது நான் செல்லும் பேருந்தின் எண்ணைக் குறித்துச் சென்றிருப்பான். நான் பேருந்தில் ஏறிய நிறுத்தத்தில் யாரும் என்னுடன் ஏறவுமில்லை, பேருந்து நிறுத்தம் வரையிலும் பின்தொடரவும் இல்லை. நான் மனதுக்குள் புன்னகைத்தேன்.

ஓய்வில் இருப்பதால் வீட்டில் இருக்கப் பொரித்தெடுத்தது. அமைதியாக அமர்ந்திருக்கும் எனக்கு ஆறுதலாகப் பேசுவதாக நினைத்து அப்பா என்னிடம் பேச்சுக்கொடுத்தார், கடமைக்குப் பேசுவதாக எனக்குத் தோன்றியது. சிறிது நேரம் நானும் கடமைக்குப் பேசினேன். அவர் இறங்கி வந்தார், நானும் இறங்கி வந்து பழைய கதைகளைப் பேசும் சாக்கில் யாரோ சொல்வதுபோல் படப்பிடிப்புக் கதைகளை அவரிடம் சொன்னேன், டூப் போடும் தொழில் என்று இழுத்தேன். டூப்பெல்லாம் அவருக்கும் தெரியுமாம், இரட்டை வேடங்களில் கதாநாயகர்கள் நடிக்கும் படங்களில் இரண்டு வேடங்களும் திரையில் தோன்றும்போது முதுகைக் காட்டி நிற்பவர்தான்

டூப்பாம். அப்படி முதுகைக்காட்டித் திரையில் சண்டை போட்டாலும் அவர் டூப்தான் என்றேன்.

அவ்வளவு நேரம் நன்றாகச் சென்ற உரையாடலை 'சண்டை' என்ற வார்த்தை குழப்பிவிட்டது. அப்பா பழைய அப்பாவானார், சண்டையில் என் கவனம் செல்லக்கூடாதாம், அந்தத் தொழிலை இப்போது பேசத் தேவையில்லையாம், மின்சாரப் பணி சரியாகச் செல்கிறதாம், கை சரியானதும் கராஜுக்குச் செல்லவேண்டுமாம். முழ நீளத்துக்கு அறிவுரை வாசித்தார். மனதுக்குள் சிரிப்பதைத் தவிர வேறென்ன செய்ய?

அடுத்த நாள் வீட்டில் ஓய்வெடுக்கப் பிடிக்காமல் காலையில் எழுந்ததும் குளித்துவிட்டு ஏழு மணிக்கெல்லாம் சங்கத்துக்குச் சென்றுவிட்டேன். தேநீர்க்கடையில் சில நிமிடங்களைக் கழித்தேன், சண்டைக்கலை முன்னோடிகளுடன் உரையாடல் வளர்த்தேன், பாலாஜி படம், ஜெய்சங்கரும் கமலஹாசனும் நடித்த சவால் திரைப்படத்தின் இந்தி வடிவம் 'ஹாத் கி சஃபாய்' என்றேன். இந்திப் படக் கதாநாயகிகள் மேல் அவ்வளவு பிரியமா, ஏன் இந்திப்படமாகப் பார்க்கிறாய் எனக் கிண்டலடித்தார்கள்.

சவால் திரைப்படத்தின் 'நாடினேன் நம்பினேன்' பாடலில் உடல் மெலிந்த ஸ்ரீபிரியாவை பார்த்து வருந்திய ரசிகர்களில் நானும் ஒருவன் என்பதை அண்ணன்களிடம் சொல்ல முடியுமா? எந்த அண்ணன் எந்தச் சண்டைக்காட்சியில் ஸ்ரீபிரியாவுக்கு படப்பிடிப்பில் சண்டைப்பயிற்சி கொடுப்பாரோ? தேவையில்லாமல் வாயைத் திறக்கக்கூடாது.

தணி இருசக்கரத்தில் வந்தான். படபடவென ஒலித்து வந்து, நின்று விர்விர்வ்ரூமினான்

"இன்னா தவ்லத்தே டைவ் அட்சா வயித்துல வாட்லோடு வாங்கிக்ற, கைய ஒட்ச்சுக்கற. பிராட்டீஸ் ஒழுங்காத்தான பண்ற, ஏன் இப்டி டைவ்ல சொதப்புற?"

"ஒண்ணுமில்ல தணி, நீ சொன்னபுறந்தான் டைவ்ல சொதப்றதே தெரியுது. இன்னும் பிராக்டீஸ் பண்ணனும். ரெண்டு மாசம்

போவட்டும், நல்ல பிராக்டீஸ் செய்துர்ரேன்"

“செரி சொம்மாத்தான ஒக்காந்துக்குனுக்ற, பல்லாவரம் வறியா, பைக் சேஸ் ஷூட்டிங்குக்குது"

“நான் வரல தணி, வெயில்ல நிக்கணும், வேடிக்கை பாக்ற எடத்துல கைய ஒடச்சுக்குனதை எல்லாரும் பேசுவாங்க. நீ பல்லாவரமா போற?”

“ஆமா, இந்த பைக்கும் இன்னிக்கு நடிக்குதுல்ல" தணி சிரித்தான்.

பைக் வாங்குவது இப்போதைக்கு என்னால் முடியாது, அது என் இலக்கும் இல்லை. வாய்ப்பு கிடைத்தால் யாருக்காவது டூப் போடும்போது ஓட்டலாம். ஆட்டுத்தொட்டி வீட்டிலிருந்து மாறாமல் பைக் வாங்கக்கூடாது.

மனம் மாறி தணியுடன் ஒட்டிக்கொண்டேன்.

காட்சி கிட்டத்தட்ட கர்ணன் படங்களின் பாணியில் இருந்தது. இருசக்கரங்கள் சீறிப் பாய்ந்து, விழுந்து, மோதி இடிபடக்கூடிய எல்லா இடங்களிலும் இடிபட்டன. பின் முன்னாக (ரிவர்ஸ் மோஷன்) எடுத்துப் படத்தொகுப்பில் இரண்டு வண்டிகளும் நேருக்கு நேர் முட்டிக்கொள்ளப்போகும் காட்சிகளும், துரத்தல்களும், உடைதல்களுமாக பல்லாவரம் மலையும் மலையைச் சார்ந்த பகுதிகளும் வண்டிகளின் வ்ரூம்வ்ரூம் உறுமல்களை எதிரொலித்தன.

சாப்பாட்டு இடைவேளையில் சண்டைக்கலைஞர்கள் அனைவரும் நலன் விசாரித்தார்கள், கவனமாக இருக்கச் சொன்னார்கள், ‘அதெல்லாம் செரியாய்டும்’ சொல்லிவிட்டு சாதாரணமாகக் கடந்தார்கள்.

பேச்சுவாக்கில் ரஜினிகாந்த் நடிக்கும் ரங்காவின் சண்டைப்பயிற்சி ஹயாத் மாஸ்டராயிற்றே, அதில் எனக்கு வாய்ப்பு இருக்குமா எனக் கேட்டார்கள். அப்போதைக்கு எதையும் சொல்ல முடியாது. ரஜினிகாந்துடன் பணியாற்றுவதில் யாருக்குதான் விருப்பம் இருக்காது?

தணி வந்தான்,

"பிரியாணி இருந்தா நல்லாருக்கும் இல்லடா"

“தாஜ் மெஸ் சிக்கன் கொழம்புக்கு சட்டி சோறு தின்னேன் தணி, பிரியாணி என்ன பிரியாணி? சோறு, சிக்கன் கொழம்பு, முட்டைக்கோசு பொரியல் போதும், பிரியாணில்லாம் வேணாம். தணி, எத்தினி மணி வரைக்கும் ஷூட்டிங்?”

“அஞ்சுன்னாங்கோ"

“எப்படி வீட்டுக்குப் போவ?”

“ஜீயெஸ்டி ரோடுதான், ஏன்?”

“போவும்போது அனகாபுத்தூரை ஒரு சுத்து சுத்திட்டுப் போலாமா?”

“ஏண்டா காசு ரொம்ப சேத்துட்டியா? வீட்டு மனை எதுனா வாங்கப்போறியா? கிரவுண்டு எவ்ளோ போவுது? அனகாபுத்தூர்லல்லாம் சீப்பாமே"

“எங்கிட்ட பைக்கே இல்ல தெரியுந்தான? நானு மனை வாங்கவா? கலாய்க்காத தணி"

தணியிடம் என்னுடைய காதல் கதையைச் சொன்னேன். அனகாபுத்தூர் இளைஞர்கள் மடக்கியதையும் சொன்னேன். ’சப்ப மேட்டர்’ ஒருவார்த்தையில் முடித்தான், அதற்கு மேல் தணி எதுவும் பேசவில்லை. ஏதாவது திட்டம் வகுப்பான்.

படப்பிடிப்பு முடிந்ததும் ஐந்து இருசக்கரங்களில் ஆறு சண்டைக்கலைஞர்கள் தடதடவெனப் புறப்பட்டார்கள். தணியின் இருசக்கரத்தில் நான் பின்னிருக்கையில் இருந்தேன். படபடவென அனகாபுத்தூருக்குள் வண்டிகள் நுழைந்தன, பூங்காவை ஒரு சுற்று சுற்றின, ஜெய்புன்னிசாவின் வீடு இருந்த தெருவில் நுழைந்து வெளியேறின, கடைவீதியில் தேநீர்க் கடையும் அல்லாமல், சிற்றுண்டிக் கடையும் அல்லாமல் இடைப்பட்ட அமைப்பில் ஓலைக்கூரையில் மரப் பெஞ்சுகளும் மேசைகளும் இருந்த கடையில் நின்றன, ஆறு தேநீர்கள் சொல்லப்பட்டன,

குடிக்கப்பட்டன. மீண்டும் வண்டிகள் தடதடக்கப் படபடக்க ஜெய்புன்னிசாவின் வீட்டுத் தெரு, பூங்கா, பேருந்து நிலையம் நோக்கிய பாய்ச்சல். எதிர்பார்த்தபடி என்னை மடக்கிய இளைஞர்கள் அங்குதான் இருந்தார்கள். தணியின் தோளைத் தட்டினேன், தணி அவர்களைப் பார்த்தான், வண்டி நகர்கையில் பார்வையை எடுக்காமல் தலையைத் திருப்பி அவர்களையே பார்த்தான், வண்டி அவர்களைக் கடந்துவிட்டதால் நான் தலையைத் திருப்பி அவர்களைப் பார்த்தேன், அவ்வளவுதான். இவற்றைத் தவிர வேறு எதையும் யாரும் செய்யவில்லை. தணி என்னை ஜெமினியில் இறக்கிவிட்டான், அங்கிருந்து வீட்டுக்கு நடந்து சென்றேன்.

வேண்டுமென்றே அடுத்த நாள் அனகாபுத்தூருக்குச் சென்றேன். இருசக்கர இளைஞர்கள் என்னைப் பார்த்ததும் பம்மினார்கள். எதுவும் பேசவில்லை, என் வழியில் முன்னே வருவதைத் தவிர்த்தார்கள். என்னைவிடவும் உருவத்தில் பலசாலிகளாகத் தோன்றும் ஐந்து பேர் புடை சூழ இருசக்கரத்தில் நான் வலம் வந்து, அவர்களைப் பார்த்து முறைத்துச் சென்றால் அச்சம் தோன்றுவது இயல்பு. என் முகமாவது பரவாயில்லை, தணியின் முகம் சண்டைக்காட்சிகளில் நடிப்பதற்காகவே செய்யப்பட்ட முகம், தணி முறைத்து இவர்கள் நடுங்காமலா? ஜெய்புன்னிசாவின் வீட்டைச் சுற்றிவிட்டு, அவளைப் பார்க்க எந்த முயற்சியும் செய்யாமல் பேருந்தைப் பிடித்து வீட்டுக்குத் திரும்பினேன். தணியின் வியூகம் வெற்றியடைந்தது.

சித்தி - சித்தப்பா கதை வெடித்தது போல, என்னுடைய கதையும் வெடித்து வீடுவரை வந்தது. அடியாள்களை வைத்து மிரட்டுவதாகக் குற்றப்பத்திரிகை வாசிக்கப்பட்டது. யார் யாரை மிரட்டியது? எதிர்க்கேள்வி கேட்க ஆளில்லை. அப்பொழுதும் நான் என் வேலையை யாரிடமும் சொல்லவில்லை. திரைப்படம் பார்க்கும் யாராலும் என் முகம் தோன்றும் நொடி நேரக்காட்சியைத் திரையில் பார்த்து என்னை அடையாளம் காட்ட முடியாது. முரட்டு ஆசாமிகளுடன் என்னைத் தொடர்புபடுத்திச் சொன்னால் அப்பா அப்படியே நம்புவார். அவருக்கு என் மீது அப்படியான அபிப்ராயம்.

சரியான வேலை அமையவில்லை, திருமணத்துக்கு நிற்கும் பெண் வீட்டில் இருக்கிறாள். இப்படியிருக்கையில் எனக்கு காதல் அவசியமா? எந்த வீட்டிலும் கேட்கத்தான் செய்வார்கள், என் வீட்டிலும் கேட்டார்கள்.

'நான் திருமணத்துக்கு அவசரப்படுத்தினேனா?' ஒரே போடாகப் போட்டேன். 'எனக்கு அந்தப் பெண்ணைப் பிடித்திருப்பது குற்றமா? தங்கைக்கு எதுவும் செய்யாமல் அவள் பின்னே நான் சென்றேனா?' கோபத்தில் தகரப் பெட்டியிலிருந்து நகைச்சீட்டு அட்டையை எடுத்து வெளியில் போட்டேன். அக்காவுக்காக அண்ணனும்தான் நகைச்சீட்டு போட்டுள்ளான், அவன் என்றாவது சொல்லிக்காட்டினானா? தங்கைக்குச் செய்வதைச் சொல்லிக்காட்டுவது நல்ல அண்ணனுக்கு அழகல்ல என்றார்கள்.

சரியாகப் பேசாதது, முகத்தைத் திருப்புவது, பாசத்தைக் காட்டி அவர்கள் நினைத்ததை என்னைச் செய்யவைக்க முனைவது எல்லாமும் என் வீட்டிலும் நடந்தன. ஒரு மாதம் அப்படியே ஓடியது. அதன் பின்னர் பெரியவர்கள் சிலர் இடையில் வந்து அனகாபுத்தூருக்குச் சொல்லி அனுப்புவதாகவும் வீட்டில் எனக்கு முன்பாக இரண்டு திருமணங்கள் முடியும்வரையில் காத்திருக்கவேண்டுமென்றும் சொன்னார்கள். என் காதலை இவ்வளவு சீக்கிரம் ஏற்பார்கள் என நான் எதிர்பார்க்கவில்லை. நான் வாழ்ந்த சமூகத்தில் மின்சாரப் பணியாளர் வேலை 'பெரிய' வேலை, யாருக்கும் எனக்குப் பெண் தரத் தயக்கம் இருக்காது. ஆனால், திரைப்பட சண்டைக்காட்சிகளில் நடிப்பது பரவலாக ஏற்கப்படாத வேலை, ஜெய்புன்னிசாவிடமும் நான் ஸ்டண்ட் நடிகன் என்று சொல்லவில்லை.

அடுத்த மாதத்தில் கையும் முழுதாகக் குணமானது. நான் மீண்டும் பயிற்சிகளைத் துவங்கினேன். ரங்காவில் ரஜினிகாந்துடன் ஏதாவது குழுச்சண்டையிலாவது தலையைக் காட்டமுடியுமாவென நினைத்தேன். ஹயாத் மாஸ்டரிம் வாய்ப்பு கேட்டேன், அவர் முயற்சி செய்வதாகச் சொன்னார். டூப் போட வாய்ப்பு கிடைத்தாலும் போதும், பெயர்

நிற்கும். ரங்காவில் வாய்ப்பு கிடைக்கவில்லை. சகலகலா வல்லவனிலும் நான் இல்லை, அதில் நான் பயிலாமல் விட்ட 'செடிகுச்சி ஃபைட்' இருந்தது. ஜூடோ ரத்தினம் மாஸ்டர் பின்னியெடுத்திருந்தார். உரிமைக்குரலுக்குப் பின் சிலம்ப வீச்சின் வ்வ்வூம் வ்வ்வூம் ஒலியை நான் திரையரங்கில் ரசித்துக் கேட்டேன். எல்லோருடனும் நானும் முன்னேறினேன்.

சங்கத்தில் உறுப்பினராகி இரண்டு ஆண்டுகளுக்குள் இவ்வளவு முன்னேற்றம் கண்டதே அதிகம். டூப் என்றால் தவ்லத்தைக் கூப்பிடுகிறார்கள். கராத்தேயில் 'லாங்ஷாட்' இருந்தால் அழைக்கிறார்கள், சிலம்பத்துக்குதான் இன்னும் வாய்ப்பு அமையவில்லை, அது குறித்து வருத்தமும் இல்லை. இன்னமும் சில ஆண்டுகளைக் கடந்து உதவியாளனாக உயர்ந்த பின் நானாகவே வாய்ப்புகளை உருவாக்கிக்கொள்வேன். மாஸ்டர்களிடம் பேசி எப்படியாவது சிலம்பமும் செய்துவிடுவேன். ஜஸ்டின் குண்டுமணி வரிசையில் சண்டைக்காட்சியிலும் வில்லன்களின் கூட்டத்திலும் தோன்றப்போகும் கலைஞன் நானாகவும் இருக்க வாய்ப்பு உள்ளது. நான் சொன்னேனலவா அன்புக்கு நான் அடிமையில் ரென்ஷி ஆர்.வி.டி. மணி, அதில் அவருடைய கையாளாக நடித்தவர்களுள் ஒருவர் சண்டைக்கலைஞர் ஜக்கு. அவரேதான் வண்டிக்காரன் மகனிலும் வந்தவர். ஜக்குவின் முகத்தைப் பார்த்தது போல என்னுடைய முகத்தையும் என்றைக்காவது நீங்கள் திரையில் பார்ப்பீர்கள்.

ஏழைகளோ பணம் படைத்தவர்களோ குடும்பத்தலைவனின் பொறுப்புகள் வாரிசுகளுக்கு வழிகாட்டுவதுதான். அப்பாவுக்கு என்னைப் பிடிக்காமல் போனதற்கு உள்ள ஒரே காரணம் என்னை முரடனென அவர் நினைக்கிறார். அவருக்கு அண்ணனைப் பிடிக்கும், பொறுப்பானவன் என்பதற்கும் மேல் அவன் அவருடைய பேச்சைக் கேட்கிறான். அக்காவின் திருமண ஏற்பாடுகளை அப்பா விரைந்து செய்தார்.

அதிக ஆடம்பரமில்லாமல் ஆட்டுத்தொட்டியில் வீட்டுக்கு எதிரில் இருந்த சமூகக்கூடத்திலேயே திருமணம் நடந்தது. எங்களால் ஆடம்பரமாகத் திருமணம் நடத்தவும் முடியாது, அது

வேறு கதை. இலியாசையும் சனாவுல்லாவையும் அழைத்தேன், ராஜாவையும் குமாரையும் அழைத்தேன், வடசென்னை வடபழனி சண்டைக்கலைஞர்களில் நக்கீரனைத் தவிர வேறு எந்தச் சண்டைக்கலைஞர்களையும் அழைக்கவில்லை. அண்ணனின் திருமணத்தில் பார்த்துக்கொள்ளலாம்.

ஜெய்புன்னிசாவுக்கும் எனக்கும் உள்ள காதல் கதை இப்போது ஊரறிந்த ரகசியமாகையால், என்ன உறவு எப்படி அவர்கள் என் அக்காவின் திருமணத்துக்கு வந்தார்கள் போன்ற கேள்விகள் எழவில்லை. சித்தப்பா அடிக்கடி 'திருடண்டா நீ' என்கிறான்.

எங்கள் மாப்பிள்ளை வீடு பட்டினப்பாக்கத்தில் இருந்தது. பட்டினப்பாக்கத்திலிருந்து பெரியவர் ஒருவர் மாப்பிள்ளை வீட்டார் சார்பாகத் திருமணத்துக்கு வந்திருந்தார். அவர் பழைய சண்டைக்கலைஞர், எம்.ஜி.ஆர் காலத்தில் சண்டைக்காட்சிகளில் பங்கேற்றவர். அவரை சங்கத்தில் ஒரே ஒருமுறை பார்த்திருக்கிறேன். இப்போது அவர் தொழிலில் இல்லை. என்னுடைய போதாத நேரம், அவரும் உசேன்பாயும் சமூகக்கூடத்தில் அருகருகில் அமர்ந்து பேசிக்கொண்டிருந்தார்கள். எனக்கு இந்திரா நகர் சிலம்ப ஆசானிடம் மாட்டிய பழைய கதை நினைவுக்கு வந்தது. நிச்சயம் அப்பா இன்னொரு ஏமாற்றத்தைத் தாங்கமாட்டார், 'இந்தப் பையனை ஸ்டண்ட் யூனியனில் பார்த்தாற்போலிருக்கிறதே' எனப் பெரியவர் நெற்றியைச் சுருக்கினாலும் அது போதும் அப்பாவுக்கு, மீண்டும் அறிவுரைகளைத் துவங்குவார். நல்லநாளில் அது தேவையா?

போட்டது போட்டபடிக்கு மண்டபத்திலிருந்து நக்கீரனை அழைத்துக்கொண்டு அவசரமாக வெளியே வந்தேன். 'ங்ங்ங...' நாக்கைக் கடித்து அந்த வார்த்தையை அடக்கிவிட்டு 'ன்னாடா?' என்றான். 'வாழெல வேணுமாம் நக்கீரா வா, மார்க்கெட் வரைக்கும் போயிட்டு வந்துரலாம்' சாக்குச் சொல்லி மார்க்கெட்டுக்கு அழைத்து வந்தேன். இலை சரியில்லையென மீண்டும் சமூகக்கூடம் சென்றேன். அவனை மட்டும் உள்ளே அனுப்பிவிட்டு நான் வெளியே நின்று போக்குக் காட்டினேன்.

விருந்து துவங்கியதும் உசேன் பாய் சாப்பிடச் செல்வதை தூரத்திலிருந்து பார்த்துவிட்டு மண்டபத்துக்குள் நுழைந்தேன்.

எல்லாமும் முடிந்ததென நினைக்கும்போது எப்படி எனக்கு மட்டும் எதாவது பிரச்சனை அப்பாவிடம் என் பெயரைக் கெடுப்பதற்காகவே முளைக்கிறது?

★

13. படிக்காத மேதை

மாதர்ச்சோத். மன்னிக்கவேண்டும், என் மகனை நானே இப்படித் திட்டக்கூடாது. அளவுக்கு மீறிய கோபத்தில் சொற்கள் மஹ்பூபாவையும் இணைத்து வந்துவிட்டன. மேலும், இப்பொழுது வசைச் சொற்களுக்கு அத்தனை மதிப்பிருக்கிறதா? விட்டுவிடுவோம்.

பணம் தருகிறான், தோளுக்கு மேல் வளர்ந்தவன் தோழன், அவன் விரும்பும் தொழிலை அவன் செய்வதில் என்ன தவறு? எல்லாமும் இருக்கட்டும், அவனுடைய போக்கு குறித்து உங்களுக்குத் தெரிந்தால் நீங்களும் என்னைப்போலத்தான் பேசுவீர்கள். அவன் உங்களுக்கு மகனாக இருந்தால் நீங்களும் அவன் ஸ்டண்ட் நடிகனாவதற்குத் தடைபோடுவீர்கள்.

இவ்வளவு நாள்கள் அவன் என்னை ஏமாற்றியது தெரியாமற்போனது, இப்பொழுதுதான் புரிகிறது, விடுபட்ட புள்ளிகளை இணைத்துப் பார்க்கிறேன்.

அக்காவும் அண்ணனும் திருமணமாகாமல் வீட்டில் இருக்கும்போது எப்படி அவனுக்குத் திருமண ஆசை வந்தது என இப்போது புரிகிறது. சினிமாத் தொழில் அவனைக் கெடுத்து வைத்திருக்கிறது. அதனால்தான் அனகாபுத்தூருக்குப் போன அந்த இந்திரா நகர்ப் பெண்ணைத் தொடர்ந்திருக்கிறான். கேளுங்கள், நான் இந்திரா நகர்ப் பெண்ணுக்குத் தடை சொல்லவில்லையே, தடை சொன்னால் எல்லை மீறுவார்களோ என்னும் அச்சத்தில் சம்மதம் சொன்னேன். வீட்டில் மூத்தவர்களுக்குத் திருமணம் முடிந்ததும் அவனுடைய திருமணத்தை நடத்த முடிவெடுத்தேன்.

அனகாபுத்தூரில் என் பேரை அவன் எப்படிக் கெடுத்திருக்கிறான் தெரியுமா? ஐந்து வஸ்தாதுகளை பைக்கில் அழைத்துச் சென்றிருக்கிறான். அனகாபுத்தூருக்குப் போக வர பெட்ரோல் செலவு எவ்வளவு ஆகியிருக்கும்? வந்த வஸ்தாதுகளுக்கு டீயும் சமோசாவும் மட்டும் வாங்கித் தந்திருந்தாலும் எவ்வளவு செலவாகியிருக்கும்? அவ்வளவு செலவு செய்து அனகாபுத்தூருக்குப் போய் மிரட்டியிருக்கிறான். பெண்ணின் அப்பாவும் என்னைப் போலத்தான், பெரிய பண வசதியெல்லாம் கிடையாது. பண வசதி இருந்தால் இந்திரா நகரிலிருந்து அனகாபுத்தூருக்குப் போவாரா? அனகாபுத்தூரில் தெருவில் நின்றவர்களை உருட்டி மிரட்டி நடுங்க வைத்திருக்கிறான்.

தெருவுக்கு வந்து பெண்பிள்ளையுடன் பேசினால், அக்கம் பக்கத்தார் கேள்வி கேட்பது இயல்பு. தெருவில் நின்றவர்கள் அப்படிக் கேட்டதற்கு அவர்களைப் பாடுபடுத்தியிருக்கிறான். அவர்கள் அந்தப் பெண்ணை எங்கு பார்த்தாலும் வேறு பாதையில் செல்கிறார்களாம். ஊரைப் பகைத்துக்கொள்ள முடியாமல், பெண்ணின் அப்பா அவர்களிடம் மன்னிப்புக் கேட்டாராம். அவனால் தலைகுனிவது எனக்குப் பழகிப்போனது. தன்னுடைய வருங்கால மாமனாரையும் தலைகுனிய வைக்கத் துவங்கியுள்ளான். அவரையும் என்ன பாடுபடுத்துவானோ?

அவனுடைய தடாலடிக் காதலால் விளைந்த ஒரே ஒரு நல்ல விஷயம், ஆண்டுக்கணக்கில் தள்ளிச்சென்ற என்

மூத்த மகளின் திருமணம் உடனே நடந்தது. அவன் மட்டும் காதலில் வீழ்ந்திருக்காவிட்டால் மொத்தக் குடும்பமும் அப்படி ஓடோஓடென ஓடி மூத்தவளின் திருமணத்தை முடித்திருக்கமாட்டோம்.

பட்டினப்பாக்கத்தில் மூத்தவளைக் கட்டிக்கொடுத்தோம். அதன் பிறகு பட்டினப்பாக்கத்தில் நடந்த எந்த விசேஷத்துக்கும் அவன் வந்ததே இல்லை. சம்மந்தி வீட்டுக்கு ஏதாவது தகவல் சொல்ல, பொருள்கள் தந்தனுப்ப இவனைப் போகச் சொன்னால் வேலை இருப்பதாகச் சொல்லித் தவிர்த்தான். பட்டினப்பாக்கம் சென்று அக்காவைப் பார்க்க அப்படி என்ன தயக்கம்? சம்பந்தி வீட்டார் என்ன நினைப்பார்கள்? முரட்டுத்தனமாக மறுக்கிறான், கட்டாயப்படுத்தினால் கோபப்படுகிறான். அவனுக்கு பட்டினப்பாக்கம் பிடிக்காதென நினைக்காதீர்கள். பேருந்து நிலையத்துக்கு அருகில் மாநகராட்சி விளையாட்டுத் திடல் இருக்கிறது, அங்கேயும் அவனுக்குக் கூட்டாளிகள் உண்டு. எல்லோரும் வஸ்தாதுகளைப் போலத்தான் உருண்டு திரண்டு இருப்பார்கள். அக்காவைப் பார்க்க சம்பந்தி வீட்டுக்குப் போனால் கூட்டாளிகளையும் பார்த்து வரும் ஆசை அவனுக்கு இருக்காதா?

பல்லவனில் வேலை செய்கிறானே பெரியவன், தங்கமானவன். அவனுக்கு வேலைக்குப் போக வர பல்லவன் பஸ் பாஸ் இலவசம், வீட்டிலிருந்து சாப்பாடு கட்டி எடுத்துச் செல்வான், செலவே செய்யமாட்டான். சம்பளம் முழுவதையும் மஹ்பூபாவிடம் தந்துவிட்டு தேவைப்படுவதைக் கேட்டு வாங்கிக்கொள்வான்.

இவன் அப்படியா இருந்தான்? படிக்கும்போதே பல நாள்களில் சாப்பாடு எடுத்துச் செல்லமாட்டான், அவனுக்காக சமைத்ததை அப்படியே வைத்து மதியச் சாப்பாட்டைக் குறைத்து ஆக்குவாள் மஹ்பூபா. கேட்டால் தங்கசாலையில் ஒரு ரூபாய்க்கு ஜனதா மீல்ஸ் சாப்பிடுவதைத் திமிராகச் சொல்வான். மஹ்பூபாவால் முடிந்தது இட்டலி சட்னி, அல்லது தோசை சட்னி, என்றாவது தாளித்த சோறும் ஊறுகாயும்தான் தரமுடியும். ஜனதா மீல்சைப்

போல ரசமும் சாம்பாரும் கூட்டும் வக்கனையாக செய்து தர வசதிப்படாது.

இவனைப் போலவே இவனுடைய இளையவனும் வளர்கிறான். சந்திரா பாக் அவென்யூவில் வேலைக்கு விட்டிருக்கிறேன். இவனாவது பதினொன்றாம் வகுப்பில் எப்படியோ தேறிவிட்டான், இவன் தம்பி பத்தாம் வகுப்பில் தேறவில்லை. அவன் வளர்ந்து என்னென்ன ஆட்டம் போடப்போகிறானோ? இன்னொருவன் இருக்கிறான், அவன் மூத்தவனைப் போலத் தங்கம். அதிக மதிப்பெண்கள் எடுத்து பரிசு வாங்குவேன் என்கிறான். எனக்கு இருக்கும் நான்கு ஆண்பிள்ளைகளில் இருவர் தங்கமான பிள்ளைகள், இருவர் என் பேச்சைக் கேட்காத பிள்ளைகள்.

பெண்பிள்ளைகள் இரண்டும் கண்மணிகள். சின்னவள் வீட்டில் இருப்பதற்கு எக்ஸ்போர்ட் கம்பெனியில் தையல் வேலைக்குப் போக அனுமதி கேட்டாள். திருமணச் செலவுக்குக் குருவி போலச் சிறுகச் சிறுகப் பணம் சேர்த்தால்தான் எங்கள் சூழலில் வேலைக்கு ஆகும், அதற்காகத் தானும் உழைக்கிறேன் என்றவளை நாங்கள்தான் நிறுத்திவைத்தோம்.

வீடு மாறாமல் மூத்தவனுக்குத் திருமணம் இல்லை. இந்த வீடு அவனுக்கு வசதிப்படாது. இளையவன் போகிற போக்கைப் பார்த்தால் திருமணத்துக்குப் பின் வீட்டில் தங்குவானா தெரியவில்லையே. அவனுடைய முரட்டு சுபாவம் குறைய வேண்டுமென்றால் அவன் வேலையை மாற்றவேண்டும்.

கிருஷ்ணாம்பேட்டை ஹயாத்தை எனக்குத் தெரியும், அவரும் ஸ்டண்ட் மாஸ்டர்தான். சிறிய வயதிலிருந்தே இவனைப் போலத்தான் ஓங்குதாங்காக இருப்பார், சினிமாவில் சேர்ந்து நீண்ட நாள் உழைத்து வளர்ந்தார், இப்போது புல்லட்டெல்லாம் வைத்திருக்கிறார். அவர் இளம் வயதில் இவனைப் போலக் கிடையாதே, வீட்டுக்கு அடங்கிய நல்லபிள்ளையாயிற்றே, வருவதும் தெரியாது போவதும் தெரியாது. என்ன மரியாதை என்ன ஒழுக்கம். அவருடைய பணிவில் கால் பங்கு இவனிடம் இருந்தாலும் போதும் நான் சொல்வதை இவன் கேட்பான்.

இவன் துபை வேலைக்கு முயற்சி செய்தால்தான் என்ன? இன்று இரவு அவன் வீட்டுக்கு வந்தாலும் அவனிடம் எதுவும் பேசமாட்டேன். காலையில் எனக்கு வேறு வேலையே இல்லை, பாஸ்போர்ட்டை ஜிராக்ஸ் எடுத்துக் கையில் கொடுத்து ஏபியெஸ்ஸுக்கு அனுப்பிவைப்பேன். ஏபியெஸ்ஸில் துபைக்கு இல்லாவிட்டாலும் சவூதிக்கு அனுப்பி வைப்பார்கள். துபை, பாம்பேயைப் போலவே இருக்குமாமே? அங்கு போனால் கெட்டுவிடுவான், இவனுக்கு சவூதிதான் நல்லது, சவூதிக்கே செல்லட்டும்.

நான் துபைக்குச் செல்ல முயற்சி செய்த நாள்களில் துபை வேலை எளிதாகக் கிடைத்தது. இப்போது வேலை கிடைப்பது அத்தனை எளிதான காரியம் இல்லையாம். சிபாரிசு இருந்தால்தான் எடுக்கிறார்களாம். பத்தாம் வகுப்பு படித்திருந்தால் போதுமாம், வேலை தெரியாவிட்டாலும் பிரச்சனை இல்லை ஆரோக்கியமாக இருந்தால் போதும், தொழில் பயிற்சி கொடுத்துக் கூட்டிச் செல்கிறார்களாம். ஒரு மாதம் கும்மிடிப்பூண்டியில் பயிற்சி கொடுப்பார்களாம், பயிற்சியில் நன்றாக வேலை கற்றுக்கொள்பவர்களை துபைக்கோ சவூதிக்கோ அனுப்புவார்களாம். சின்னவனை எப்படியாவது பத்தாம் வகுப்புப் பரீட்சையை மீண்டும் எழுதி பாஸ் பண்ணச் சொல்லவேண்டும். நாளைக்கு துபை செல்ல வசதியாக இருக்கும். இவன்தான் ஐ.டி.ஐ. சர்டிபிகேட் வைத்திருக்கிறானே, முன்பு உங்களிடம் சொன்னதுபோல் இவனுக்கு சவூதி வேலை கிடைக்கும். சிபாரிசுக்குதான் யாரையாவது பிடிக்கவேண்டும்.

இவனுக்கு சவூதியில் வேலை கிடைத்துவிட்டால் இரண்டு பிரச்சனைகளுக்குத் தீர்வு கிடைக்கும். முதல் பிரச்சனை பணப் பற்றாக்குறை, அது தீர்ந்துவிடும். கஷ்டபட்டு இனி குடும்பம் நடத்தத் தேவையில்லை. பட்டினப்பாக்கத்தில் இருக்கும் மகளுக்கும் உதவலாம், சின்னவள் திருமணத்தையும் சிறப்பாக நடத்தலாம், நன்றாகப் படிக்கும் இன்னொரு மகனைக் கல்லூரியில் சேர்ப்பதற்கு உதவி கேட்டு யாரிடமும் கையேந்தி நிற்கத் தேவையில்லை. இரண்டாவது பிரச்சனை, அவன்

உயிருடன் விளையாடும் விளையாட்டு நிற்கும். வாழ்வும் சாவும் ஆண்டவன் கையில், அந்த நம்பிக்கை எனக்கு உள்ளது, ஆனாலும் கண்முன்னே மகன் டூப் போடுவதை அனுமதித்து உயிருடன் விளையாடவைக்க என்னால் முடியவில்லை.

அவன் அடிபட்டு வந்த நாள்களை ஒவ்வொன்றாக இப்போது நினத்துப் பார்க்கிறேன்.

காரின் கண்ணாடி உடைந்து வயிற்றில் குத்தியதென கட்டுப்போட்டுக்கொண்டு வந்தான். கண்ணாடி குத்திய இடத்தைப் பார்க்கவும் முடியாது, அடிவயிற்றில். இன்னும் ஒரு அங்குலம் கீழே இறங்கிக் குத்தியிருந்தாலும் உயிர்நிலையில் குத்திக் கிழித்திருக்கும். உயிர் பிரிந்திருக்கும், அப்படியே பிழைத்திருந்தாலும் வாழ்நாள் முழுதும் வருந்தியிருப்பான். இப்போது சொல்லுங்கள், உங்களுக்கு நடுக்கம் வருகிறதா? இல்லையா?

பெற்ற மகனின் உயிர்நிலை கிழிவது விபத்தில் நிகழ்ந்தாலோ, போர்க்களத்தில் நிகழ்ந்தாலோ, ஏதாவது அசம்பாவிதத்தில் நிகழ்ந்தாலோ விதியென்று அழுதுவிட்டு காலப்போக்கில் மறக்கலாம். வேண்டி விரும்பி என் மகன் அத்தனை ஆபத்தான தொழிலைச் செய்யவேண்டுமா? என் பேச்சில் நியாயம் இல்லையென்றால் சொல்லுங்கள், காலையில் நான் தகரப்பெட்டியிலிருந்து அவனுடைய பாஸ்போர்ட்டை எடுக்கவில்லை.

இன்னொரு நாள் கையை உடைத்துக்கொண்டு வந்தான். அதற்கும் பொய் சொல்லியிருக்கிறான். அடையாறில் நான் வாசலிலும் நிற்கத் தயங்கும் அளவுக்கு வசதியான பெரிய மருத்துவமனையில் கைக்கு வைத்தியம் பார்த்தான், கேட்டால் கராஜ் முதலாளி செலவு செய்கிறாராம். பொய்தானே? சுற்றி வளைத்து டூப் போடுவது குறித்துப் பேசினான். நான் படிக்காதவன்தான், லேபரர்தான், சைக்கிள் கடையோ சமையல்கூடமோ மக்கள் புழங்கும் இடத்தில் இருப்பவன், மக்கள் பேசுவதைக் கேட்பவன், எனக்கும் விவரம் தெரியும்தானே? நானென்ன சின்னக் குழந்தையா?

ஆறு குழந்தைகளைப் பெற்று வளர்த்திருக்கிறேனே எனக்கு வாழ்க்கை என்றால் என்னவெனத் தெரியாதா? மஹ்பூபாவைக் கேளுங்கள், என் வசதிக்கும் மேலாகத்தான் நான் குழந்தைகளை வளர்த்தேன். தவ்லத் விளையாட்டுப் போட்டிகளில் ஓடுகிறானே என்று அவனுக்கு கேன்வாஸ் ஷூ வாங்க நினத்தேன், முடியவில்லை. வக்கீல் வீட்டு நிச்சயதார்த்தத்துக்கு சமைக்கப்போகும்போது வெட்கத்தை விட்டு அவர்களுடைய குழந்தைகளிடம் பழைய கேன்வாஸ் ஷூ ஏதாவது இருந்தால் தரச்சொல்லிக் கேட்டேன். நான் பிச்சை எடுக்கிறேன், அதனால் அவர்களுக்கு என்ன? வேண்டியதைச் செய்து கொடுத்தேனே அது போதாதா?

எனக்கும் விவரம் தெரியும், நல்லது கெட்டது தெரியும். எஸெஸெல்சி முடித்ததும் இவனையும் இவன் அண்ணனையும் எங்காவது வேலைக்கு அனுப்பியிருக்க எனக்கு எவ்வளவு நேரம் ஆகியிருக்கும்? ’உங்களைப் படிக்கவைக்காமல் விடவில்லை, பள்ளிக்கூடப் படிப்பை முடிக்கும் வரையில் வளர்த்துவிட்டேன் இனி உங்கள்பாடு’ எனக் கையை விரித்திருந்தால்? என்னுடைய ஏழ்மை நிலையில் செலவே இல்லாமல் படித்து வேலையும் கற்பதற்கு தொழிற்கல்விதான் சரியென அவர்களை எனக்குத் தெரிந்த என் சக்திக்கு உட்பட்ட பாதையில் அனுப்பவில்லையா?

என் குடும்பத்துக்கு பல்லவனில் மெக்கானிக் வேலை ஒன்றும் சிறிய வேலை கிடையாது, புரிந்துகொண்டிருப்பீர்கள். அவ்வளவு பெரிய வேலையில் எப்படிப் பெரியவனால் உட்கார முடிந்தது? உழைப்பு, பொறுமை, அப்பா பேச்சைக் கேட்டது, எல்லாமும் சேர்ந்துதான் பெரியவனை மெக்கானிக்காக உட்கார வைத்தது.

இவனுக்கு மட்டும் அந்த வாய்ப்பு இல்லையா? சிகாமணி எலக்ட்ரீஷியனைப் போல் இவனும் பேர் சொல்லும் எலக்ட்ரீஷியனாகத்தான் ஆகியிருப்பான். வேலையிலும் காசு, ஊக்கத்தொகையிலும் காசு. இவனுக்கு அது பிடிக்கவில்லை, அதைவிட்டுவிட்டு ஸ்டண்ட் நடிகனாக வாழ ஆசைப்பட்டிருக்கிறான். என் வளர்ப்பில் பிழை இல்லையென நினைக்கிறேன்.

நான் காசு காசென ஆலாய்ப் பறப்பதுபோல் தோன்றுகிறதா? மனத்திருப்தி, மனதுக்கு பிடித்த வேலை என்றெல்லாம் நினைக்கத் தோன்றுகிறதா? அப்படி யாராவது ஒரு ஏழை சொல்லட்டும், ஒப்புக்கொள்கிறேன். பணம் இல்லாவிட்டால்தான் பணத்தின் அருமை தெரியும். முதல் மதிப்பெண் எடுத்துப் பரிசு வாங்கும் நம்பிக்கையில் பிள்ளை நிற்கையில், அரசுக் கல்லூரிக்கு அனுப்பவும் காசில்லாத அப்பாக்கள் சொல்லட்டும் ஏற்றுக்கொள்கிறேன். வசதி உள்ளவர்களை எங்கள் வழக்கில் சொல்வோம் 'தொப்புளுக்கு மேல் கஞ்சி', அப்படித் தொப்புளுக்கு மேல் கஞ்சி இருப்பவர்களுக்கு வேண்டுமானால் பணம் இரண்டாம் இடமாக இருக்கட்டும், ஏழைக்கு அதுதான் முதல் தேவை.

வஸ்தாதாக இருக்கவேண்டுமென்றால், வருமானம் இருக்கவேண்டும். இவனுக்கு ஏது வருமானம்? எனக்கென்ன குடும்பச் சொத்தா இருக்கிறது? அப்படி இருந்தால் தோட்டத்தில் இருக்கும் நான்கு மரங்களை வெட்டிப்போட்டு திடல் உண்டாக்கி அதில் மணல் அடித்து அவனை குஸ்தி பழகவிட்டிருப்பேன். பாலும் முட்டையும் கோழியுமாக வாங்கிக்கொடுத்து உடலை வளர்த்து நானே குதிரை வண்டியில் ஏற்றிவிட்டு காங்கிரஸ் மைதானத்தில் குஸ்திப்போட்டிக்கு அனுப்பியிருப்பேன். இட்டலியும் சட்னியும் அவனுக்குக் கட்டிக்கொடுப்பதற்கே மஹ்பூபா செலவை சமாளிக்க முடியாமல் விழித்தாள். அப்படிப்பட்ட குடும்பத்தில் பிறந்தவன் வஸ்தாதாகி ஸ்டண்ட் நடிகனாக ஆசைப்பட்டால் எப்படி அது சாத்தியப்படும்? வரட்டும், பேசுகிறேன். அனைத்துக்கும் நாளைய விடியல் முடிவைக் கொண்டுவரட்டும்.

சவூதி ஒன்றும் சிறைச்சாலை இல்லையே? அப்போது என்னுடன் இண்டர்வ்யூவுக்கு வந்தவர்கள் சவூதியில் வேலை கிடைத்து சீரும் சிறப்புமாகத் தங்கள் பெண்குழந்தைகளுக்குத் திருமணம் செய்வதைப் பார்த்தேனே. மகளுக்கு மூக்குத்திகூட தங்கத்தில் வாங்க முடியாத நிலையில் இருந்தவர்கள் மகளைத் தங்கத்தால் இழைத்து மாப்பிள்ளை வீட்டுக்கு அனுப்புவதைப் பார்க்கிறேனே.

சவூதி லேபர் வேலைக்கு எனக்கு வயதும் கடந்திருந்தது, படிப்பும் இல்லை கைத்தொழில் அனுபவமும் இல்லை, அதனால் சவூதிக்குச் செல்லமுடியவில்லை. இவன் புறப்படுவதை எது தடுக்கும்? ஸ்டண்ட் நடிகனாக இருக்கும் ஆசை ஒன்றுதான் தடையாக இருக்கும். அது நீங்கினாலே தானாக அவனிடம் இருக்கும் முரட்டுத்தனமும் நீங்கிவிடும். சவூதியில் யார் மேலும் கையெல்லாம் நீட்ட முடியாது, தண்டனை கடுமையாக இருக்கும். வரட்டும் வரட்டும், அவனால் வீட்டுக்கு வராமலிருக்க முடியாது. மஹ்பூபாவுக்காகவும் தங்கைக்காகவும் வீட்டுக்கு எப்படியும் வருவான். நானும் அண்ணனும் தம்பிகளும் இவனுக்குப் பொருட்டல்ல, அம்மாவும் அக்காவும் தங்கையும்தான் அவனுக்கு முக்கியம். இந்திரா நகர்ப் பெண், எங்கள் வீட்டுக்கு மருமகளாக வந்த பின்னும் இவன் அம்மாவுடனும் அக்கா தங்கைகளுடனும் அப்படிப் பாசமாக இருப்பானா?

விடிந்ததும் முதல் வேலையாக வாடகை சைக்கிளை எடுத்துக்கொண்டு இரண்டு இடங்களுக்குச் சென்று அவர்களுடைய சவூதி துபை முகவரியைக் கேட்டு வாங்கி வரவேண்டும். ஏன் எதற்கு கேள்விகள் வரும், இரண்டாவது மகனுக்கு வேலைக்கு சிபாரிசு செய்யச் சொல்லிக் கடிதம் எழுதப் போவதைச் சொல்லவேண்டும். 'எலக்ட்ரீஷியன்தானே' என்பார்கள், அவன் என்னிடம் சொல்லிய பொய்யை நானும் அவர்களிடம் சொல்லவேண்டும். வரும் வழியில் மாயிட்டி காக்கா கடையில் இரண்டு ஏர் மெயில் கவர்களும் வாங்கவேண்டும். தபால் தலைகளுக்கு செலவாகும், மஹ்பூபாவிடம் சில்லறை இருக்கலாம், இல்லாவிட்டாலும் எப்படியாவது ஏற்பாடு செய்துவிடுவேன். கடிதத்தை அனுப்பினால் பதில் வர ஒருமாதம் ஆகலாம், அதற்குள் இவனை இங்கே அப்போலோவுக்கு அருகில் ஏபியெஸ் ஆபீசுக்கு அனுப்பவேண்டும். முயற்சிகளை இப்போது துவங்கினால்தான் ஆறு மாதங்களில் ஏதாவது வழிபிறக்கும்.

சென்ற முறை உசேன் பாயிடம் இவனுக்கு அறிவுரை சொல்லக் கேட்டு அவர் மறுத்தது நினைவில் உள்ளது. இப்போது இவனுடைய ஆசான்கள் யாரிடமும் அறிவுரை

சொல்லக் கேட்கமாட்டேன். ஹயாத்திடம் பேசக்கூடாது. எனது குடும்பச் சூழல் எல்லாரும் அறிந்ததுதான், ஆனாலும், ஸ்டண்ட் மாஸ்டரிடமே என் மகன் ஸ்டண்ட்டை விட்டுவிட்டு சவூதி செல்ல அறிவுரை சொல்லச் சொல்வது சரியா? என் பிரச்சனை, நானே பேசித் தீர்க்கவேண்டும். பெரியவனுக்கு எந்தத் தலைவலியையும் தரக்கூடாது. தாம்பரத்திலிருந்து களைத்து வருபவனிடம் தம்பிக்கு அறிவுரை சொல்லச் சொல்லலாமா? ஏற்கெனவே ஏதோ பயிற்சிக்கு இவனை பெரியவன் போகச்சொன்னான், இவன் போக்குக்காட்டிவிட்டு பயிற்சியில் கிடைக்கும் அளவுக்குப் பணம் சம்பாதித்துக் காட்டியிருக்கிறான், பயிற்சிக்குச் செல்லவில்லை. அப்போதே அண்ணன் சொல் கேட்காதவன் இப்போது கேட்பானா?

ஏபியெஸ் கம்பெனிக்கு இவன் போகும்போது நானும் கூடவே போவேன். தனியாகச் சென்றால் அங்கு செல்வதற்குப் பதிலாக வேறு எங்காவது சென்றாலும் செல்வான். உன்னைக் கவனிக்க வருகிறேன் என்று சொல்லக்கூடாது, எனக்கு அங்கே தெரிந்தவர் ஆபீஸ் பாயாக இருக்கிறார், அவரிடம் சொல்லி ஏதாவது சிபாரிசுக்குதான் அப்படி இப்படி சொல்லிக் கூடவே செல்வேன். ஏபியெஸ்ஸில் ஒரே ஒரு பிரச்சனை வரலாம், அவர்கள் அனுபவச் சான்றிதழ் கேட்பார்கள். இவன் எங்கே எலக்ட்ரீஷியனாக இருந்தான்? பொய்தானே சொன்னான். சிகாமணியிடம் சொல்லி ரப்பர் ஸ்டாம்ப் வைத்து அனுபவச் சான்றிதழ் வாங்கவேண்டும், கிடைத்துவிடும்.

கொஞ்சம் கொஞ்சமாக எனக்குக் கோபம் குறைகிறது. நாளைக் காலைக்குள் கோபமே இல்லாமற்போனால் நல்லது. இவனைப் பார்த்ததும் கோபம் வராமலிருக்கவேண்டும். மணி என்ன? பீடித்தொழிலாளர்கள் நடமாட்டம் இன்னும் நிற்கவில்லை, அதனால் இரவு ஒருமணியைத் தாண்டவில்லை என்பது புரிகிறது. இரவு இரண்டு மணிக்கு மேல்தான் தெரு அமைதியாகும், அப்பொழுதும் ஆட்டுத்தொட்டிதான் அமைதியாகுமே தவிர டாக்டர் பெசண்ட் ரோட்டில் கொத்தவால் சாவடிக்குப் போகும் காய்கறிக்காரர்கள்

டீ குடித்துக்கொண்டிருப்பார்கள். இரவுக்காட்சி முடித்து வருபவர்கள் கதை பேசிக்கொண்டிருப்பார்கள்.

ஒருமணிக்கு மேல் படுத்துப் புரண்டும் உறக்கம் வரவில்லை, எப்படி வரும்? எவ்வளவு பெரிய ஏமாற்றத்தை மகன் கொடுத்திருக்கிறான், தூக்கம் வருமா? அவன் இத்தனை நேரத்துக்கு வரவில்லயென்றால், இரவு வரமாட்டான். எங்காவது படுத்துத் தூங்கிவிட்டு வருவான். மற்ற நேரமாக இருந்தால் இரவு வேலை என்று பொய்சொல்லியிருப்பான், இப்போது பிடிபட்டு நிற்கிறான். குறைந்த கோபம் மீண்டும் கூடுகிறது, தூக்கம் இனிமேலும் வராது. எழுந்து தெரு முனைக்குச் சென்று பி.ஆர். டீ ஸ்டாலில் டீ குடித்து வர நினைத்ததை அழித்தேன். அந்தக் காசு இருந்தால் சைக்கிள் வாடகைக்கு உதவும்.

இப்படியாகக் கைக்கும் வாய்க்கும் திணறும் நிலைமை மாறிவிட்டால் எவ்வளவு நன்றாக இருக்கும். மாறும் இன்னும் கொஞ்ச நாள்களில் மாறிவிடும்.

இடியாப்பக்காரர்கள் தட்டுமுட்டுச் சாமான்களை அலசும் சத்தம் எழுந்தது. கண்விழித்தேன், சற்று முன்னர்தான் கண்ணயர்ந்திருக்கவேண்டும், கண்கள் நெருப்பாகக் கொதித்தன. முன்னே நீண்டிருக்கும் சமையலறையில் படுத்ததால் சத்தத்தில் விழித்துவிட்டேன். உள்ளே படுத்தால் சத்தம் சிறிது குறைவாகக் கேட்கும். மற்ற நேரங்களில் அது தூக்கத்தைக் கெடுக்காது, இன்று கெடுத்தது. எழுந்து வந்து முற்றத்தில் வாயைக் கொப்பளித்தேன்.

“ஜல்தி உட்கயா கியா?” (சீக்கிரம் எழுந்துவிட்டாயா?) இடியாப்பக்காரர் கேட்டார். சிறிய ஸ்டெய்ன்லெஸ் ஸ்டீல் டம்ளரில் தொண்டையை நனைக்கும் அளவுக்கு தேநீர் ஊற்றித் தந்தார். கொதிக்கும் தேநீர் சுருக்கெனத் தொண்டைக்குள் இறங்கியது. வாயின் மேலண்ணமும் நாக்கும் பொத்துப்போனதுபோல் இருந்தது. அடுத்த உறிஞ்சலில் சுவை அறிவதற்குள் தேநீர் முடிந்துவிட்டது. டம்ளரைக் கழுவி அவரிடம் கொடுத்துவிட்டுப் பல்தேய்த்தேன். சட்டையை மாட்டிக்கொண்டு வெளியே வந்து விடியற்காலைத்

தொழுகைக்காக மீர்சாகிப்பேட்டை மார்க்கெட் அருகில் இருக்கும் பள்ளிவாசலுக்கு வந்தேன்.

இன்னும் சிறிது நேரத்தில் மஹ்பூபா எழுந்து பெரியவனுக்கு சாப்பாடு கட்டித்தர சமையலைத் துவங்குவாள். என்னைப் பார்த்து இவன் இரவு வரவில்லையா என்பாள், நான் ஏதும் சொல்லாமலிருக்கவேண்டும், உளறிவிட்டால் அவளுக்கு வேலை ஓடாது. பெரியவன் புறப்படட்டும், மற்றவர்களும் புறப்படட்டும், வீட்டில் சின்னவளும் மஹ்பூபாவும் மட்டும் இருக்கும்போது மெதுவாக தவலத்தின் படப்பிடிப்புக் காட்சியைச் சொல்லவேண்டும். அதற்குள் தவ்லத் வந்துவிட்டால், பேச்சு வேறு தொனியில் துவங்கும். எப்படித் துவங்கினாலும் முடிவெடுக்காமல் இன்றைய நாளைக் கடக்கக்கூடாது.

என்னதான் பாசத்தைக் காட்டி அவனை அழுத்திவைக்க நினைத்தாலும், சொல்பேச்சை மீறிவிட்டால், வீட்டை விட்டுப் பிரியும் பேச்சை எடுத்தால் என்ன செய்வது? சினிமாக்காரர்களுக்கு அப்படி இருப்பது புதியது கிடையாதே. இவனேகூட எத்தனை நாள்கள் வெளியூருக்குப் போவதாகச் சொல்லி இரண்டு மூன்று நாள்கள் பயணம் போனானே, பல இரவுகளில் வீட்டுக்கு வரவில்லையே. ஆந்திரா போகிறேன் கார் எடுத்து வர, பெங்களூர் போகிறேன் பாட்டரி எடுத்து வர, சொன்னவை அனைத்தும் பொய்கள்தானே?

தவ்லத் வரட்டும், இன்று எங்கள் வீட்டுப் பஞ்சாயத்தை ஒண்டுக்குடித்தனத்தார் அனைவரும் கேட்கவேண்டுமென விதியிருந்தால், அப்படியே நடக்கட்டும்.

★

14. நல்லவன் வாழ்வான்

பாயும் புலியில் ரஜினிகாந்தும் ஜெய்சங்கரும் மோதும் சண்டைக்காட்சி ஷாவோலின் பாணியைப் பின்பற்றித் தமிழ்த் திரை ரசிகர்களையும் ஈர்க்கும் விதத்தில் அமைந்தது. ஜூடோ ரத்தினம் மாஸ்டர் சண்டைக்காட்சிகளை அமைத்திருந்தார். அந்தப் படத்துக்கு கராத்தேவுக்காக சிறப்புப் பயிற்சியாளர் வந்தார். பக்கவாட்டில் கையை ஊன்றிச் சுழல்தலும் (சைடு ஹாண்ட் ஸ்பிரிங்), சண்டைக்காட்சிகளில் என்றும் பதினாறாக விளங்கும் குட்டிக்கரணங்களும் (ஃபிளிப்புகள், சம்மர்சால்ட்டுகள்), பாய்ச்சல்களும் (டைவ்), கராத்தே உத்திகளும் கலந்து ஜூடோ ரத்தினம் மாஸ்டர் அடித்துத் துவைத்த சண்டைக்காட்சி பாயும் புலியில் உண்டு.

பாயும் புலி சண்டைக்காட்சிகளின் வெற்றியைத் தொடர்ந்து தன்னுடைய அடுத்த படத்தில் அதேபோல சண்டைக்காட்சிகளை அமைக்க

வளர்ந்துவரும் கதாநாயக நடிகர் மாதித்தன் விருப்பப்பட்டார். அப்போது அவர் இரண்டு படங்களை மட்டும் முடித்திருந்தார், சொல்லிக்கொள்ளும்படியாகப் பெரிய வெற்றி எதுவும் இல்லை. புதிய இயக்குநர், புதிய தயாரிப்பாளர், எனப் புதிய குழு மாதித்தனின் அடுத்த படத்தை எடுத்தது. வணிகப்படம்தான், படத்தில் சண்டைக்காட்சிகளும் தாய்ப்பாசமும் காதலும் பாடல்களுமாக எப்படியாவது வெற்றிப்படமாக்க நினைத்தார்கள். மாணிக்கம் மாஸ்டர் சண்டைக்காட்சிகளை அமைத்தார்.

ஒவ்வொரு ஆசியருக்கும் ஒவ்வொரு பாணி இருக்கும். தன்னுடைய பாணியில் சண்டைகளை அமைக்க மாணிக்கம் மாஸ்டர் விருப்பப்பட்டார்; பாயும் புலியின் பாணியில் சண்டைகளை அமைக்க மாதித்தன் விருப்பப்பட்டார். அதனால், மாதித்தன் அடிக்கடி சண்டைக்காட்சி உத்திகளில் கருத்து சொன்னார். கராத்தேயில் பிளாக் பெல்ட் வாங்கியிருக்கும் தன்னைவிட மாணிக்கம் மாஸ்டருக்கு கராத்தே அதிகம் தெரியாதென மாதித்தன் நினத்தார். கராத்தே உத்திகளை அறிந்து வைத்திருப்பதற்கும் அதை திரையில் ரசிகர்கள் கைதட்ட சண்டைக்காட்சியாக மாற்றுவதற்கும் ஆயிரம் வேறுபாடுகள் உள்ளன.

ஐரோப்பிய வாள்வீச்சுப் போட்டியையும் (ஃபென்சிங்), ஜப்பானிய வாள்வீச்சுப் போட்டியையும் (கெண்டோ) நேரிலோ தொலைக்காட்சியிலோ பார்த்தால் இரண்டு நிமிடங்கள்கூடப் பார்க்கமாட்டீர்கள். அதே உத்திகள் திரையில் அலங்காரமாக வந்தால் திரீ மஸ்கட்டீயர்சோ, ஆயிரத்தில் ஒருவனோ வாட்போரைப் பார்த்துக்கொண்டே இருப்பீர்கள். உத்தியைத் திரைக்கு ஏற்றாற்போல் அமைப்பதும், சாத்தியங்களை ஆராய்வதும், கோணங்களை முடிவு செய்வதும், ஆபத்தான சாகசங்களுக்கு டூப் போடுவதும், பிரித்துப் பிரித்து வெட்டி ஒட்டி விறுவிறுப்பாக்குவதும், சண்டைக்கலை இயக்குநருடைய பணி.

கராத்தே, ஜூடோ, குங்ஃபூ, குத்துச்சண்டை, சிலம்பம் எதுவாக

வேண்டுமானாலும் இருக்கட்டும், அதை அறிந்திருப்பது மட்டும் சிறந்த சண்டைக்காட்சி அமைவதற்கு உதவாது. ரென்ஷி ஆர். வி.டி. மணியே சண்டைக்காட்சிகளில் மாஸ்டர்களுடன் முழுதாக ஒத்துழைத்து சண்டைக்காட்சிகளை விறுவிறுப்பாக்கினார். கராத்தேயும் கற்று அதில் ஆசானாக இருந்து தமிழ்த் திரையில் சண்டைக்காட்சிகளையும் சிறப்பாகச் செய்ததற்கு அவரைவிட வேறு யாரையாவது எடுத்துக்காட்டாகச் சொல்ல முடியுமா? இரண்டு படங்களை முடித்த புதிய கதாநாயகருக்கு அது புரியவில்லை.

மாதித்தன் கருத்து சொல்லத் துவங்கியது, படப்பிடிப்புக்கு இடையூறாகும் வரை சென்றது. மாணிக்கம் மாஸ்டரின் உதவியாளர் ரவி அண்ணனும் இப்படி ஆகும் என முதலிலேயே கணித்தார்.

“தவ்லத்தே, நீ பிளாக்பெல்ட்தானடா?” - ரவி அண்ணன் கேட்டார்.

“ஐயோ இல்லண்ணா, எல்லோ பெல்ட்டுண்ணா, அதுங்கூட சர்டிபிகேட்லாம் வாங்கல”

“அது போதுண்டா. பானு சந்தர் தெரியுமாடா?”

“தெரியாதுண்ணா”

“அடச்சீ மூடுபனி பாக்கலியா? செரி வுடு, பானு சந்தர் பிளாக்பெல்ட்தான். கமலஹாசனுக்கு தெரியாத கராத்தே மூவாடா? ரஜினிகாந்த் அன்புக்கு நான் அடிமைல ஆர்.வி.டி. மணியோடவே பண்ணல? மாஸ்டர் சொல்றத செஞ்சா ஃபைட்டு சக்சஸ் ஆவும். கமலஹாசன் ரஜினிகாந்த் காட்டாத பந்தா புதுசா வந்த ஹீரோ காட்றார்ரா. மாஸ்டர் டென்ஷலக்குறாரு. போடான்னு தூக்கிப்போட்டுட்டு போவாராட்டங்குது”

"அப்ப நம்பண்ணா"

“நம்ப எப்பவும் மாஸ்டரோடதாண்டா”

எதிர்பார்த்தபடி மாணிக்கம் மாஸ்டருக்கும் மாதித்தனுக்கும் முட்டிக்கொண்டது. மாஸ்டருக்குப் பிரச்சனை இல்லை,

மாதித்தனுக்குப் பிரச்சனை. அதன் பின்னர் எந்த மாஸ்டரும் மாதித்தனுக்கு சண்டைக்காட்சி அமைக்க யோசிப்பார்கள். புதிய இயக்குநரும் தயாரிப்பாளரும் மாஸ்டருடைய அனுபவத்தை மதிப்பவர்கள். பாடல்களையும், சண்டைக்காட்சிகளையும், பாசத்தையும் நம்பிப் படமெடுக்க வந்து மாணிக்கம் மாஸ்டரைப் பகைத்துக்கொள்ள விரும்பவில்லை. மாதித்தனை மாஸ்டருடன் ஒத்துப்போகச் சொன்னார்கள். அவர் தன்னுடைய நிலையிலிருந்து இறங்க விரும்பாதலால், மாஸ்டர் விலக முடிவெடுத்தார்.

விலகுவது அத்தனை எளிதல்ல என்பது மாணிக்கம் மாஸ்டருக்கும் தெரியும். சங்க அளவில் பேசுவார்கள், யார் சரி? யார் தவறு? அலசுவார்கள், பேச்சுவார்த்தை நடக்கும், நாள்கள் இழுத்துக்கொண்டு போகும், படப்பிடிப்பு நடக்காது. மாஸ்டருடன் இருந்த எனக்கு சங்கடமாகிவிட்டது. மாஸ்டரின் அனுபவத்துக்கு இது பெரிய விவகாரமில்லை, இது இல்லாவிட்டால் இன்னொரு படம். ஆனால், எனக்கு? கராத்தே சண்டைக்கலைத் திறனை வெளிக்காட்டக் கிடைத்த வாய்ப்பு கை நழுவப்போகும் யோசனை. அடுத்து இப்படி கராத்தே கலந்த ஒரு வணிகப்படத்துக்குக் காத்திருக்கவேண்டும்.

படப்பிடிப்பு நிற்கும் அளவுக்கு விவகாரத்தை இழுக்க தயாரிப்பாளர் விரும்பவில்லை. கதாநாயகனைக் கட்டாயப்படுத்தி மாஸ்டர் விருப்பப்படி காட்சிகளில் நடிக்கச் சொன்னார்கள். மாதித்தன் வேறு வழியின்றி ஒப்புக்கொண்டார். கதைப்படி எங்கெங்கு சண்டை, என்னென்ன சண்டை, குழு மோதல் எங்கெங்கு, தனித்தனி மோதல் எங்கெங்கு, ஆயுதங்கள் எவையெவை, கராத்தே நகர்வுகள் எல்லாவற்றையும் முடிவுசெய்துவிட்டு மாஸ்டர் ரவி அண்ணனிடம் பொறுப்பை ஒப்படைத்தார். படப்பிடிப்பில் மாஸ்டர் முழுவதுமாக ஈடுபடமாட்டார், மாஸ்டர் அமைத்த காட்சிகளை ரவி அண்ணன் எடுத்து முடிப்பார். எப்பொழுதாவது மாணிக்கம் மாஸ்டர் படப்பிடிக்கு வந்து மேற்பார்வை செய்வார். ரவி அண்ணனின் திறமை அனைவருக்கும் தெரியும், மாஸ்டருடன் நீண்ட நாள்கள் இருப்பவர். சீன ஜப்பானிய

சண்டைக்கலைகளும் தெரிந்தவர், பொறுப்பாகச் செய்வார். ரவி அண்ணனை வைத்து சண்டைக்காட்சிகளின் படப்பிடிப்பு துவங்கியது.

பல்லாவரத்தில் சண்டைக்காட்சி படமாக்கப்பட்டது. கராத்தே குழுவில் நான் இருந்தேன், அதனுடன் சில காட்சிகளில் மாதித்தனுக்காக என்னை டூப் போடவும் ரவி அண்ணன் சொன்னார். பாறையில் தொங்கும் காட்சிகளில் டூப் போட்டேன். மாதித்தன் தானே செய்வதாகச் சொன்னார், இயக்குநர் மறுத்துவிட்டார்.

ரிடர்ன் ஆஃப் த டிராகனில் (வே ஆஃப் த டிராகன்) சண்டையில் தோற்று ஓடுவதற்கு நிற்கும் எதிரியை மேலும் பயமுறுத்த புரூஸ்லீ கூரையில் தொங்கும் விளக்கைக் காலால் உதைத்து உடைப்பார். கூரையின் உயரத்துக்குக் கால்களை உயர்த்தி உதைப்பது ரசிகர்களைக் கவரும். சண்டைக்காட்சியில் முறுக்கேறும் ரசிகர்கள் புரூஸ்லீ விளக்கை உடைத்ததும் மிரண்டு எதிரிகள் ஓடும்போது அதைக் கைதட்டி ரசித்துச் சிரிப்பார்கள். மேலெழும்பி உதைத்துக் கீழே வரும் (ஃப்ளையிங் ஃப்ரண்ட் ஹை கிக்) அதிலும் கீழிறங்கி நிற்பதற்குப் பயிற்சி தேவை. அதைப்போன்று உதையை மாதித்தனுக்கு அமைத்து என்னை டூப் போடச்சொல்லி மாணிக்கம் மாஸ்டர் ரவி அண்ணனிடன் சொல்லிச் சென்றார்.

படப்பிடிப்புக்கு மாணிக்கம் மாஸ்டர் வரவில்லை, ரவி அண்ணனின் பொறுப்பில் காட்சிகள் படமாக்கப்பட்டன. இயக்குநருக்கு காட்சிகள் திருப்திகரமாக இருந்தன. பிரித்துப் பிரித்து ஒவ்வொரு மோதலையும் படமாக்கி முடித்து கடைசியாக விளக்கை உடைக்கும் காட்சிக்கு வந்தார். நான் அந்தக் காட்சியில் மாதித்தன் அணியும் உடைகளை அணிந்து ஆயத்தமாக நின்றேன். மாதித்தன் நிற்பது படமாக்கப்பட்ட பின், ரவி அண்ணன் என்னை 'கிக்' அடித்து விளக்கை உடைக்கச் சொன்னார், மாதித்தன் அதை நிறுத்தினார்.

"ஃப்ளையிங் ஃப்ரண்ட் கிக்தான, நானே டூப் இல்லாம செய்றேன்."

“மாதித்தன், வேண்டாமே, மாணிக்கம் மாஸ்டர் இதை டூப் போட்டு எடுக்கச் சொல்லியிருக்காரு. லைட் உடைக்றது ரிஸ்க், தவ்லத் நல்லா பண்ணுவான்னுதான் அவனைப் போட்டிருக்கு.”

“ரவி, நானும் பிளாக் பெல்ட்தான்.”

“உங்க டேலண்ட்டுல நம்பிக்கை இருக்குங்க, இது ரிஸ்குக்காக செய்றது. லைட்டை உடைக்கணும், லேண்டிங்ல கிரேஸ் காட்டணும்...”

“செய்றேன் ரவி.”

ரவி அண்ணன் எவ்வளவோ தடுத்தும் மாதித்தன் பிடிவாதமாக இருந்தார். இயக்குநரும் ஒப்புக்கொள்ளவில்லை, மாதித்தனின் விருப்பத்தை ஏற்கவில்லை. மாஸ்டர் சொன்னதற்கு மாற்றமாகப் படப்பிடிப்பு நடக்காது, டூப்தான் எனத் திட்டவட்டமாக ரவி அண்ணன் நின்றார். மாதித்தன் தலையைச் சிலுப்பித் தோள்களை உயர்த்தி இறக்கி கைகளை விரித்துத் தன் விருப்பமின்மையை வெளிக்காட்டினார், இயக்குநரைத் தனியாக அழைத்துச் சென்று பேசினார்.

முன்னணிக் கதாநாயகர்கள் சண்டைக்காட்சிகளில் மாஸ்டர்களிடம் தங்களை முழுதாக ஒப்படைத்து காட்சியின் வெற்றிக்கு உழைப்பார்கள். எங்கு டூப் எங்கு முகம் தெரியவேண்டும் என்பது மாஸ்டர்களின் வேலை. கதாநாயகர்களின் முகம் தெரியும் ஆபத்தான சண்டைக்காட்சிகளுக்கு முன்கூட்டியே பயிற்சி பெற்று அதன் பிறகே களம் இறங்குவார்கள்.

எம்.ஜி.ஆர். மட்டும் முன்னறிவிப்பு இல்லாமல் திடீரென ஆபத்தான காட்சிகளில் களம் இறங்குவார் எனக் கேள்விப்பட்டிருக்கிறேன். டூப் கலைஞர் உயரத்தில் நிற்கும்போது திடீரென அங்கு சென்று டூப் கலைஞரை ஒதுங்கச் சொல்லிவிட்டு அவரே பாய்வாராம். டூப் கலைஞருக்குக் கூட அந்தக் காட்சியை எம்.ஜி.ஆர்.தான் செய்யப்போவது முன்கூட்டியே தெரியாதாம். சண்டைக்காட்சி இயக்குநருக்கும் தெரியாதென்பார்கள், நான் அப்படி நினைக்கமாட்டேன். எம். ஜி.ஆருக்கு சண்டைக்காட்சிகள் அமைக்கும் ஷியாம் சுந்தர்

மாஸ்டருக்கு முன்பே தெரிந்திருக்கலாம், படப்பிடிப்பில் மற்றவர்களுக்கு அது அப்போதுதான் தெரியலாம். எம்.ஜி.ஆரின் பயிற்சி என்ன, அனுபவம் என்ன, சண்டைக்காட்சிகளில் இருக்கும் ஆபத்துகளை அறிந்துள்ள தெளிவு என்ன, எல்லோராலும் எம்.ஜி.ஆராக முடியுமா?

இயக்குநர், ரவி அண்ணனிடம் வந்து பேசினார், ரவி அண்ணன் கைகளை ஆட்டி மறுப்பது தெரிந்தது. மாதித்தன் அலட்சியமாக நின்றிருந்தார். ரவி அண்ணனும் படப்பிடிப்பு அரங்கை விட்டு வெளியேறுவார் போலத் தோன்றியது. இன்னொரு தகராறு உருவாவதற்கான அனைத்தும் தளத்தில் நடந்தன. கடைசியில் ரவி அண்ணன்தான் இறங்கி வந்திருக்கிறார். நான்கு ஐந்து முறை சரியாகச் செய்யட்டும் பிறகு படப்பிடிப்புக்குப் போகலாம் என முடிவானது. மாதித்தன் மீண்டும் தன் விருப்பமின்மையைத் தோரணையில் வெளிப்படுத்தினார். இரண்டு படங்களில் நடித்ததும் எப்படி இவர்கள் தங்களை எம்.ஜி.ஆராக, சிவாஜியாக, கமலஹாசனாக, ரஜினிகாந்தாக நினைத்துக்கொள்கிறார்கள்?

பெயருக்கு இரண்டு முறை ஒத்திகை பார்த்துவிட்டு மாதித்தன் போதும் என்றார். ரவி அண்ணன் ஏற்கவில்லை.

"இன்னும் ரெண்டு மூணு டிரையல் பாத்துடலாம் மாதித்தன்"

"வேண்டாம் ரவி, டூப்பை விட நல்லா பண்ணுவேன் போதுமா?"

மாதித்தன் எகிறியதும் உதைத்ததும் நன்றாக இருந்தது, பிளாக் பெல்ட் வாங்கியிருக்கும் சண்டைக்கலைஞர் அவருடைய தன்னம்பிக்கை அவரை விளக்கை உடைக்கும் வரையில் சரியாகச் செய்யவைத்தது. கூரையிலிருந்து தொங்கிய விளக்கை உதைத்து உடைத்ததும் உண்டான 'க்ளீங்' சத்தம் அவரைத் திடுக்கிட வைத்தது. கராத்தேயில் தேர்ந்திருந்தாலும் விளக்கை உடைப்பதில் பயிற்சி இல்லாததால் அனிச்சையாகக் கண்களை மூடித் தலையைத் திருப்பிவிட்டார். அந்த அதிர்ச்சியில் தரையில் கால்களை ஊன்றும்போது சறுக்கிவிட்டார். விளக்கு உடையும் சத்தம் ஒத்திகையில் இருக்காது அல்லவா? படப்பிடிப்பில்

சத்தம் வந்ததும் திடுக்கிட்டிருக்கலாம். சறுக்கிய மாதித்தனின் பின்புறம் தரையில் சொத்தென இடித்தது.

ரவி அண்ணன் ஓடிச்சென்று அவரைத் தூக்கிவிட்டார். நானும் என்னுடன் இருந்த சண்டைக்கலைஞர்களும் அருகில் சென்றோம். ரவி அண்ணன் மாதித்தனிடம் 'வலிக்கிறதா' என்றார். இல்லையென அவர் பதில் சொன்னாலும் முகச்சுருக்கம் உடல் வலியைக் காட்டியது. இயக்குநரும் ஓடி வந்து கடிந்துகொள்ளக்கூடாத அந்த நேரத்திலும் 'அப்பவே சொன்னேனே கேட்டியா' வகைப் பேச்சுகளைத் துவங்கினார்.

ரவி அண்ணன் தான் பார்த்துக்கொள்வதாகச் சொல்லி மாதித்தனைக் கைத்தாங்கலாக அழைத்துச் சென்று, வலி தொடர்பான கேள்விகளைக் கேட்டார். சிறிது நேரம் ஓய்வெடுக்கச் சொல்லிவிட்டு, எழுந்து நின்று கால்களை உயர்த்த தாழ்த்த திருப்ப வளைக்கச் சொன்னார். மாதித்தனுக்கும் கராத்தே தெரியுமாதலால் ரவி அண்ணன் சொல்வதைப் புரிந்துகொண்டு, 'இல்ல ரவி கிராக் எதுவும் இருக்காது' எனச் சொல்லி புன்னகைக்க முயற்சி செய்தார். சறுக்கித்தானே விழுந்தார் ரத்தம் கட்டியிருக்கலாம், எலும்பு முறிந்திருக்காது.

எதுவாக இருப்பினும் மாதித்தனின் அடுத்த காட்சியைப் படமாக்க முடியாது, இந்த விளக்கு உடைப்பை மீண்டும் படம்பிடிக்கவேண்டும், மாதித்தன் தோன்றாத காட்சிகளைப் படமாக்கவேண்டும். சண்டைக்கலைஞர்கள் காமிராவின் முன்னே திணறுவது, ரத்தம் துப்புவது, அடிவாங்கியதுபோல் முகத்தைப் பின்னால் கொண்டுபோவது எல்லாவற்றையும் முடிக்கலாம். இயக்குநர் மாதித்தனிடம் அப்பவே சொன்னேனே கேட்டியாவைத் தொடர்ந்தார். மாதித்தனால் உடனே தன் ஈகோவைக் கழட்டிக் கீழே வைக்க முடியவில்லை, தன் நிலையில் நின்றார். சிறிது நேர ஓய்வுக்குப் பின் மீண்டும் செய்யப்போவதாகச் சொன்னார்.

உதவியாளர்கள் உடைந்த விளக்கை மாற்றினார்கள். மாதித்தன் தன் இடத்தில் நிற்க, சண்டைக்கலைஞர்கள் மீண்டும் அதே காட்சிக்கு ஆயத்தமானார்கள். மாதித்தனால்

இயல்பாக இன்னொரு முறை எகிற முடியாத அளவுக்கு வலி இருந்திருக்கவேண்டும். முகத்தில் வேதனை தெரிந்தது. இன்னும் சிறிது நேர ஓய்வும் வலி நிவாரணியும் தேவைப்பட்டது.

எப்படியும் அந்தக் காட்சியை மாதித்தனை வைத்துதான் படமாக்கவேண்டும் என்பதில் ரவி அண்ணன் தெளிவாக இருந்தார். டூப் வேண்டாம் என்பது மாதித்தன் எடுத்த முடிவாகவே இருப்பினும், வாய்ப்பு கிடைத்தது இடையில் டூப் வைத்து அதை எடுக்க அவர் விரும்பவில்லை.

என்னிடம் பேசினார்,

"தவ்லத்தே, ஹீரோவே பண்ணட்டும் என்னான்ற?"

"ஆமாண்ணா அவரே பண்ணட்டும், ஆசைப்பர்ராரு செய்ட்டுண்ணா. பிளட் கிளாட்டுதான் இருக்குண்ணா, செரியாய்டும்"

"சரிடா, அவருக்கு ரெஸ்ட் குடுத்துட்டு, மத்த ஃபைட் சீன்லாம் எடுத்துரலாம்"

மாதித்தன் ஓய்வெடுத்தார், நேரத்தை வீணாக்காமல் நாங்கள் இயங்கினோம். பரபரவென கேமராவை முறைத்து, ரத்தம் துப்பி, விழுந்து எழுந்து, எல்லாமும் செய்தோம்.

மாதித்தன் வந்து மீண்டும் இரண்டாவது முறை அந்த விளக்கை உடைத்தார். தரையில் நிற்கும்போது சறுக்கினார், ஆனால் விழவில்லை. அவர் சரியான நிலையில் நிற்கும் வரையில் 'கட்' இல்லாமல் கேமரா ஓடியது, பிறகு 'கட்' சொன்னார்கள். படத்தொகுப்புக்குப் பின் மாதித்தன் சறுக்கியதை யாரும் திரையில் பார்க்கமாட்டார்கள். இந்தக் காட்சிக்கு அரங்கில் கைதட்டல் கிடைக்கும், விளக்கு உடைந்ததும் எதிரிகள் திடுக்கிடும் காட்சிக்கு குளோசப் இருக்கும், பின்னணி இசையில் 'டணாங்க்ஸ்ஸ்ஸ்'ஸென விளக்கு உடையும் சத்தம் அரங்கு முழுதும் கேட்டவுடன், திடுக்கிட்டு மிரளும் எதிரியின் முகத்துக்கு குளோசப் வைத்து அவர் பயந்து அலறியடித்து ஓடும்போது அரங்கில் ரசிகர்கள் சிரிப்பார்கள்.

இயக்குநர் ரவி அண்ணனுக்கு நன்றி சொன்னார், மாதித்தன் ரவி அண்ணனைப் பார்த்துப் புன்னகைத்து 'மறக்கமாட்டேன்' என்றார், என்னைத் தாண்டும்போதும் பார்த்துப் புன்னகைத்தார், எதுவும் பேசவில்லை. நான் வழமைபோல என்னுடைய தினப்படிக் காசுக் கணக்கை மனதில் போட்டேன். வீட்டுக்குப் புறப்படும்போது ரவி அண்ணன் அழைத்தார்.

"தவ்லத், எப்படிப் போற?"

"பஸ்தான்."

"வண்டில உக்காரு, மாஸ்டரைப் பார்த்துட்டு வீட்டுக்குப் போலாம்."

"சரிண்ணா."

ஜியெஸ்டி சாலையில் இருசக்கர ஓட்டத்தின் எதிர்க்காற்றில் ரவி அண்ணன் பேசியது சரியாகக் கேட்கவில்லை. முந்திச் செல்லும் வண்டிகளும், பேருந்தும், சுமையுந்துகளும் இரைச்சலைக் கிளப்பின. பேசிக்கொண்டே வந்தார். அவர் பேசுவது சரியாகக் கேட்கவில்லையென்றேன். நான் சொன்னதும் அவருக்குக் கேட்டிருக்காது. சாலிகிராமத்தில் அருணாசலம் ஸ்டுடியோவைத் தாண்டி மாணிக்கம் மாஸ்டர் வீட்டுக்குப் போவதற்கு முன் துணை நடிகர் சங்கத்துக்குப் பக்கத்தில் இருக்கும் தேநீர்க் கடையில் நிறுத்தினார். கூட்டம் இருந்தது, தெரிந்தவர்களுக்குக் கையசைத்துவிட்டு, தேநீரைக் கையில் எடுத்துக்கொண்டு முன்னே சென்றார். இன்னும் கொஞ்சம் நடந்து திரும்பினால் அருணாசலம் சாலை வந்துவிடும்போல இருந்தது.

"மாஸ்டர் வீட்டுக்கு நடந்தே போறமாண்ணா"

"டேய், நக்கலா. இங்க வந்தாதாண்டா ஃப்ரீயா சிகரெட்டு குடிக்கலாம், நில்லு. இந்தா இந்த டீயைப் புடி" - சிகெரெட் கொளுத்தினார்.

"டீயைக் குடிடா. தவ்லத்தே நான் இன்னிக்கு செய்தது சரியா?"

"சரிதானண்ணா"

“இல்ல, தப்பு” - பல்லைக் கடித்து உதடுகளை விரித்து ஷ்ஷ்ஷ் ஒலியெழுப்பி சிகெரெட் புகையால் நுரையீரலை நிறைத்தார். உதடு குவித்துப் புகையை வெளியேற்றிவிட்டு, தேநீரை ஒருவாய் குடித்தார். மீண்டும் ஷ்ஷ்ஷ், மீண்டும் உதடு குவிப்பு, மீண்டும் தேநீர்.

“மாஸ்டர் என்ன சொன்னாரு? லைட் ஒடைக்ற கிக்கு உனக்கு டூப்பு, மாதித்தன் எடைல பூந்து நாந்தான் ஒடைப்பேன்றாரு. நான் என்ன செஞ்சிருக்கணும்? பைக்க எடுத்துக்குனு ஸ்பாட்லேர்ந்து வெளில வந்து எதுனா பப்ளிக் டெலிபோனைத் தேடி மாஸ்டர் வூட்டுக்கு போன் பண்ணியிருக்கணும். என்ன செய்றது மாஸ்டர் ஹீரோதான் செய்வேன்றாரு, இப்போ என்ன பண்றதுன்னு கேட்ருக்கணும், அப்புறம் மாஸ்டர் சொல்றதை செஞ்சிருக்கணும்.”

“கரெக்டுதாண்ணா”

“என்னடா கரெக்ட்டு? ரவி பாதி ஷூட்டிங்ல செட்லேர்ந்து போயிட்டான்னு பேரு வரவா? இதுக்குப் போயி போன் பண்றியேன்னு மாஸ்டர் திட்டவா?”

“அதுவும் கரெக்டுதாண்ணா”

“டேய் தவ்லத்து என்னடா சும்மா நொண்ணாங் கொண்ணானுக்கு. நான் எது சொன்னாலும் கரெக்டுன்னு ஜால்ரா போடுவியா?”

“கேக்குறேண்ணா”

“தப்பு தவ்லத்தே, ஸ்பாட்டுல நாமதான் முடிவெடுக்கணும், அதுதான் மாஸ்டருக்கு நாம செய்ற மரியாதை, தொழிலை ஒழுங்கா கத்துக்குனு இருக்கோன்றது அதுலதான் தெரியும். டைரக்டரு நாளைக்கு வேற படத்துல நம்பளைப் போடும்போது, செரிப்பா ரவி இருக்குறான் ஸ்பாட்டுல பிரச்சனையில்லைன்னு நெனைப்பாரு.” - தொடர்ந்தார்,

“இன்னொரு அட்வாண்ட்டேஜ் தவ்லத்தே, நாளைக்கு மாதித்தன் பெரிய ஹீரோவாயிட்டார்ன்னு வைய்யி, இதை அவரு மறக்காம

இருக்கவும் வாய்ப்பு இருக்கு. நம்ப இண்டஸ்ட்ரீல யாரு எப்ப எப்படி மாறுவாங்கனு தெரியாது, நம்ப இண்டஸ்ட்ரிய வுடு, பொதுவாகவே யாருக்கு சப்போர்ட் பண்ணாலும் அவங்க நமக்கு என்னிக்காவது திருப்பி சப்போர்ட் பண்ணுவாங்கனு எதிர்பார்க்க முடியாது. குறைஞ்சது தொந்தரவு இல்லாம இருக்கும். என்னடா நான் சொல்றது?”

“ம்ம்ம்”

“உஷாராயிட்டடா நீயி, இதுக்கு ரீயாக்ஷனே தரல” சிரித்துவிட்டுத் தொடர்ந்தார்.

“சரி, இப்போ மாஸ்டருக்கு நடந்ததை அப்படியே சொல்லணும் எடுத்த ரிஸ்க்கையும் சொல்லணும். மாஸ்டர் ஏத்துக்கலாம், திட்டலாம், எது வேணா நடக்கலாம், நம்ப நேரத்தைப் பொறுத்து. ஆனா, மாஸ்டர் நம்பளைத்தான் சப்போர்ட் பண்ணுவாரு பாரேன், பொறப்படு பொறப்படு.”

குஸ்தி மாணிக்கம்

ஸ்டண்ட் மாஸ்டர்

பெயர்ப் பலகைக்கு அருகில் இருந்த பொத்தானை அழுத்திவிட்டு, இரும்புக் கதவுகள் திறக்கக் காத்திருந்தோம். கதவைத் திறந்தவர் மாஸ்டர் உள்ளே இருப்பதாகச் சொன்னார், உள்ளே போகச் சொன்னார். நான் மாணிக்கம் மாஸ்டரின் வீட்டுக்குப் போவது அதுதான் முதல்முறை. ரவி அண்ணா அடிக்கடி வந்திருப்பாராக இருக்கும். இரும்புக் கதவுக்கும் வீட்டு வாசலுக்கும் இடையில் சிறிய உடற்பயிற்சிக்கூடம் இருந்தது. உடற்பயிற்சிக் கருவிகள், சிலம்பம் எல்லாம் வரிசையாக அடுக்கிவைக்கப்பட்டிருந்தன. சங்கிலியில் மணல் மூட்டை (கிக் பேக்) தொங்கியது. அவர் ஒரு வார்த்தை சொன்னால் ஆபத்தான சண்டைக் காட்சிகளையும் செய்துகாட்ட அவரைச் சுற்றி ஆள்கள் இருந்தாலும் பயிற்சிகள் செய்து தானும் எப்பொழுதும் களமிறங்க ஆயத்தமாக இருக்கிறாரா?

“ரவிண்ணா, மாஸ்டர் டெய்லி பிராக்டீஸ் பண்ணுவாரா” -

கேட்டு முடிப்பதற்குள் வாசலைத் தாண்டி வரவேற்பு அறைக்கு வந்தோம்.

"வா ரவி, வா தண்டரே, ஒக்காரு. ஷீட்டிங் எப்படிப் போச்சு ரவி?"

நான் கண்ணாடி அலமாரிகளில் அடுக்கிவைக்கப்பட்டிருந்த வெற்றி விழாக் கேடயங்களைப் பார்த்தேன். கறுப்பு வெள்ளை புகைப்படத்தில் மாணிக்கம் மாஸ்டர் எம்.ஜி.ஆர் கையால் பரிசு பெறும் புகைப்படம் சுவரில் மாட்டப்பட்டிருந்தது. அது என்ன பரிசு எனக் கேட்கவேண்டும். இப்பொழுது அதைத் துவங்குவது சரியல்ல, உரையாடல் முடிந்ததும் கேட்கவேண்டும்.

படப்பிடிப்பு துவங்கியதிலிருந்து முடியும் வரையில் அனைத்தையும் ரவி அண்ணன் மாஸ்டரிடம் சொல்லி முடித்தார். எந்தக் குறுக்கீடும் செய்யாமல் பொறுமையாகக் கேட்ட மாஸ்டர் என்னிடம் இயக்குநர் அலுவலகத்தை அழைக்கச் சொன்னார். கூடத்தின் மூலையில் தொலைபேசியும் அதன் அருகில் வருகின்ற அழைப்புகளைக் குறித்து வைக்கும் நோட்டுப்புத்தகமும், தொலைபேசி டைரியும் இருந்தன. டைரியைப் பிரித்து அகர வரிசைப்படி இயக்குநர் அலுவலக எண்ணைத் தேடி எண்களைச் சுழற்றினேன், சிறிது நேர முயற்சிக்குப் பின் இணைப்பு கிடைத்தது, மாணிக்கம் மாஸ்டர் இயக்குநருடன் பேச விரும்புவதைச் சொன்னேன், சரியான பதிலில்லை.

மாஸ்டர் எழுந்து என் அருகில் வந்தார், தொலைபேசியை வாங்கினார்,

“பாரு தம்பி, நான் மாணிக்கம் பேசுறேன், குஸ்தி மாணிக்கம். ஒரு ஆள அனுப்பி டைரக்டர் எங்கேர்ந்தாலும் தேடிக் கண்டுபுடிச்சு, அங்கேர்ந்து எனக்கு போன் போடச் சொல்லு, அவரசம்னு சொல்லு.”

தொலைபேசியை வைத்துவிட்டு மாஸ்டர் சென்று அமர்ந்தார். நான் அருகில் வந்து நின்றுகொண்டேன். உட்காரச் சொல்லிக் கையைக் காட்டிவிட்டுப் பேசினார்.

“ரவி, நீ செஞ்சது தப்புன்னு சொல்லமாட்டேன். இன்னிக்கு எல்லாரும் நடிக்க வந்தவொடன பெரிய ஹீரோன்னு நெனச்சுக்கராங்க, ரெண்டு படம் வந்துட்டா கொம்பு மொளைச்சுடுது. உம்பேர்ல தப்பு இல்ல ரவி. கீழ வுழுந்த மாதித்தனுக்கு சின்ன அடியோட போச்சு, ஒருவேளை இடுப்புகிடுப்பு ஒடஞ்சிருந்துச்சுன்னு வெய்யி, வெளில இன்னா பேசுவானுங்கோ? ஷூட்டிங் டிலே ஆனா இன்னா சொல்லுவானுங்கோ? சேப்டி இல்லாம குஸ்தி மாணிக்கம் வேலை செய்றான்னு சொல்லுவாங்களா மாட்டாங்களா? அதுக்கோசுரந்தான் சூட்டோட சூடா டைரக்டர்ட்ட ஒரு வார்த்தை இப்பவே சொல்லிட்டேன்னு வெய்யி நாளிக்கு, பிரச்சன இருக்காது. இனிமேக்கொண்டு ஷூட்டிங்ல எந்தப் பிரச்சனையும் வரக்கூடாது பாரு.” - தொடர்ந்தார்,

“நீ பொறப்படு ரவி, டைரக்டர்ட்டேர்ந்து போன் வர நைட்டாகிடும். தண்டர் இன்னா சொல்றான், டூப் போட வந்த சான்சு போய்ட்சுன்றானா. வெப்போம்டா தண்டரே உனுக்கு டைவ் சீன், பல்லாவரம் மலைல வெப்போம்டா, அதையும் நான் செய்றேன்னு மாதித்தன் சொல்றாரானு பாப்போம்.”

மாஸ்டரின் சிரிப்புடன் நானும் ரவி அண்ணாவும் இணைந்து சிரித்தோம்.

வெளியில் வரும்போது பயிற்சிக்கூடத்தை மீண்டும் பார்த்ததும் ரவி அண்ணன் என் கேள்விக்கு பதில் சொன்னார்.

“என்ன கேட்ட? மாஸ்டர் இன்னும் டிரைனிங் எடுக்குறாரா? நம்ப எடுக்றதைவிட அதிகமா எடுக்குறார். பாம்பே போனா நம்ப டீம் இல்லைன்னா மாஸ்டரே செய்துகாட்டுவார்னு கேள்வி. அதுதான் அவரை இன்னிக்கும் தொழில்ல நிக்கவெக்கிது. ஒனக்கு பஸ் இருக்குமா?”

“இருக்கும், நீங்க டிப்போ வழியாத்தான போவீங்க?”

“டேய், ஒக்கார்ரா, கோயம்பேடு போனாலும் உன்னை வடபழனி டிப்போல எறக்கிவிட்டுட்டுப் போறேன்"

ரவி அண்ணனுக்கும் மாணிக்கம் மாஸ்டருக்கும் இடையே

இருந்த புரிதல் ஆச்சரியப்படவைத்தது. ரவி அண்ணனின் முடிவுக்கு மாஸ்டர் ஏதாவது சொல்வார் என எதிர்பார்த்தேன், எதுவும் சொல்லாமல் அப்படியே ஏற்கிறார், மேலும் இயக்குநரை அழைத்து இப்படி மாதித்தன் தன் போக்கிற்கு சண்டைக்காட்சிகளில் நடிப்பதை ஏற்க இயலாது எனத் தானே நேரிடையாகச் சொல்லி ரவி அண்ணனுக்குப் படப்பிடிப்பில் அழுத்தம் உண்டாகாமல் செய்கிறார்.

வடபழனி பேருந்து நிலையத்தில் இறக்கிட்டு ரவி அண்ணன். புறப்பட்டார். விடும்போது என்னுடைய விண்ணப்பத்தைச் சொன்னேன்.

“அண்ணா நாளைக்கு ஷூட்டிங்குக்கு ஒரு கெஸ்ட் வரும்ணா...”

“நாளைக்கு அவுட்டோர்தான பப்ளிக்கே ஷூட்டிங் பார்க்க வரும், நீ என்ன பர்மிஷன்லாம் கேக்குற.”

“இது ரொம்ப முக்கியமான கெஸ்ட், அதான்...”

“யாருடா?”

“பியான்சிண்ணா?”

“அட்ரா சக்கை, ஃபிலிம் இண்டஸ்ட்ரிதானா, வெளிலயா?”

“வெளிலதாண்ணா, நானு ஸ்டண்ட் ஆக்டர்ன்றதையே நாளைக்குதான் சொல்லப்போறன். அவங்க வீட்லலாம் நானு எலக்ட்ரீஷன்னுதான் நெனைச்சுக்கிட்டு இருக்காங்க.”

“அது சரி, நீ இப்பலாம் எலக்ட்ரிகல் வேலை செய்றதில்லீல்ல. கூப்டுக்குனு வா. பைக் எட்துனு போறியாடா?”

“தேங்ஸ்ணா, இப்ப வேணாம், ஸ்பாட்டுக்கு வந்துட்டு பைக் எடுத்துக்கறேன்...”

“அங்கேர்ந்து போயி வந்து எதுக்கு அலைச்சல்?”

“அவங்க வீடு அங்கதான் பக்கத்துல இருக்கு, அனகாபுத்தூர்ல”

“ஓக்கே, செய், நான் பொறப்படறேன்...”

★

15. அன்பே வா

எடுத்தேன் கவிழ்த்தேனாக ஜெய்புன்னிசாவை ஆச்சரியப்படுத்தி என்னுடைய சண்டைக்கலைத் தொழிலைச் சொல்லவில்லை. பைக்கை எடுத்துக்கொண்டு அனகாபுத்தூரில் ஒரு வலம் வந்து, நான் வந்திருப்பதைத் தூதுவிட்டுத் தெரிவித்தேன். இன்னும் ஒரு திருமணம், அதாவது அண்ணனின் திருமணம் மட்டுமே எங்களுக்குப் பாதையை வழிமறிப்பதால், அவளுக்கும் துணிவு வந்தது, எனக்கும் துணிவு இருந்தது. இனியும் என்ன ரகசியச் சந்திப்பு என இருவருமே முடிவு செய்தோம்.

பைக்கைப் பார்த்தவுடன் இதை வாங்கும் அளவுக்கு மின்சாரப் பணியில் பணம் கிடைக்கிறதா இல்லை அன்றைக்கு வந்த அடியாள்களிடம் இரவல் வாங்கியதா எனக் கேட்டாள். எப்படி அவளால் கேள்விகளை அடுக்க முடிகிறது? இதுவரையில் அவள் +2வில் எத்தனை மதிப்பெண்கள் எடுத்தாள்

என நான் கேட்டதில்லை, அவள் என்னிடம் கேள்விகளை அடுக்குகிறாள்.

அனகாபுத்தூரிலிருந்து பல்லாவரத்தில் வெளிப்புறப் படப்பிடிப்பு நடக்கும் இடத்துக்கு வருவதற்குள் அவளிடம் என்னுடைய வேலை குறித்துச் சொல்லவேண்டும். திரைப்படங்கள் பார்க்கும் பழக்கம் அவளுக்கு இல்லை. வருடத்துக்கு ஒன்று அல்லது இரண்டு திரைப்படங்கள் பார்த்தாலே அதிகம். தொலைக்காட்சியில் என்ன வருமோ அது, என்றைக்காவது அவர்கள் வீட்டுக்கு துபையிலிருந்து சொந்தக்காரர்கள் வந்து தங்கினால் அவர்கள் உபயத்தில் 'டெக்' எடுத்து ஒரே நாளில் இரண்டு மூன்று படங்களை வீடியோவில் பார்ப்பார்களாம்.

மலைப் பாதையில் திரும்பி மேலே ஏறுவதற்கு முன் பைக்கை வழியில் நிறுத்தினேன். சுற்றி வளைத்து மின்சார வேலை செய்தால்தான் அவளுக்குப் பிடிக்குமா, வேறு வேலை எதுவும் செய்தால் அவளுக்குப் பிரச்சனை இல்லையா எனக் கேட்டேன். அவள் எதுவாக இருந்தாலும் ஒப்புக்கொள்ளாமல், அப்படி என்ன வேலை இவ்வளவு கேள்விகளுடன் எனத் திருப்பிக் கேட்டாள். திரைப்படத்தில் சண்டைக்கலைஞன் என்றதும் அவளுக்குத் தலைகால் புரியவில்லை. சொல்லிவைத்ததுபோல் என்னுடைய அப்பாவின் அனுமதி குறித்த சந்தேகத்தை எழுப்பினாள். அப்பாவுக்கோ வீட்டில் யாருக்கோ இன்னும் எந்த விவரமும் தெரியாததைச் சொன்னேன். அண்ணனுக்குத் திருமணம் நடக்கும் வரையில் இதுகுறித்து யாரிடமும் சொல்லக்கூடாதென சத்தியம் வாங்கிக்கொண்டேன்.

தொழிற் கல்வியை முடித்த நாள்களிலிருந்து உறுப்பினராக முயற்சி செய்து, மூன்று ஆண்டுகளுக்கு முன் உறுப்பினர் அட்டை கிடைத்ததைச் சொன்னேன். நீச்சல் குளத்தில் விழுந்ததில் துவங்கி விளக்குகளை உடைப்பதில் பெயர் வாங்கி, நேற்றைய சண்டைக்காட்சி வரையில் சொல்லி முடித்தேன். அன்றைக்கு அனகாபுத்தூரில் சுற்றிய ஆள்கள் நான் அழைத்து வந்த அடியாட்கள் அல்ல திரைப்பட சண்டைக்கலைஞர்கள் என்னும் செய்தி அவளுக்கு ஆறுதலாக

இருந்தது. வருமானத்தைப் பற்றி ஒரு வார்த்தையும் அவள் பேசாதது எனக்கு ஆறுதலாக இருந்தது.

பல்லாவரம் மலைக்குக் கீழ் படமாக்கப்பட்ட காட்சியில் நான் மாதித்தனுக்கு டூப் போட ஏற்பாடு. அது பார்ப்பதற்கு ஃபிஸ்ட் ஆஃப் ஃபியூரியில் கராத்தே பயிற்சிப் பள்ளியில் நடக்கும் குழுச்சண்டையைப்போல இருக்கும். இரண்டு எதிரிகளின் சட்டையைப் பிடித்துச் சுழன்று அவர்களை மேலே தூக்கித் தட்டாமாலை ஆடவேண்டும். அவர்களும் சண்டைக்கலைஞர்கள், தங்களுடைய ஒரு கையால் எனது தோளைப் பிடித்திருப்பார்கள், இன்னொரு கையையும் இரண்டு கால்களையும் உயர்த்தி ஆட்டி ஆட்டித் துடிப்பதுபோல் நாடகம் போடுவார்கள். சண்டைக்கலைஞர்களின் ஒருங்கிணைப்பில் உருவான காட்சியைத் திரையில் பார்க்கும்போது கதாநாயகன் எதிரிகளைத் தூக்கித் தட்டாமாலை சுற்றுவது போல் இருக்கும்.

மாதித்தன் நேற்றுப்போல இன்றும் டூப் இல்லாமல் செய்ய முன் வர வாய்ப்பு இல்லை. இது மாஸ்டர், ரவி அண்ணன், நான், இன்னும் இரண்டு கலைஞர்கள் சேர்ந்த கூட்டு முயற்சி. அப்போது நினைத்து உள்ளே நுழைந்து எளிதில் செய்ய முடியாத சாகசக் காட்சி. மாஸ்டருக்கும் இயக்குநருக்கும் இடையில் தொலைபேசி உரையாடல் நடந்திருந்தால் அதன் விளைவும் மாதித்தனை அமைதியாக இருக்கச் செய்யும். அனைத்தையும் ஒதுக்கிவிட்டு மாதித்தன் முன்வந்தாலும் என் தோளைப் பிடித்துக்கொண்டு அந்தரத்தில் தட்டாமாலை சுற்றுவதற்குப் பயிற்சி எடுத்த கலைஞர்கள் மாதித்தனின் தோளைப் பிடித்துக்கொண்டு தட்டாமாலை சுற்ற யோசிப்பார்கள்.

ரவி அண்ணன் அழைத்ததும் நான் களத்தில் நின்றேன். இரண்டு டிரையல் முடித்து படப்பிடிப்பில் அடிபிறழாமல் சுற்றினேன், 'கட்' ஒலி வந்ததும் வேகத்தைக் குறைத்து, சண்டைக்கலைஞர்களைக் கீழே இறக்கினேன், அவர்கள் படபடவெனக் கால்களால் இரண்டடி ஓடித் தங்களை நிலைப்படுத்திக்கொண்டார்கள். இருவரும் 'மாமே, தண்டரே, பின்னிட்டடா' என மகிழ்ச்சியைத் தெரிவித்தார்கள். ரவி அண்ணனும் இயக்குநரும் பாராட்டினார்கள். மாதித்தன் அதே

அளவான புன்னகையுடன் கடந்தார். அடுத்தடுத்த காட்சிகளில் நான் இல்லை, சிறிது ஓய்வுக்குப் பின் இன்னொரு குழுச் சண்டையின் டிரையலுக்குச் சென்றால் போதும், டிரையல் முடித்து படப்பிடிப்பும் முடிந்துவிடும்.

கூடியிருந்த பொதுமக்களுக்கு நானோ ரவி அண்ணனோ சண்டைக்கலைஞர்களோ பொருட்டில்லை, அவர்களுக்கு மாதித்தன் முக்கியம். மாதித்தனைப் பார்த்துக் கையசைப்பதும் கூப்பிடுவதுமாக இருந்தார்கள். கிடைத்த ஓய்வில் டவலை எடுத்து சட்டையின் மேலே போட்டுக்கொண்டு ஜெய்புன்னிசாவுக்கும் எனக்கும் ஸ்டெய்ன்லெஸ் ஸ்டீல் டம்ளரில் தேநீரைப் பிடித்தேன். வெயிலில் குடையைப் பிடித்துக்கொண்டு நின்றிருந்தவளிடம் தேநீரைக் கொடுத்தேன். என்னுடைய காட்சிகள் முடிந்ததும், பைக்கை மீண்டும் இரவல் வாங்கி இவளை அனகாபுத்தூரில் விட்டுவரவேண்டும்.

“ரெண்டு பேரை அலேக்கா தூக்கி வீசுறீங்க? அவ்ளோ ஸ்ட்ரெந்த்தா.”

“அது டெக்னிக் ஜெய்பு டெக்னிக், தோளைப் புடிச்சு ஃபோர்ஸா சுத்தும்போது அவங்க ஜம்ப் பண்ணா தானா மேல போவாங்க, மேல போவும்போது என் தோளை இன்னும் கெட்டியாப் பிடிச்சுவாங்க, நான் சுத்துவேன். இதெல்லாம் வெளில பேசாத, ஃபோர்ஸ்தான் மேட்டர்.”

“மையவிலக்கு விசையா?”

“என்னது?”

“மையவிலக்கு விசைங்க, இயல்பியல்ல வருமே...”

“இயல்பியல்லயா?"

“ஆமா.”

“இதெல்லாமா ஸ்கூல்ல சொல்லித் தராங்க?”

“ரெண்டு மார்க் கேள்வில வரும், ஒன்பதாவதுலயோ பத்தாவதுலயோ சரியா ஞாபகம் இல்ல, செண்ட்ரிஃபியூகல் ஃபோர்ஸ்.”

“நீ ஏன் +2வோட நின்னுட்ட ஜெய்பு?”

“உங்களுக்குத் தெரியாதா? பணவசதி இல்லாத எல்லாரும் செய்றதுதான். காலேஜ் படிச்சுட்டா அதுக்கு ஏத்த படிச்ச மாப்பிள்ளை பார்க்கணும். நம்ம ஜமா’அத்ல படிச்ச மாப்பிள்ளை பார்க்ற அளவுக்கு எங்களுக்கு வசதிலாம் இல்ல.”

“இதோ அண்ணன் கலியாணம் வந்துரும், அடுத்து நம்ம கலியாணந்தான். நீ நம்ம கலியாணத்துக்கு அப்புறம் கரஸ்ல படி ஜெய்பு, எனக்குப் பிரச்சனை இல்ல.”

“அதெல்லாம் வேணாம், பொம்பளப் பிள்ளையப் பெத்து அதைப் படிக்க வைப்போம்.”

‘தவ்லத்தே சீக்கிரம் பிரியாணி போர்ரா’ கேலிகளைக் கேட்டபடி ரவி அண்ணனின் பைக்கில் ஜெய்புன்னிசாவை அனகாபுத்தூரில் விட்டுவந்தேன்.

மாதித்தனுக்கு டூப் போட்ட பின், மாணிக்கம் மாஸ்டரின் ஆஸ்தான டூப் நடிகனானேன். கராத்தே காட்சிகளுக்கு என்னையும் அழைக்கத் துவங்கினார்கள். என்னுடைய இலக்கை நோக்கிய பயணம் சரியாகச் சென்றது. இன்னும் சில ஆண்டுகள் பொறுமையாக இந்த வேகத்தில் இதே துறையில் செல்லவேண்டும். மாஸ்டராவதும் நடக்கும், அதற்கு முன் முன்னணியில் இருக்கும் கதாநாயக நடிகர்கள் யாருடனாவது சண்டைக்காட்சியில் நேருக்கு நேர் ஒற்றைக்கு ஒற்றை மோதும் வாய்ப்பு கிடைத்தால் போதும், காலத்திற்கும் அது நின்று பேசும்.

நான் பேராசைப்படவில்லை, தாயைக் காத்த தனயனில் எம்.ஜி.ஆருடன் தேவரைப் போலவோ, ரகசிய போலீஸ் 115இல் எம்.ஜி.ஆருடன் ஜஸ்டினைப் போலவோ முன்னணிக் கதாநாயகர்களுடன் அப்பேர்ப்பட்ட சிறப்புச் சண்டைக்காட்சி எனக்கு வேண்டாம், கமல்ஹாசனுடனோ ரஜினிகாந்துடனோ ஒரு சண்டைக்காட்சியில் நேருக்கு நேர் மோதித் தலையைக் காட்டினால்கூடப் போதும்.

ஜெய்புன்னிசா எந்த மறுப்பும் சொல்லாமல் என்னை

சண்டைக்காட்சி நடிகனாக ஏற்றுக்கொண்டாள். என்னுடைய அப்பாவைத் தவிர வேறு யாரும் எனது சண்டைக்கலைப் பயிற்சிக்குக் குறுக்கே வரமாட்டார்கள். அவருக்கும்கூட அவரையும் அறியாமல் என் மீது வெறுப்பை வளர்த்துக்கொண்டது காரணமாக இருக்கலாம். என் மீதுள்ள வெறுப்பு குறையவேண்டுமென நான் என்னவெல்லாம் செய்தேன்? அவர் சொன்னபடிதானே படித்தேன், அவர் சொன்னபடிதானே வேலைக்குச் சென்றேன். படிக்கும் நாள்களில் சிகாமணி அண்ணனுடன் சென்று பார்த்த வேலைகளுக்குக் கிடைத்த சில்லறைகளை நானா வைத்துக்கொண்டேன்? எண்ணி அம்மாவிடம் தரவில்லையா? உதவித்தொகை வாங்கியதும் நண்பர்கள் தங்கசாலையைச் சுற்றியுள்ள ஸ்ரீகிருஷ்ணாவிலும், கிரௌனிலும், திரைப்படத்துக்கு வரிசையில் நிற்பார்கள். நான் அப்படி நின்றேனா? வீட்டுக்கு வந்து பணத்தைத் தந்துவிட்டு, பிறகு என் தேவைக்குதானே வாங்கிக்கொண்டேன். சிகாமணி அண்ணனை விடுங்கள், நக்கீரன் அழைத்துச் செல்லும் சில்லறைப் பணிகளில் கிடைத்த காசையும் அம்மாவிடம் தந்திருக்கிறேன்.

நகைச்சீட்டு உங்களுக்குத் தெரியும், மாதாமாதம் நூற்றைம்பது ரூபாய் சம்பாதிக்க ஆலாய்ப் பறந்தது உங்களுக்குத் தெரியும், அவற்றை விட்டுவிடுவோம். அக்காவின் திருமணச் செலவில் என் பங்கு இல்லவே இல்லையா? அண்ணனைப் போல எனக்கு நிரந்தர வருமானம் கிடையாது, அதை ஒப்புக்கொள்கிறேன். அண்ணன் அளவுக்கு எனக்கு வருமானம் கிடையாது, அதையும் ஏற்கிறேன், அதனால் ஏதாவது வீட்டுக்குக் குறை வைத்தேனா?

மீர்சாகிப்பேட்டையில் இல்லாத சண்டைக்கலைஞர்களா? அவர்களுடன் ஒருவராக நானும் இருக்கக்கூடாதா? அந்தப் பேச்சை எடுத்தாலே அப்பாவுக்குப் பிடிப்பதில்லை. அவ்வளவு ஒவ்வாமை வருவதற்குக் காரணமும் எதுவும் இல்லை. உயிருக்கு ஆபத்து, அதுதான் அவர் திரும்பத் திரும்பப் பாடும் பாட்டு. எதில்தான் உயிருக்கு ஆபத்து இல்லை? தொழிற் பயிற்சி நிலையத்தில் மின்சாரம் ஒரு மனிதனைக் கொல்லும் என்று எழுதிப்போட்டிருந்தார்களே, அதை அப்பா படித்திருந்தால்

படிப்பை நிறுத்தியிருப்பாரா? திரைப்படத்தில் வேலை செய்வதால் பெருமைக் குறைவு என்றெல்லாம் அவரால் பேச முடியாது. அவரும் திரைப்படம் பார்ப்பவர்தான், திரைப்படம் பார்ப்பது தவறென்று ஒப்புக்கொண்டால் திரைப்படத்தை உருவாக்கும் பணியில் இருப்பது தவறென அவர் சொல்லட்டும்.

நான் மின்சாரப் பணியாளனாக இருந்தாலும், சண்டைக்கலைஞனாக இருந்தாலும் ஜெய்புன்னிசாவுக்குப் பிரச்சனை இல்லை. அவளையும் சேர்த்துதானே எல்லோரும் திட்டினார்கள். அக்காவும் அண்ணனும் இருக்கையில் நான் திருமணத்துக்கு அவசரப்படுவதாகத் திட்டும்போது அவளையும் சேர்த்துதானே குறை சொன்னார்கள். அவளுக்கு என் வேலை பிடித்திருக்கிறது, அவள் என்னை மட்டும் பார்க்கிறாள். நிச்சயமாக அம்மாவும் என்னுடைய வேலைக்குக் குறை சொல்லமாட்டாள். அம்மாவிடம் சொல்லி அப்பாவிடம் பேசச் சொல்லலாம். இன்னும் கூடுதல் வருவாய்க்கும் நிரந்தர வருமானத்துக்கும் மட்டும் சண்டைக்கலையில் வழி பிறந்துவிட்டால், அதன் பின்னர் நான் நிமிர்ந்துவிடுவேன்.

கூடுதல் வருவாய் என்பது என்ன? அண்ணனுடைய வருவாயை விடக் கூடுதல் வருவாய், அண்ணனைப் போலவே மழையடித்தாலும் வெயிலடித்தாலும் மாதாமாதம் பணத்தை அம்மாவிடம் தருவது. அண்ணனைப் போலவே தானுண்டு தன் வேலையுண்டு என இருப்பது, வீட்டுக்குப் பணம் தருவதில் அப்படியே அண்ணனை நகலெடுப்பது. அண்ணனைப் பின்பற்றி பல்லவனிலோ ஏதாவது பெரிய நிறுவனங்களிலோ மின்சாரப் பணியாளனகச் சேர்ந்திருந்தால் யாருக்கும் பிரச்சனை இல்லை. முழுநேரமும் சிகாமணி அண்ணனிடம் இருந்து வேலை கற்றுக்கொண்டு மீர்சாகிப்பேட்டையில் அவருக்குப் போட்டியாக வீடுகளில் மின்சாரப் பணி செய்தால் பிரச்சனை இல்லை. தொழிற் பயிற்சி உதவித் தொகை நூற்றைம்பது ரூபாயை ஓராண்டு சம்பாதித்துவிட்டு அதற்குப் பிறகு அண்ணனைப் போல தற்காலிகம் நிரந்தரம் எனப் படிப்படியாக மேலே போனால் பிரச்சனை இல்லை.

இதே அப்பாவிடம் கற்றைக்கற்றையாக ரூபாய் நோட்டுகளைக் கொண்டுவந்து கொடுக்கத்தான் போகிறேன். அவர் வியந்து நின்று என்னுடைய சண்டைக்கலை ஆர்வத்துக்கு மதிப்பு கொடுக்கத்தான் போகிறார். இவ்வளவையும் செய்வதற்கு என்னால் முடியும், ஆனால் அதற்கு அவகாசம் தேவை. முன்பு சொன்னதுபோல் நான் இயங்கும் துறையில் இன்று நினைத்து நாளைக்குப் பணம் கொட்டும் வாய்ப்பு இல்லை. படிப்படியாகத்தான் முன்னேற முடியும், அப்படித்தான் முன்னேறுவேன். அதற்குள் பொறுமை இல்லாமல் என்னை வெறுத்தால் என்னால் என்ன செய்ய முடியும்?

இப்பொழுது மாஸ்டர்களுக்கு என் பெயர் தெரிகிறது. என் பெயரைத் தெரியாத மாஸ்டர்களிடமும் டைவ்லாம் அடிப்பானே அவன், டியூப் லைட்டு உடைப்பானே அவன், கராத்தேக்கு டூப் போடுவானே அவன், இப்படிச் சொன்னால் அடையாளம் தெரிகிறது. வாய்ப்புகள் வரும், கூடுதல் வருமானமும் இனி வரும்.

கூடுதல் வருவாய் கிடைத்தாலும், அது நிரந்தரமாகக் கிடைக்குமா? அதுதான் எனக்கு இருக்கும் பிரச்சனை. படப்பிடிப்பு இல்லாத நாள்களில் பணத்துக்கு எங்கே போவது? படப்பிடிப்பு இல்லாத நாள்களில் மின்சார வேலை செய்து சம்பாதித்த நாள்களில் இங்கும் இல்லாமல் அங்கும் இல்லாமல் பாதிப் பாதியாக வேலை செய்தபோது மின்சாரச் சாமான்கள் விற்கும் கடையில் கூப்பிட்டு படப்பிடிப்பை முடித்துவிட்டு வந்து ஓய்வு நேரத்தில் வேலை செய்தால் தொடர்ந்த வேலைக்கு உத்தரவாதமில்லை எனச் சொல்லிவிட்டார்கள்.

யாருக்கும் அப்படித்தானே? சங்கத்தில்கூட 'பட்டியலில் பெயர் உள்ளது படப்பிடிப்புக்கு வா' என்றால் போகவேண்டும், அந்த நேரத்தில் மோட்டார் ரிப்பேர் செய்வதற்குப் போனால், மாஸ்டர் அடுத்த வேலைக்கு அழைப்பாரா? அதனால், பகுதி நேர வேலையாக மின்சாரப் பணிகளைத் தருவதற்குக் கடையில் தயங்குகிறார்கள். அது இருந்தால் ஓரளவு சமாளிக்கலாம். ஒரு சின்ன கடை எடுத்து, 'இவ்விடம் எலக்ட்ரிகல் சாமான்கள்

பழுதுபார்க்கப்படும்’ என போர்டு எழுதிவைத்து, படப்பிடிப்பு இல்லாத நாள்களில் அதில் உட்காரலாம். கடைக்கு மிட்டாய்ப் பணமும், முன் பணமும் தருவதற்கு யாரிடம் காசு இருக்கிறது? கடை வைத்தால் அதில் வேலை வருகிறதோ இல்லையோ அதற்கு மாதாமாதம் வாடகை, மின்சாரக் கட்டணம், சந்தா, முறைவாசல் எனத் தனியாக எடுத்து வைக்கவேண்டும். அதற்காக எடுத்து வைக்கப் பணமிருந்தால், நான் ஏன் கடைபோடவேண்டும்?

அண்ணனைவிடவும் அதிக வருமானம், நிரந்தர வருமானம், இரண்டுக்கும் ஏதாவது வழி செய்யவேண்டும். என்னோடு படித்த சிலர் துபைக்குப் போனார்கள், நிறையப் பணம் சம்பாதிப்பதாகக் கேள்வி. துபையில் படமெல்லாம் எடுப்பார்களா? துபையில் படம் எடுத்தால் ஹாலிவுட்டிலிருந்து ஆள்களைக் கொண்டுவந்து சண்டைக்காட்சி எடுப்பார்கள், நான் பாலிவுட் ஷூட்டிங்கையே இன்னும் பார்க்காதவன். மிதுன் சக்ரபோர்த்தியின் கன் மாஸ்டர் ஜி9 இன் ‘சுரக்ஷா’ இங்குதான் சென்னையில் எடுத்தார்கள், ராகவலு மாஸ்டர் சண்டைக்காட்சிகள் செய்தார், மிதுனுக்கு ஏற்றபடி கராத்தேயில் சண்டைகளை அமைத்திருந்தார். இப்போது அப்படி ஏதாவது பாலிவுட் சண்டைக்காட்சிகள் சென்னையில் எடுக்கப்பட்டால் எனக்கு வாய்ப்பு கிடைக்கலாம். பாலிவுட்டே அத்தனை தொலைவில் இருக்கும்போது துபை சண்டைக்காட்சிக் கனவெல்லாம் எனக்குக் கிடையாது.

அவை இருக்கட்டும், இப்போது விஷ்ணுகாந்துக்கு டூப் போட வாய்ப்பு கிடைத்துள்ளது. இதில் பாய்வதற்கோ, விளக்குகளை உடைக்கவோ வேலை இல்லை, அண்ணா சாலையில் விஷ்ணுகாந்துக்குப் பதிலாக நான் புல்லட் ஓட்டவேண்டும்.

கருப்பு மலர்கள் திரைப்படத்தில் கதாநாயகியிடம் வம்பு இழுத்து அடிவாங்கும் கூட்டத்தில் சென்னை வெயிலுக்குச் சம்பந்தமில்லாத லெதர் ஜாக்கெட் மாட்டிக்கொண்டு கீழே விழுவேன், படத்தில் திரையில் நீங்கள் கவனித்தாலும் என்னை அடையாளம் காட்டமுடியாது. அதே கறுப்பு மலர்களில் கிளைமேக்சில் புல்லட்டில் விஷ்ணுகாந்த் பறக்கவேண்டும்.

அண்ணா சாலையில் இரவில் விஷ்ணுகாந்த் புல்லட் ஓட்டினால் போக்குவரத்துக்கு இடைஞ்சலாக இருக்கும். அதனால், மன்றோ சிலையிலும் அண்ணா மேம்பாலம் ஏறும்போதும் மட்டும் அவர் முகத்தைக் காட்டி படம் பிடித்துவிட்டு, மற்ற காட்சிகளுக்கு என்னை புல்லட் ஓட்டச் சொன்னார்கள். எனக்குப் பின்னால் வண்டியில் கேமராவை வைத்துப் படமாக்கிக்கொண்டே வருவார்கள்.

வீட்டில் பொய்சொல்லிவிட்டுதான் புறப்பட்டேன். ஐஸ்ஹவுசிலிருந்து பேருந்தைப் பிடித்தேன், பி.ஆர். அன் சன்ஸ் நிறுத்தத்தைத் தாண்டியதும் இருக்கையிலிருந்து எழுந்து இறங்கும் வழியில் நின்றேன், நடத்துனர் முறைத்தார். பல்லவன் சாலையில் நுழையும்போது ஓடும் பேருந்திலிருந்து இறங்கினேன். ஓட்டுநர் 'சாவு கிராக்கி'ப் பட்டத்தை எனக்குக் கொடுத்தார். 'சாவு கிராக்கி', இருக்கலாம் கழிவிரக்கத்தை முன்னிறுத்தி உற்சாகமில்லாமல் பேசும்போது கவித்துவமாக என்னை அப்படி அழைக்கலாம். எல்லாவிதமான பாதுகாப்பு முன்னேற்பாடுகளுடன் சண்டைக்காட்சியில் நடித்தாலும் எந்தப் பாய்ச்சலில் எங்கு அடிபடுமோ? சாவுகிராக்கிதானே நான். விஷ்ணுகாந்துக்கு டூப் போடும் சண்டைக்கலைஞனுக்கு ஓடும் பேருந்திலிருந்து இறங்குவது பெரிய விஷயமா? இப்போது இறங்கவில்லையென்றால் அண்ணன் அடிக்கடி சென்றுவரும் பல்லவன் பணிமனையில் இறங்கவேண்டும், அங்கிருந்து நடக்கவேண்டும். தோளில் குறுக்காக மாட்டியிருந்த ரெக்சின் பையை இழுத்துச் சரிசெய்துகொண்டு மன்றோ சிலையை நோக்கி நடந்தேன்.

அந்நாள்களில் மன்றோ சிலையருகில் இரவில் அத்தனை நடமாட்டம் இருக்காது. பாதசாரிகளைக் காண முடியாது. அதனாலும் குழுவினர் அந்த இடத்தைத் தேர்ந்தெடுத்திருக்கலாம்.

அதிக ஆரவாரமில்லாத படப்பிடிப்பு. சரியாகத் திட்டமிட்டு, கட்டாயமாகத் தேவைப்படும் அளவுக்கு மட்டும் குழுவினரை அழைத்து, குறைந்த நேரத்தில் படப்பிடிப்பை முடித்துவிட்டு சாலையைக் காலி செய்யும் ஏற்பாடு. மன்றோ சிலையை

அடைந்தவுடன் உடைகள் உதவியாளரிடம் உடையை வாங்கிக்கொண்டு படப்பிடிப்பு வண்டியின் மறைப்பில் உடை மாற்றினேன். ஒப்பனைக் கலைஞர் டோப்பாவைத் தலையில் வைத்து இறுக்கினார். டைவ் அடித்தாலும் டோப்பா பறக்காது, விரல்களை நுழைத்துப் பிரித்து எடுத்தால்தான் கழண்டு வரும். என் முகத்தை அப்போது நீங்கள் பார்த்திருந்தால் கொடுமையாக உணர்ந்திருப்பீர்கள். பின்னிய கூந்தலெல்லாம் வைத்துக்கொண்டு நடிகைகளுக்கு டூப் போடுபவனுக்கு இதெல்லாம் பிரச்சனையே கிடையாது. மன்றோ சிலையைப் பார்த்தபடி என்னை மாஸ்டர் அழைக்கும் நிமிடத்துக்காகக் காத்திருந்தேன்.

விஷ்ணுகாந்த் வந்ததும் படப்பிடிப்புக் குழு பரபரப்பானது. ராணுவ ஒழுங்கைப் போலக் காட்சிகளை எடுத்து முடித்தார்கள். அவருடைய படப்பிடிப்பு முடிந்ததும், அவரிடமிருந்து புல்லட்டை மாணிக்கம் மாஸ்டர் வாங்கி, அருகில் நின்றிருந்த என்னிடம் தருவதற்கு முன்,

‘தண்டரே! பாத்துரா ஸ்பீடைக் கொறைக்காத, கூட்டாத, கட்டுகிட்டு அட்சுராதரா, ஸ்ட்ரெய்டாவே ஓட்டு’ என்றார்.

நான் மரியாதைக்காக மாஸ்டரின் கையைத் தொட்டேன். ‘நெல்லா பண்றா’ ஆசீர்வதித்தார்.

விஷ்ணுகாந்த் என்னைப் பார்த்து ‘தம்ஸ் அப்’ சைகை காட்டினார், ‘சீ யூ அட் ஜெமினி தண்டர்’ எனச் சொல்லிவிட்டு அவர் காரில் ஏறிச் சென்றார்.

அன்றைய தேதி வரையில் நான் திரைப்பட சண்டைக் காட்சிகளில் நடிப்பது என் வீட்டில் அப்பாவுக்கோ வேறு யாருக்குமோ தெரியாது. அன்று கையும் களவுமாக அப்பாவிடம் பிடிபட்டேன். அப்பாவிடம் மறைத்து வைத்த ரகசியம் அண்ணா சாலையில் நடந்த படப்பிடிப்பில் அவர் கண் முன்னாலேயே வெளிப்பட்டது.

★

16. புதிய பூமி

மூன்றரை மணிக்கு வந்த விழிப்பு வந்ததுதான், அதற்குப் பின்பு தூக்கம் வரவில்லை. விடியத் தொடங்கி மொட்டை மாடியில் படுத்திருந்தவர்களில் சிலர் விழித்து உட்கார்ந்ததும் நான் எழுந்து முகம் கழுவச் சென்றேன். வெறும் விரல்களால் பற்களத் தீட்டிவிட்டு வாயைக் கொப்பளித்தேன். ரெக்சின் பையிலிருந்து டவலை எடுத்து முகத்தைத் துடைத்துவிட்டு, கால்சட்டையையும் சட்டையையும் அணிந்துகொண்டு பனியனைச் சுருட்டிப் பைக்குள் போட்டேன். நண்பனை உசுப்பிவிட்டு காலையில் தேநீருக்கு அழைத்தேன். அவன் சட்டையை மாட்டிக்கொண்டு லுங்கியுடன் வந்தான், நான் பையை எடுத்துக்கொண்டு, தேநீருக்குப் பின் மாஸ்டரைப் பார்க்க சாலிகிராமத்துக்கு நடந்துபோவதாகச் சொன்னேன்.

வடபழனி பேருந்து நிலையத்தில் தொடங்கி அருணாசலம் சாலை வரையில்

படப்பிடிப்பு வண்டிகள் வரிசையாக நின்றன. மெஸ்களிலிருந்து காலைச் சிற்றுண்டி எடுத்துக்கொண்டு படப்பிடிப்பு நடக்கும் இடங்களுக்குச் செல்லும் வண்டிகள் காத்திருந்தன. வேடிக்கை பார்த்துக்கொண்டு நடந்தேன். இவ்வளவு காலையில் சென்றால் மாஸ்டர் விழித்திருப்பாரா? படப்பிடிப்பில் வேறு ஏதும் காட்சிகள் இருந்தனவா? எத்தனை மணிக்குப் படப்பிடிப்பை முடித்துவிட்டு வந்தாரோ? இரவு எத்தனை மணிக்குப் படுக்கச் சென்றாரோ? இத்தனை காலையில் கதவைத் தட்டத் தயக்கமாக இருந்தது.

அருணாசலம் சாலையில் நுழைந்து நேரம் கடத்துவதற்காக இன்னொரு தேநீர் குடிக்க பெரிய கடையில் ஒதுங்கினேன். அது மெனு கார்டெல்லாம் வைத்திருந்த கடை. அதில் தேநீரின் விலையைப் பார்த்து காசு கணக்குப் போட்டு கார்டைத் திருப்பிக் கொடுத்துவிட்டு வேறு சிறிய கடையைத் தேடி நடந்தேன்.

ஆறு மணி வரையில் நேரத்தை ஓட்டிவிட்டு, மாஸ்டர் வீட்டுக் கதவைத் தட்டினேன். மாஸ்டர் பயிற்சியில் இருந்தார். பயிற்சிக்கு இடையில் நான் வந்திருக்கும் காரணத்தைக் கேட்டார், மன்னிப்பு கேட்க வந்திருப்பதைச் சொன்னேன். புன்னகைத்துவிட்டு,

“இனிமே பாத்து தொழில் செய் தண்டரே, நம்ம தொழில்ல கரணம் தப்புனா மரணம். ஸ்டண்ட்டுல சின்னதா பைக்கு சராட்னாலும் வாங்கிக்குண்டா. அடிபர்ரதை வுடு, அது இல்லாம நம்ம வாழ்க்கை இல்லை, மிஸ் ஆச்சுன்னா எல்லாருக்கும் பதில் சொல்லிக்கினு இருக்கணும். செரி அதுக்கோசரமா மீர்சாப்பேட்டலேர்ந்து காலங்காத்தால பொறப்ட்டு வந்த?”

“இல்ல மாஸ்டர், நைட்டு மனசு கேக்கல, இங்கயே யூனியன் பக்கத்துல ஃப்ரெண்டு வீட்ல படுத்துத் தூங்கிட்டு காலைல உங்கள்ட்ட மன்னிப்பு கேட்டுட்டுப் போலாம்னு...”

“நம்ப யூனியன் ஆளுங்க வூடா?”

“ஆமா மாஸ்டர்.”

“பொறப்படு தண்டரே. அடுத்த ஷெட்யூல் எப்படி வருதுனு பார்க்கலாம். தண்டரே, நீ யூனியன்ல மெம்பராயி எத்தினி வருஷம் ஆச்சு?”

“மூணு வருஷம் மாஸ்டர்.”

“ம்ம்ம்.”

அதற்குமேல் எதுவும் பேசவில்லை, மீண்டும் புன்னகைத்து அனுப்பி வைத்தார். மாஸ்டரிடம் மன்னிப்பு கேட்டதில் மனம் லேசானது.

வீட்டில் இத்தனை எளிதில் விவகாரம் முடியாதெனத் தெரியும். இன்று எது நடந்தாலும் துணிந்துவிடும் முடிவில் இருக்கிறேன். வீட்டை விட்டு வெளியில் செல்லப்போவதில்லை, அதற்காக அப்பா போடும் எல்லைக்கோட்டுக்குள்ளும் வாழப்போவதில்லை. சாலிகிராமத்திலிருந்து வடபழனி சென்று பேருந்தைப் பிடித்து மீர்சாகிப்பேட்டையில் இறங்கி வீட்டுக்குப் போவதற்குள் அண்ணன் வேலைக்குப் புறப்பட்டிருப்பான், தம்பிகள் இருக்கமாட்டார்கள், அப்பா இன்று எனக்காகக் காத்திருப்பார், தங்கை இருப்பாள், அம்மா எப்பொழுதும் போல வீட்டில்தான் இருப்பார். நான் சமாளிக்கவேண்டியது அப்பாவின் கோபத்தை மட்டும்தான்.

நேற்று இரவு நான் படப்பிடிப்பில் இருந்ததை அப்பா அம்மாவிடம் எப்படிச் சொன்னார் என்பது வீட்டுக்குச் சென்றதும் அம்மா என்னைப் பார்க்கும் பார்வையில் புரிந்துவிடும். அம்மாவின் உண்மைக் கோபமும் பொய்க் கோபமும் நான் அறியாதவை அல்ல.

ஒழுங்காக மார்க்கெட் நிறுத்தத்தில் இறங்கி நடக்கும் நான் சரியாக பேகம் தெருவின் எதிரில் பேருந்து வந்ததும் ஓட்டத்தில் இறங்கினேன். நேற்று பல்லவன் சாலைத் திருப்பத்தில் செய்த அதே தவறு. இப்போதும் சாவுகிராக்கிப் பட்டம் கிடைத்திருக்கலாம், தெரியாது. தேநீர்க்கடையின் வாசலில் கறுப்புப் புட்டரிசி பூவா வட்டமான மூங்கில் தட்டில் வெள்ளைத் துணி விரித்துப் புட்டரிசி உருண்டைகளை

அடுக்கி வைத்திருந்தார். தங்கைக்காக இரண்டு உருண்டைகள் வாங்கினேன்.

“நைட் டூட்டி கீ” (இரவுப் பணியா?)

“ஹௌ.” (ஆம்)

பதில் சொல்லிவிட்டு நடந்தேன். அவர்தான் வி.என். தாஸ் சாலையில் நான் சிலம்பம் ஆடியதை ‘கோயிலில் ஆடினான்’ எனச் சொன்னவர். அதற்குப் பிறகு சண்டைக்கலையில் நான் அடைந்த வளர்ச்சி குறித்து அவருக்கு எதுவும் தெரியாது. அவருக்கு மட்டுமில்லை, ஆட்டுத்தொட்டியில் யாருக்கும் தெரியாது. ஒருவேளை இன்னும் சிறிது நேரத்தில் தெரியலாம்.

எதிர்பார்த்தபடி வீட்டில் அப்பா எனக்காகக் காத்திருந்தார், அம்மாவும் தங்கையும் இருந்தார்கள். அம்மா என்னைக் கோபமாகப் பார்க்காததால் பெருமூச்சு விட்டேன். பத்து மணிக்கு இடியாப்பம் வாங்க வந்து போகும் வாடிக்கையாளர் கூட்டம் இருக்காது. அதற்குள் அப்பா திட்டத் துவங்கினால், இடியாப்ப வாடிக்கையாளர்கள் மெல்வதற்கு அவல் கிடைக்கும். பொறுமையாகப் பத்து மணிக்கு மேல் கதையைத் துவங்கினால் அது குடித்தனக்கார வீட்டுப் பெண்களுக்கு மட்டும் காலைச் செய்தியாகும். எப்பொழுது துவங்குவாரோ?

நான் உள்ளே நுழைந்ததும் அப்பா சட்டையை மாட்டிக்கொண்டு வெளியே புறப்பட்டார். நல்லது, சில நிமிடங்கள் நிம்மதியாக இருக்கலாம். இரவு வந்ததில் இருந்தே அப்பா உருண்டுகொண்டிருப்பதும் சரியாகப் பேசாததும் தெரிய வந்தது. இடியாப்பக்காரர் விழிக்கும்போதே இன்று அப்பாவும் விழித்ததாகத் தகவல் சொன்னார்கள். நாங்கள் இருவரும் பேசி வைத்துக்கொண்டு எதையெதையோ அசைபோட்டுத் தூக்கம் இழந்தோமா? அப்பாவுக்கும் அவர் என்னை சுள்ளிக்கம்பால் அடிக்கும் கனவு வந்திருக்குமா?

அப்பாவை உணர்ச்சிவசப்படுபவராக நினைத்தது தவறு. அவரும் தெளிவாக வாக்குவாதம் இடியாப்ப வாடிக்கையாளர்களுக்குத் தெரியக்கூடாத வகையில் பத்து மணிக்கு மேல்தான் வீட்டுக்குத்

திரும்பினார். இடியாப்பக்காரர்கள் அடுப்பை அணைத்துவிட்டு தட்டுமுட்டுச் சாமான்களைக் கழுவுவதற்காக முற்றத்தில் ஊறப்போட்டிருந்தார்கள். இடியாப்பம் விற்கும் பெரியவர் முகம் கைகால்களை கழுவிட்டு மார்க்கெட்டுக்குப் புறப்படுவார்.

அப்பா அம்மாவை அழைத்தார், குரலில் கோபம் தெரிந்தது. என்னுடைய வேலை என்னவென என்னிடம் கேட்கச் சொன்னார். அம்மா பதறினார், திடீரெனத் தோன்றும் புதுக்கதை அம்மாவுக்குப் புரியவில்லை. அவனுடைய வேலைக்கென்ன எனக் குழப்பத்துடன் அம்மா துவங்கும் போது அப்பா வெடித்தார். ஏமாற்றியதைத் தெளிவாக விளக்கிச் சொன்னார். அடிபட்டு வீட்டுக்கு வந்ததை நினைவுபடுத்தி அது சண்டைக்காட்சியில் டூப் போட்டதால் அடிபட்டதைச் சொன்னார். நான் சொன்ன ஒரு சாதாரணப் பொய்யை பெருந்துரோகம் செய்த அளவுக்குக் கொண்டுபோனார். சண்டைபோடுவது வேலையா? எனத் தன்னுடைய வழமையான பல்லவிகளையும் பாடினார். இனியும் சண்டைதான் தொழிலென நினைத்தால் வீட்டைவிட்டு வெளியே போகச்சொன்னார். ஐந்து குழந்தைகள் மட்டும் பிறந்ததாக நினைத்துக்கொள்வாராம்.

அப்பாவின் திட்டு உக்கிரமடைந்ததில் அம்மாவால் எதுவும் பேசமுடியவில்லை. அப்பா போட்ட சத்தத்தைக் கேட்டு வந்த இடியாப்பக்காரர் அப்பாவை சமாதானப்படுத்தினார். மார்க்கெட்டுக்குத் தன்னுடன் அப்பாவை வரச்சொன்னார், அப்பா மறுத்ததும், என்னை மார்க்கெட்டுக்கு அழைத்தார். அவருக்குக் கை வலிப்பதாகவும் சுமை தூக்க முடியாதென்றும் உதவிக்கு அழைத்தார். சற்று முன்னர்தான், இடியாப்பம் வேகவைக்கும் பெரிய சட்டியைத் தூக்கி நீராவியான பின் மீதமிருக்கும் வெந்நீரை முற்றத்தில் ஊற்றினார், அவருக்கு திடீரென கைவலி வந்ததாம், பொருள்களைத் தூக்க என்னை அழைக்கிறாராம்.

ஒன்று மட்டும் உண்மை ஒண்டுக்குடித்தன நட்புகள் உடன்பிறப்புகளைவிடவும் அதிகமாக உதவக்கூடியவர்கள், நம்முடன் நெருங்கக்கூடியவர்கள், நம்முடைய நலனில்

அக்கறை உள்ளவர்கள், நாம் நலமாக வாழ்ந்தால் பார்த்து மகிழக்கூடியவர்கள்.

அப்பா அவரிடம் தன்னுடைய குறையைச் சொன்னார். இப்போதைக்கு எதுவும் பேசாதே அனைத்தையும் இரண்டு நாள் கழித்துப் பேசலாம் எனப் பெரியவர் எவ்வளவோ சொல்லியும் அப்பா தான் ஏமாற்றப்பட்டதைத் திரும்பத் திரும்பச் சொன்னார். எனக்கு ஒரு கட்டத்தில் அடக்க முடியாத கோபம் வந்தது. அழுத்தம் திருத்தமாக இரண்டு விஷயங்களைச் சொல்லிவிட்டு பெரியவருக்குப் பைகளைத் தூக்கி உதவ மார்க்கெட் வருவதாகச் சொல்லி வாசலுக்கு வந்தேன்.

முதலாவதாக அம்மாவையும் தங்கையையும் பிரிந்து வீட்டை விட்டு வெளியே செல்லமாட்டேன், அடுத்ததாக இனி மின்சாரப் பணிகளைச் செய்யமாட்டேன். என் கவனம் முழுதும் இனி டீப் போடுவதில்தான் இருக்கும். அதில் என்ன பணம் கிடைக்கிறதோ அதை அம்மாவிடம் கொடுத்துவிட்டு, என் தேவைக்கு வாங்கிக்கொள்வேன்.

இந்த இரண்டையும் சொல்லாமல் வந்திருந்தால்தான் பெரியவர் என்னை வெளியே அழைத்ததன் பலன் கிடைத்திருக்கும், சண்டை மட்டுப்பட்டிருக்கும். இதைச் சொல்லிவிட்டு வெளியே வந்ததால், அப்பாவின் கோபம் இன்னும் அதிகமானது. அதனால், என்னைத் தன்னுடன் அழைத்துப்போக பெரியவர் மறுத்தார்.

நியமிக்கப்படாத நடுவராக எங்கள் வீட்டுச்சண்டையை சுமுகமாக முடிக்க நினைத்து தண்ணீரில்லாத தவலையை இரண்டு வீட்டின் சமையல் பகுதிக்கும் நடுவில் முற்றத்தில் கவிழ்த்துப்போட்டு அதன் மேல் அமர்ந்தார். முதலிலிருந்து என்னையும் அப்பாவையும் அவரவர் தரப்பு நியாயத்தைப் பேசச்சொன்னார். எனக்கு அடிப்பதற்குக் கைநீட்டும் பழக்கம் இருப்பதைப் பெரியவர் சுட்டிக்காட்டத் தயங்கவில்லை. அப்பா அதைப் பிடித்துக்கொண்டார் விடவில்லை.

அப்பா இடியாப்பக்காரிடம் பேசியது எனக்கு எரிச்சலை

உண்டாக்கியது. பாலாஜி நகரில் தனி வீடு வாங்கும் அளவுக்கு அண்ணனால் எங்கள் குடும்பத்துக்கு வசதி வரப்போவதாகவும், அண்ணனுக்கு அருகில் நிற்பதற்கும் எனக்குத் தகுதி இல்லாதது போலவும் பேசினார். அவனுடைய நிரந்தர வருமானம், அவனுடைய ஒழுக்கம், அவனுடைய ஒத்துப்போகும் தன்மை இப்படியாக ஒவ்வொன்றாகச் சொல்லி என்னை அண்ணனுடன் ஒப்பிட்டார். அது என்னைச் சிறுமைப்படுத்தியதாக உணர்ந்தேன்.

பெரியவர் அப்பாவை இடைமறித்து, இரண்டு குழந்தைகளை ஒப்புநோக்குவது தவறு, அதைத் தவிர்த்து வேறு எதுவும் இருந்தால் சொல்லச் சொன்னார். அப்பா அண்ணனுக்குக் கிடைக்கும் நிரந்தர வருமானத்தையே திரும்பத் திரும்பப் பேசினார். அதற்கும் பெரியவரே பதில் சொன்னார். மழைக்காலத்தில் இடியாப்ப வியாபாரம் குறையும், எப்பொழுதும் அதே வியாபாரம் தனக்கும் நடக்காதெனச் சொன்னார். அது அப்பாவுக்குப் பிடிக்கவில்லை. நிரந்தர வருமானம் இல்லாததால் தான் பட்ட வேதனைகளைச் சொல்லிக் கழிவிரக்கமாகப் பேசினார்.

பெரியவர் அப்பாவின் பேச்சுக்கு மதிப்பளித்து நிரந்தர வருமானம் கிடைக்கும் வேலையைப் பார்த்தால் என்ன என என்னிடம் கேட்டார். சிகாமணி அண்ணனிடம் வேலை பார்த்தாலும், தனியாக மின்சார வேலை செய்தாலும் நிரந்தர வருமானம் கிடைக்காது, ஒருவாரத்தில் கூடும் இன்னொரு வாரத்தில் குறையும், வேலை வருவதற்கு ஏற்றபடிதான் வருமானம் இருக்கும் என்றேன். பெரியவர் ஒப்புக்கொண்டார். நிரந்தர வருமானம் வேண்டுமென்றால் நானும் அண்ணனைப் போல ஏதாவது பட்டறையில் சேர்ந்தால் அப்பா சொல்வதுபோல் நடக்கும் என்றேன். இடியாப்பக்காரர் அதைப் பிடித்து என்னை மடக்கினார். அண்ணனுடைய சிபாரிசில் ஏதாவது பட்டறையில் சேர்ந்தால்தான் என்ன என முடித்தார்.

என்னால் அதை ஏற்க முடியவில்லை. இரண்டு அண்ணன் தம்பிகளில் ஒருவன் வீட்டுக்கு அடங்கியவனாகவும்

இன்னொருவன் அடங்காதவனுமாக இருந்தால் உண்டாகும் பிரச்சனையுடன் வீட்டுக்கு அடங்காதவன் வருமானம் குறைந்தவனாக இருந்துவிட்டால் அவை மற்றவனுடன் ஒப்பிட்டு இளக்காரமாகப் பேசுவதன் வலி கொடுமையானது. அந்தக் கொடுமையை நான் அனுபவிக்கிறேன். பணவரவு மட்டும் இருந்தால் நிச்சயமாக என்னுடைய சண்டைக்கலை ஆர்வத்துக்கு இவ்வளவு எதிர்ப்பு அப்பாவிடமிருந்து இருக்காது. எனக்கும் பணம் வரும், கண்டிப்பாக வரும், நானும் மாஸ்டர் அளவுக்கு உயர்ந்து பணத்தைக் கொண்டுவருவேன். ஆனால், அதற்கு நேரம் இருக்கிறது, அதுவரையில் காத்திருக்க இவர்களுக்குப் பொறுமை இல்லை.

திடீரென அப்பா கனவுகளைப் பேசினார், தங்கைக்குப் பெரிய இடத்தில் மாப்பிள்ளை பார்க்கவேண்டுமாம், இருபத்தைந்து சவரன் நகை போடவேண்டுமாம், சீர் செய்யவேண்டுமாம், அதற்கெல்லாம் நாங்கள் உழைக்கவேண்டுமாம். அப்பாதான் அதற்காக ஆரம்பத்திலிருந்தே உழைத்திருக்கவேண்டும் எனத் திருப்பியடிக்க எனக்கு ஒரு நொடி ஆகாது, அமைதி காத்தேன்.

நான் துபைக்குச் சென்றால் என்ன என அடுத்த கேள்வியை அப்பா வைத்தார்.

'யார் எனக்காக துபையில் வேலை வைத்திருக்கிறார்கள்?' - நான் திருப்பிக் கேட்டேன். துபை சம்பாத்தியம் வீட்டுக்கு வரவேண்டுமென்றால் அண்ணனை அனுப்பவேண்டியதுதானே, அவனை விட்டுவிட்டு என்னை துபைக்குப் புறப்படச் சொன்னால் எப்படி? அவன் வீட்டுடன் இருக்கவேண்டும், நான் வெளிநாட்டுக்குச் சென்று பணம் சம்பாதிக்க வேண்டுமா?

அப்பா ஒரு முடிவுடன் இருப்பதாகத் தோன்றியது. துபை சம்பாத்தியம் உள்ள அண்ணன்கள் தங்கள் தங்கைகளுக்கு சீரும் சிறப்புமாகத் திருமணம் செய்த கதைகளைப் படித்தார். எனக்கு எரிச்சல் அதிகமாகியது. எதுவாக இருந்தாலும் எனக்கு முன் அண்ணன் இருக்கிறான், அவனுக்கு முன் அப்பாவே இருக்கிறார், இவர்கள் இருவரும் செய்யாததை நான் செய்யவேண்டும் என அப்பா எதிர்பார்ப்பதன் நியாயம்

புரியவில்லை.

பெரியவர் தான் தீர்ப்பு சொல்ல உட்கார்ந்த வழக்கு அவருடைய எல்லையை விட்டு வெளியில் போவதை உணர்ந்திருக்கவேண்டும். அவர் எளிதாகத் தாக்கக்கூடிய இலக்கு நான். என்னிடம் அமைதியாக இருக்கச் சொன்னார். 'ஒரு முயற்சி செய்தால்தான் என்ன?' - அவராகவே சொல்லிவிட்டு அத்துடன் பஞ்சாயத்தை முடிக்கச் சொன்னார்.

எனக்கும் மேலே தொடர விருப்பம் இல்லை. சலிப்பாக இருந்தது, இன்னும் சில ஆண்டுகளில் நானும் நல்ல நிலைக்கு வருவேன், முன்னேறிவிடுவேன் அப்போது அப்பா என் மனதைப் புரிந்துகொள்வார் என நினைத்தது தவறு. திரும்பத் திரும்பக் என்னைக் குத்திக்காட்டிக்கொண்டே இருப்பது வெறுப்பேற்றாதா? அப்படி என்னதான் தவறு செய்துவிட்டு வந்து நிற்கிறேன்? அண்ணனுக்கு இணயாகக் காசு கொடுத்துவிட்டால் இவர்கள் அனைவரும் சண்டைக்கலையை ஏற்பார்களா?

அம்மாவிடம் சென்று சத்தம் போட்டேன். துபை வேலைக்கு விண்ணப்பம் போடுகிறேன், அது வரும் வரையில் என்னை யாரும் எதுவும் கேட்கக்கூடாது, நான் என் இஷ்டப்படி என்ன வேலை வேண்டுமோ அதைச் செய்வேன், கிடைக்கும் வருமானத்தைக் கொடுக்கிறேன், அதற்கு மேல் எதிர்பார்க்காதீர்கள். வீட்டைவிட்டு வெளியே போகமாட்டேன், அடங்கி நடக்கவும் மாட்டேன், என் விருப்பப்படிதான் நடப்பேன். தெளிவாகச் சொல்லிவிட்டு, பெரியவரை மார்க்கெட்டுக்கு அழைத்தேன்.

என் பேச்சு நியாயமாக இருப்பதாக அவருக்குத் தோன்றியிருக்கவேண்டும். இப்போதைக்கு இந்தப் பஞ்சாயத்தை இப்படியே சுமுகமாக நிறுத்தச் சொன்னார். மற்றதைப் பின்னால் பார்க்கலாமாம். என்ன பார்க்க? எனக்கு துபையில் வேலை கிடைக்கும்போது பார்த்துக்கொள்ளலாம். அதுவரையில் எனது டூப் வேலை தொடரும்.

அப்பா எப்படி இதற்கு உடனே சம்மதித்தார்? இதற்கு முன்பு

என்னுடைய முடிவுகளுக்கு அப்பா எப்போது சம்மதித்தார்? அவருடைய முடிவுக்குதான் என்னை இழுப்பார், இப்போது துபை வேலை கிடைக்கும் வரையில் படப்பிடிப்புக்குப் போக அனுமதி கொடுக்கிறார். என்னுடைய படப்பிடிக்கும் தொடர்ந்த இந்த விவாதத்துக்கும் முன்பே ஏதாவது துபை வேலைக்கு சிபாரிசு வாங்கிவைத்துள்ளாரா? அப்படி இருந்தால், இது திட்டமிட்ட காய் நகர்த்தல். அப்பாவுக்கு வருமானம்தான் இல்லையே தவிர, யோசனை அதிகம். இனி என்னாலும் ஒன்றும் செய்யமுடியாது, வாக்குக் கொடுத்துள்ளேன்.

அப்பா இன்றே புறப்படும்படி சொன்னார். அப்போலோவுக்குப் பின்னால் ஒரு அலுவலகத்துக்குக் கூட்டிச் சென்றார். ஏபியெஸ் அலுவலகம், அவர்கள் வெளிநாட்டு வேலைக்கு ஆள்களை அனுப்புகிறார்கள், விசாவுக்குக் காசு வாங்க மாட்டார்கள். வேலை கிடைத்தால், பாஸ்போர்ட் நடைமுறைச் செலவுகளும் மருத்துவப் பரிசோதனைச் செலவுகளையும் நாம் ஏற்கவேண்டும். அவர்களிடம் விண்ணப்பம் கொடுத்துவிட்டு வந்தேன். எலக்ட்ரீஷியன் வேலைக்கு ஆள் தேவைப்படும்போது அழைப்பதாகச் சொன்னார்கள்.

நான் எந்தக் கவலையும் இன்றி திரைப்பட வாய்ப்புகளுக்குக் காத்திருந்தேன். படப்பிடிப்புகளுக்குச் சென்றேன், படப்பிடிப்பு இல்லாத நாள்களில் அனகாபுத்தூருக்குச் சென்றேன். சுதந்திரமாக உணர்ந்தேன். இரண்டு மாதங்களுக்குப் பின் ஏபியெஸ்ஸிலிருந்து தந்தி வந்தது, நேர்முகத் தேர்வுக்கு சான்றிதழ்களுடன் வரச்சொன்னார்கள். அன்றைக்கு ஏதாவது படப்பிடிப்பு என பொய்சொல்லிவிட்டு நேர்முகத் தேர்வுக்குச் செல்லாமல் காலத்தை ஓட்டத் தீர்மானித்தேன்.

அம்மா என்னிடம் பேசினார். துபை வேலையில் சம்பளம், துபைக்குப் போனவர்கள் தங்கள் மகள்களுக்கும், தங்கைகளுக்கும் ஊர் மெச்ச சீர் செய்வது இப்படியாக அப்பா சொன்னதை வேறு வார்த்தைகளில் வேறு கோணத்தில் பாசத்தைக் குழைத்துச் சொன்னார். அக்காவுக்கு எப்படியோ அப்பா எளிமையாகத் திருமணம் நடத்திவிட்டார், அதற்கே கடன் சுமை உள்ளது.

அண்ணனின் வருமானத்தில் சிறுகச்சிறுக கடனை அடைக்கத் திட்டமிட்டிருப்பதைச் சொன்னார்.

கேட்பதற்கு எனக்கு சங்கடமாக இருந்தது. ஸ்டண்ட் மாஸ்டராகிவிட்டால் என்னுடைய தொழிலிலும் காசு கிடைக்கும், கடனை அடைக்கலாம் என்றேன். எப்போது காசு வரும் என்பது எனக்கும் தெரியாது, அம்மாவுக்கு எந்த உத்தரவாதமும் தர முடியாது.

படப்பிடிப்பு இருப்பதாகப் பொய் சொல்ல மனம் வரவில்லை. நேர்முகத் தேர்வுக்குச் சென்றேன். ஐ.டி.ஐ. முடித்தபின் நான்கு ஆண்டுகளாக என்ன செய்கிறாய் என்றார்கள், ‘ஹவுஸ் வயரிங்’ என்றேன். சான்றிதழ் எதுவும் கிடைக்காது, இது அறிந்தவர் தெரிந்தவர்களிடம் ‘பாயிண்ட்’ கணக்கிற்குக் கூலி வாங்கிக்கொண்டு செய்வது என்றேன். பேனல் போர்டு வயரிங் தொடர்பாகக் கேட்டார்கள். படிக்கும்போது செய்ததுதான், பேனல் போர்டு வயரிங்கில் அனுபவம் இல்லை, ஹவுஸ் வயரிங்தான் அதுவும் சிறிய அளவில் செய்வதற்குதான் அனுபவம் உள்ளது என உள்ளது உள்ளபடி சொன்னேன்.

சான்றிதழைத் திருப்பித்திருப்பிப் பார்த்துவிட்டு,

“ஏன் இன்னும் அட்டெஸ்ட் பண்ணல தம்பி.”

“அட்டெஸ்ட், அது என்னன்னு தெரியல சார்.”

நேர்முகத் தேர்வில் ‘டை’ கட்டிக்கொண்டு ரிம்லெஸ் கண்ணாடி அணிந்திருந்த ஒருவர், ‘முபாரக், வீ வில் கெட் இட் த்ரூ பாம்பே ஆஃபீஸ்’ என்றார். எனக்கு எதுவும் புரியவில்லை.

ரிசப்ஷனுக்குச் சென்று சான்றிதழைக் கொடுத்து ரசீது பெற்றுக்கொண்டு, அடுத்த நாள் காலை ஒன்பது மணிக்கு கும்மிடிப் பூண்டிக்கு இன்னொரு நேர்முகத் தேர்வுக்கு வரச்சொன்னார்கள். அது பிராக்டிகல் டெஸ்ட்டாம். ஒரு நாள் முழுதும் தேர்வு இருக்கும், காலைச் சிற்றுண்டி, மதியச் சாப்பாடு எல்லாம் அவர்கள் தருவார்களாம். மாலையில்தான் நேர்முகத்தேர்வு முடியுமாம்.

கும்மிடிப்பூண்டியில் கட்டிடப் பணிகள் நடந்துகொண்டிருக்கும் இடத்துக்கு அழைத்துச் சென்று அங்கு கான்கிரீட் சுவருக்கு உள்ளே பதிந்திருந்த குழாய்க்குள் மின்கம்பிகளை இழுக்கச் சொன்னார்கள். பிளக், சுவிட்சு போர்டுகளை மாட்டி இணைப்பு தரச் சொன்னார்கள். எதிர்பார்த்தது போலவே பேனல் போர்டில் வயர்களை இழுத்து இணைக்கச் சொன்னார்கள். எனக்கு அதில் அனுபவம் இல்லை, என்றோ படித்ததை வைத்து எப்படியோ செய்தேன். ஐந்து மணிக்கு எல்லாம் முடிந்தது, சிலரை மட்டும் அடுத்த நாள் அலுவலகத்துக்குக் கடைசி நேர்முகத் தேர்வுக்கு வரச்சொன்னார்கள். அந்தச் சிலருள் நானும் ஒருவன். நான் சம்பளம் குறித்துக் கேட்டேன். அனைத்தையும் அடுத்த நாள் அலுவலகத்தில் விவரிப்பதாகச் சொன்னார்கள். வரும்போது பாஸ்போர்ட்டை எடுத்துவரச் சொன்னார்கள்.

அடுத்த நாள் படப்பிடிப்புக்கு முன்னமே என்னிடம் சொல்லியிருந்தார்கள் இருந்தார்கள். எந்தப் பொய்யைச் சொல்லி துபை வேலை நேர்முகத் தேர்வுக்குச் செல்லாமல் படப்பிடிக்குச் செல்வது? ஒரே ஒரு நாள், அம்மாவுக்காகப் படப்பிடிப்பைத் தவிர்க்க நினைத்தேன்.

இரவல் சைக்கிளை எடுத்துக்கொண்டேன், பாஸ்போர்ட்டை பிளாஸ்டிக் பையில் சுற்றி இடுப்பில் செருகினேன், வந்திருந்த பழைய தந்திக் காகிதத்தை மடித்து சட்டைப்பையில் வைத்தேன், வடபழனிக்கு சைக்கிளை மிதித்தேன். நண்பனிடம் அனைத்தையும் காட்டி, எல்லாக் கதைகளையும் சொல்லி எப்படியாவது ரவி அண்ணனிடம் எனக்காகப் பேசும்படி கேட்டேன். 'ஷெட்யூல் போட்ட பிறகு ஏன் இப்படிச் செய்கிறாய்' என எரிச்சலைக் காட்டினான். புதிய வேலையில் என்ன சம்பளம் ஏது எதுவும் தெரியாமல் படப்பிடிப்புக்கு மட்டம் அடிப்பது சரியில்லை, ரவி உன்னைப்பற்றி என்ன நினைப்பார், மாஸ்டர் என்ன நினைப்பார், இப்படியான அனைத்துத் திட்டுகளுக்குப் பின்னர், 'ஓழிஞ்சு போ' என்றான். அங்கிருந்து ஆயிரம் விளக்குக்கு சைக்கிளை அழுத்தினேன்.

வியர்க்க வியர்க்க அலுவலகத்துக்குள் நுழைந்தேன்.

“ஃபைனல் இண்டர்வியூவுக்கு நல்ல சட்டை போட்டுக்கிட்டு பிரசண்ட்டபிளா வரக்கூடாதா? இப்படி வேர்த்துப்போய் வந்து நிக்கிற? இன்னிக்கு உன்னை ஜீயெம் பார்க்கப் போறாரு. போ, அதோ ஸ்டாஃப் டாய்லெட் இருக்கு, போயி முகம் கழுவிட்டு தலையாவது சீவிக்கிட்டு வந்து லைன்ல உக்காரு.”

இன்று முழுதும் திட்டு வாங்கியே எனது நாள் கடந்து செல்லுமோ?

நேர்முகத் தேர்வுக்கு என் பெயரை அழைத்ததும் இங்கு என்ன திட்டு விழுமோ என நினைத்தபடி கதவைத் தட்டிவிட்டு உள்ளே சென்றேன். சவூதி அரேபியாவில் வேலை. விசா வந்ததும் புறப்படவேண்டியிருக்கும், சவூதி அரேபியாவில் எந்த நகரத்திற்கு மாற்றினாலும் அங்கு வேலை செய்யவேண்டும். ஜித்தாதான் வேண்டும் மதீனாதான் வேண்டும் என்றால் வேலையில் சேரவேண்டாம். மின்சாரப் பணி உதவியாளராக வேலைக்கு எடுக்கிறோம். எல்லாவற்றையும் சொல்லி முடித்துவிட்டு, சம்பளத்தைச் சொன்னார்கள்.

சம்பளத்தைக் கேட்டதும் ஆடிவிட்டேன். அண்ணனை விடவும் ஒன்றரை மடங்கு அதிகச் சம்பளம், நிரந்தர வருமானம், சவூதி அரேபியாவில் வேலை - துபை கிடையாது. அந்த நொடியில் அண்ணனை வீழ்த்தியதாக நினைத்தேன், அப்பாவை வீழ்த்தியதாக நினைத்தேன், அம்மா பாசத்துடன் கேட்டவற்றை நிறைவேற்றப்போவதாக உணர்ந்தேன்.

வெளியே வந்து பாஸ்போர்ட்டை இடுப்பிலிருந்து எடுத்துப் பிரிக்காமல், குளியலறைக்குச் சென்று எடுத்துப் பிரித்து பிளாஸ்டிக் பையைக் கால்சட்டைக்குள் திணித்தேன். பாஸ்போர்ட்டை அலுவலகத்தில் தந்தேன், சைக்கிளை மிதித்து வீட்டுக்கு வந்தேன், அடுத்த அழைப்புக்குக் காத்திருந்தேன்.

அது நீண்ட காத்திருப்பு. அடுத்த வாரம் அடுத்த வாரமாக இரண்டு மாதங்கள் ஓடின. அடுத்த மாதம் அடுத்த மாதமாக மேலும் மூன்று மாதங்கள் ஓடின.

பேர் சொல்லும் ஸ்டண்ட் மேனாகும் கனவு, முன்னணிக் கதாநாயகர்களுடன் ஒரு நொடியாவது திரையில் சண்டையிடும் கனவு, ஸ்டண்ட் மாஸ்டராகும் கனவு அனைத்தும் நிரந்தர வருமானம் என்னும் ஒரு 'அப்பர் கட்'டின் முன் நிற்கமுடியாமல் தடுமாறின. 'நாக் அவுட்' ஆகிவிடுவேனோ என நினைத்தேன், தடுமாறினேன். படப்பிடிப்புக்குச் செல்வதற்கு முழுவதுமாகத் தடை விதிக்கப்பட்டது. எங்காவது அடிபட்டு அந்த நேரத்தில் அழைப்பு வந்தால்? நான் காத்திருந்த நாள்களுக்கு கால் உடைந்திருந்தாலும் குணமாகியிருக்கும். வெட்டியாக இருக்காமல், சிகாமணி அண்ணனுடன் சென்றேன்.

எனக்காவே எல்லாரும் பக்கம் பக்கமாக அறிவுரைகளை எழுதிவைத்துப் படிப்பது போல உணர்ந்தேன். சிகாமணி அண்ணனும் பக்கம் பக்கமாக அறிவுரைகளைப் படித்தார். வளைகுடா நாட்டில் வேலை செய்தால் ஈயெல்சீபீக்கள் (எர்த் லீக்கேஜ் சர்க்கியூட் பிரேக்கர்) அப்படி இருக்கும், இப்படி இருக்கும், வீட்டின் எல்லா இடங்களிலும் இரண்டு வோல்டேஜுகள் கிடைக்கும், அவன் துபையில் இருக்கிறான், இவன் சவூதியில் இருக்கிறான், எல்லாரும் தன்னிடம் வேலை கற்றவர்கள், இன்று நல்ல நிலையில் இருக்கிறார்கள், நீயும் அப்படி நல்ல நிலைக்கு உயர்வாய், விடுமுறையில் வரும்போது ஜெர்மன் தயாரிப்பு 'மெக்கர்' (டெஸ்டர்) வாங்கி வா. இப்படியாக சிகாமணி அண்ணனின் சிற்றுரைகளைக் கேட்டுக் காலத்தை ஓட்டினேன்.

ஆறு மாதக் காத்திருப்புக்குப் பின், சவூதி அரேபியாவுக்கும் புறப்பட பம்பாய் அலுவலகத்துக்குச் செல்லுமாறு தந்தி வந்தது. மாணிக்கம் மாஸ்டருடன் படப்பிடிப்புக்காக பம்பாய் செல்லும் கனவில் இருந்தவன், சவூதிக்குச் செல்ல பம்பாய்க்கு இரயில் ஏறினேன். பம்பாயில் இரண்டு வாரக் காத்திருப்புக்குப் பின், திடீரென ஒருநாள் புறப்படச் சொன்னார்கள். என்னுடைய பழைய ரெக்சின் பையைத் தோளில் மாட்டிக்கொண்டு பம்பாய் விமான நிலைய வாசலுக்குச் சென்று பாஸ்போர்ட்டையும் டிக்கெட்டையும் வாங்கிக்கொண்டு விமான நிலையத்துக்குள் சென்றேன்.

ஜித்தா நகரில் இருக்கும் ‘மன்னர் காலித் பன்னாட்டு விமான நிலையம்’ என்னை அன்புடன் வரவேற்றது. புதிய நாடு, புதிய வேலை, பொருளாதாரத் தேவைகளைப் பூர்த்தி செய்யும் சம்பளம், அனைத்திலும் முக்கியமாக நிரந்தர வருமானம், இவற்றின் முன்னே தடுமாறி தமிழ்த் திரையில் ஸ்டண்ட் மாஸ்டராகும் கனவைப் பாதியில் நிறுத்தினேன்.

ஐந்து ஆண்டுகள் சவூதி அரேபியாவில் உழைத்து வேண்டியதைச் சம்பாதித்துவிட்டு சென்னைக்குத் திரும்பி மீண்டும் என்னுடைய கனவைத் துரத்திச் செல்ல நினைத்தேன்.

★

17. நான் ஏன் பிறந்தேன்

ஐந்தாண்டுகளுக்குப் பின் சென்னைக்குத் திரும்பி மீண்டும் ஸ்டண்ட் நடிகனாக நினைத்தது முப்பத்தெட்டு ஆண்டுகளாகியும் நிறைவேறவில்லை. சவூதி வாழ்க்கைதான் தொடர்கிறது.

கொரோனா அலைகளுக்குப் பின் சவூதி - இந்தியா விமானப் போக்குவரத்து சீரான பிறகு ஜித்தாவிலிருந்து சென்னைக்கு விடுமுறையில் வந்து அதிகம் எங்கும் சுற்றாமல் வீட்டில் அடைந்து கிடக்கிறேன். அடுத்த அலை ஏதாவது இருக்குமானால், அது துவங்குவதற்கு முன் ஜித்தாவுக்குப் புறப்படவேண்டும். இரண்டு தடுப்பூசிகளையும் ஜித்தாவிலேயே போட்டுக்கொண்டதால் திரும்பிச் செல்வதில் பெரிய பிரச்சனை கிடையாது.

இத்தனை ஆண்டுகள் ஜித்தாவில் இருப்பதால் என்னை ஏதோ வெளிநாடு வாழ் இந்தியர்களுள் முக்கியப் புள்ளியாகவோ, ரியால்களில் நீந்தி

பெட்ரோ டாலர்களில் புரளும் பணம் படைத்தவனாகவோ நினைக்காதீர்கள். வழமையாக எண்ணெய் வளநாட்டுக்குச் சென்று எல்லோரும் பணம் சேர்ப்பதைப் போலத்தான் நானும் ஏதோ கொஞ்சம் பணம் சேர்த்துள்ளேன்.

இப்போது சவூதி அரேபியாவில் சிறிய மின்சார ஒப்பந்தப் பணி செய்யும் நிறுவனத்தில் தலைமைப் பொறுப்பில் இருக்கிறேன். நிறுவனத்தை 'ஷேக் ஹசன் அல் சுவைதி லில் கஹ்ருபாயியத்' (ஷேக் ஹசன் அல் சுவைதி எலக்ட்ரிக்கல்ஸ்) என்று அரபிப் பெயர் சொல்லும், வாடிக்கையாளர்களும் நண்பர்களும் 'கான் எலக்ட்ரிகல் காண்ட்ராக்டர்ஸ், கே.இ.சி.' என்பார்கள். கட்டிடங்களில் நடக்கும் மின்சாரப் பணிகளை ஒப்பந்த முறையில் எடுத்துச் செய்கிறேன். பொறுப்பாளர் + சவூதி பங்குதாரர் ஷேக் ஹசன் அல் சுவைதிக்கு ஆண்டுக்கு ஒருமுறை கணக்கு வழக்குகளைச் சரியாகக் காட்டி இலாப நஷ்டத்தைப் பிரித்தால் போதும், மற்றவை அனைத்தும் என் தலைமையில்.

அப்பா என்னை அண்ணனுடன் ஒப்பிட்டுக் குத்திக்காட்டியதும் ஒருவகையில் நல்லது. அப்படி இல்லையென்றால் பொருளாதார வெற்றியை அத்தனை குறைந்த நாள்களில் என்னால் பார்த்திருக்க முடியாது.

'ஏபியெஸ்' இந்தியர்களின் நிறுவனம், அதில் ஐந்து ஆண்டுகள் வேலை செய்துவிட்டு, அதிலிருந்து சவூதி நிறுவனத்துக்கு மாறிச் சென்று மேலும் ஐந்தாண்டுகள் வேலை செய்துவிட்டு, அதிலிருந்தும் மாறி ஷேக் ஹசன் அல் சுவைதியிடம் சேர்ந்தேன்.

'நான் நிறுவனம் பதிவு செய்கிறேன், நீ ஒப்பந்தத்தில் வேலை எடுத்துச் செய் எனக்குத் தரவேண்டியதைத் தா' என ஷேக் சொன்னார். பத்தாண்டுகள் பணியாளனாக இருந்து பதினொராவது ஆண்டில் முதலாளியாகி இன்று வரையில் வென்று தோற்று, வென்று தோற்று சவூதி அரேபியாவில் ஜித்தா நகரத்தில் கண்ணாமூச்சி ஆடிக்கொண்டிருக்கிறேன்.

ஒன்று தெரியுமா? நக்கீரன் ஜித்தாவில் கான் எலக்ட்ரிகல்

காண்ட்ராக்டர்சில் என்னுடன் இருபது ஆண்டுகள் வேலை செய்தான். கொரோனாவுக்கு முன்னர்தான் சம்பாதித்தது போதும் சென்னைக்குத் திரும்புகிறேன், ஓய்வெடுக்கப் போகிறேன் எனச் சென்றான். மீஞ்சூரில் ஒன்றரை கிரவுண்டில் பெரிய வீடு கட்டியிருக்கிறான்.

நானும் போதும் திரும்புகிறேன் எனச் சொல்லிக்கொண்டே இருக்கிறேன், ஆனால் ஷேக் அல் ஹசன் அல் சுவைதி விடுவதாக இல்லை. என்னைப் போலப் பொறுப்பானவர் யாரையாவது அமர்த்திவிட்டுப் போகச் சொல்கிறார். அமெரிக்காவில் படித்த சவூதி அரேபியர்கள் வருகிறார்கள், என்னுடன் சில மாதங்கள் இருக்கிறார்கள், இது சிறிய நிறுவனம் எனக் குறை சொல்கிறார்கள், ஷேக்கிற்கு அவர்களைப் பிடிக்காமற் போகிறது, அவர்களும் சென்றுவிடுகிறார்கள். லெபனானியர்களும் எகிப்தியர்களும் எனக்கு சரிப்படவில்லை. இந்தியர்களும் பாகிஸ்தானியர்களும் ஷேக்கிற்கு சரிப்படவில்லை. நாள்கள் ஓடுகின்றன.

ஷேக்கின் மகன் ‘அல் சுவைதி ஹோல்டிங்’ எனத் தலைமை அலுவலகத்தை நிறுவி அவர்களுடைய வணிகங்களை ஒவ்வொன்றாக அதில் இணைக்கிறார். கான் எலக்ட்ரிகல் காண்ட்ராக்டர்ஸ் அதில் இணைக்கப்பட்டால், நிம்மதியாகப் பொறுப்பை அல் சுவைதி ஹோல்டிங்ஸ் தேர்ந்தெடுத்துக் காட்டும் ஆளிடம் ஒப்படைத்துவிட்டு நான் சென்னைக்கு நிரந்தரமாகத் திரும்பிவிடுவேன். அதுவரையில் விடுமுறையில் வருவதும் போவதுமாகக் காலம் இப்படித்தான் காலம் ஓடும்.

ஜெய்புன்னிசா சமையலில் நெய்ச்சோறும் கோழிக்குருமாவும் சர்க்கரையில்லா இனிப்பு கலந்த பாயசமும் தந்த மதிய உறக்கத்துக்கு பின் கூடத்துக்கு வந்தேன். பேரனுடன் அமர்ந்து படம் பார்த்துக்கொண்டிருந்த ஜெய்புன்னிசா எழுந்து சமையலறைக்குச் சென்றாள். இஞ்சி கலந்த கருந்தண்ணி (தேநீர்) இன்னும் பத்து நிமிடத்தில் எனக்குக் கிடைக்கும்.

தொலைக்காட்சியில் சார்பட்டா பரம்பரை திரைப்படத்தில் கபிலனுக்கும் (ஆர்யா) டான்சிங் ரோசுக்கும் (ஷபீர்) நடக்கும்

போட்டியைப் பேரன் பார்த்துக்கொண்டிருந்தான். டான்சிங் ரோசைக் கபிலன் வீழ்த்தும் குத்து விழுந்ததும், 'வாட் எ பன்ச்' என அனிச்சையாகச் சொன்னான். அவனைத் தமிழில் உரையாடச் சொல்லியிருக்கிறேன். சமயத்தில் இப்படிப் பள்ளிக்கூடப் பழக்கத்தால் அவனுக்கு இயல்பாக உரையாடலில் ஆங்கிலம் கலக்கிறது.

'வாட் எ பன்ச்' என்றவனுக்குப் பதில் சொல்ல நான், 'அது கிராஸ்' என்றேன்.

"வாட்" - திரையிலிருந்து பார்வையை விலக்காமல் என்னுடன் பேசினான்.

"டேய், நீ பன்ச்சுன்னு சொன்னியே அது டெக்னிக்கல்லி கிராஸ்டா" - நான்.

"கிராஸ்? வாட்'ஸ் கிராஸ்?" - பேரன்.

"அந்தக் குத்துக்குப் பேரு கிராஸ்டா."

டான்சிங் ரோஸ் தன்னுடைய 'கொட்டு' வகைக் குத்தைக் காற்றில் வீசித் தரையில் வீழும் வரையில் படத்தைப் பார்த்துவிட்டு நிறுத்தினான். என்னைப் போலியாக முறைத்தான். மகன் மகள்களுக்குக் கிடைக்காத பேரன்பு பேரன்களுக்கும் பேத்திகளுக்கும் கிடைக்கிறது.

"அப்ப அதுக்குப் பேரு பன்ச் இல்லியா தாத்தா? கிராஸா?"

"பன்ச்னு சொல்லணும்னா சொல்லலாம், கிராஸ்னு சொன்னா டெக்னிக்கலி சரியான பேரைச் சொல்றோம்னு அர்த்தம்."

என்னிடமிருந்து கைபேசியை வாங்கி யூட்யூபில் குத்துச்சண்டைப் பயிற்சியில் கிராஸ் பயிற்சியைத் தேடினான், காணொலிகளைப் பார்த்தான். ஐந்து நிமிடங்களுக்குப் பின், 'யூவ்வார் கரெக்ட் தாத்தா' என்றான்.

"ஹவ் டூ யூ நோ தட் தாத்தா?" - தொடர்ந்தான்.

"நான் சின்ன வயசுல..."

சமையலறையிலிருந்து ஜெய்புன்னிசா எட்டிப் பார்த்து ’உஷ்’ சைகை காட்டினாள். தலையைக் குறுக்காக ஆட்டித் தொடரும் பேச்சுக்குத் தடை போட்டுச் சென்றாள்.

“எனக்கு சின்ன வயசா இருக்கும்போது யாரோ இப்படி சொல்லிக்குடுத்தாங்கடா.”

“நீங்களும் கூகுள்ள பார்த்தீங்களா.”

“அப்ப கூகுள்ளாம் கிடையாது. இதுதான் கிராஸ்னா கிராஸ், நம்பிடுவோம்.”

“ஓஓஓ...”

அமர்ந்தபடியே கிராஸ் அடித்துக் காட்டினேன். வீவிங் எனப்படும் தலையைக் குனிந்து நிமிரும் உத்தியையும், எனக்குப் பிடித்த குடோன் ஃபைட்டில் அமிதாபின் கடைசிக் குத்து ஷவல் பன்ச்சையும், கொக்கிகளையும் நேர்க்குத்தையும் மாறிமாறிச் சடசடவென அடித்தேன்.

தேநீர் எடுத்து வரும் ஜெய்புன்னிசாவைப் பார்த்ததும், நிறுத்திவிட்டேன். நிறுத்திய பின்னும் அவள் பொய்க் கோபத்தில் முறைத்தாள்.

“பாட்டி, தாத்தா பன்ச்சஸ் லைக் வேம்புலி, வேணும்னா பாரேன். ஒன்மோர் டைம் தாத்தா...”

பேரன் சரியாகத்தான் சொல்கிறான், என் முகத்தைக் கதாநாயக முகத்துடன் அவனால் ஒப்பிட முடியவில்லை, நானும் கதாநாயகனாக வாழவில்லை. என்னுடைய வாழ்க்கையில் ஜெய்புன்னிசாவின் பார்வையில் மட்டும்தான் நான் கதாநாயகன்.

ஆச்சரியமாக முகத்தை வைத்துக்கொண்டு அப்பொழுதுதான் தெரியும்போல பேரன் சொன்னதை அவளும் கேட்டாள்.

அவன் என்னுடைய மகள் வயிற்றுப் பேரன், இரண்டாம் வகுப்பை கொரோனாக் கால வழிகாட்டும் முறைகளால் இணையத்தில் படிக்கிறான். மகள் நூருன்னிசா சென்னையில்

தனியார் கல்லூரியில் இயல்பியல் விரிவுரையாளராக இருக்கிறாள். இன்னும் இன்னும் இயல்பியலில் ஏதோ படிக்கிறாள், எப்படியும் முனைவராகிவிடுவாள். நான் விடுமுறையில் வந்திருப்பதால் பேரன் எங்களுடன் இருக்கிறான்.

ஜெய்புன்னிசா தான் நினைத்ததைப் போலவே பெண் குழந்தையைப் பெற்று, படிக்கவைத்து, விரிவுரையாளராகவும் ஆக்கிவிட்டாள்.

அம்மாவுக்கு அவர்கள் நினைத்தது போலவே தன்னுடைய மகள்களுக்கு சீர்செய்ய முடிந்தது.

அப்பாவுக்கு நான் சண்டைக்கலைக்குச் செல்லாமல் சவூதிக்குப் புறப்பட்டதில் ஆனந்தம், சம்பாதித்துக் கொடுத்ததில் பேரானந்தம்.

அண்ணன் பல்லவனில் தொடர்ந்தான். படிப்படியான பதவி உயர்வு ஏணியில் பொறுமையாக ஏறினான். பல்லவன் போக்குவரத்துக் கழகம், மாநகரப் போக்குவரத்துக் கழகமாக மாறிய பின்னர் மேலாளராகப் பதவி உயர்வு பெற்று ஓய்வு பெற்றான். அவன் படிக்கும்போது இருந்ததைப் போலவே எதிலும் அதிகம் கலந்துகொள்ளாமல் தானுண்டு தன் வேலையுண்டு என எந்தப் பிக்கல் பிடுங்கலும் இல்லாமல் எளிமையாக வாழ்கிறான்.

நன்றாகப் படித்த தம்பி சென்னை புதுக்கல்லூரியில் வணிகவியல் படித்துவிட்டு கணக்கரானான். சவூதியில் அவனுக்கு வேலை தேடித் தந்தேன். கான் எலக்ட்ரிகல் காண்ட்ராக்டர்சில் சேர்த்துக்கொள்ளவில்லை.

சின்னவன் நான் நினைத்தது போலவே மோட்டார் வைண்டிங்கில் கரைகண்டான். அம்பத்தூர் தொலைபேசி அலுவலகத்துக்குப் பின்புறம் இருக்கும் தொழிற்பேட்டையில் அவனுக்குப் பட்டறை வைக்க உதவினேன்.

அக்காவும் தங்கையும் சிறப்பாக வாழ்கிறார்கள்.

தமிழ்த் திரையில் சண்டைக்கலை இயக்குநர் கலைமாமணி

சக்திநாதன் மாஸ்டர் வாழ்நாள் சாதனையாளர் விருது பெற்றார்.

ஜம்பிங் ஜெகன் மாஸ்டர் தமிழ், தெலுங்கு, கன்னடம், மலையாளம், இந்தி எல்லாப் படங்களிலும் சண்டைக்காட்சிகள் அமைத்துவிட்டு இப்போது வயதான வில்லனாக அடிக்கடி தமிழ்த் திரையில் தலையைக் காட்டுகிறார்.

மாணிக்கம் மாஸ்டர் தன்னுடைய திரை உலக அனுபவங்களை யூட்யூபில் சொல்வதில் பரபரப்பாக இருக்கிறார். இந்த வயதிலும் சுறுசுறுப்பாக இருக்கும் அவரை எண்ணி வியக்கிறேன்.

என்னைச் சுற்றி இருந்தவர் அனைவரும் அவரவர் விரும்பிய ஏதாவது ஒன்றை சாதித்துக் காட்டியுள்ளனர். அவர்களுடன் இருந்து சண்டைக்காட்சிகளில் டூப் போட்ட நான், சவூதி அரேபியாவில் காலடி வைத்தது முதல் போட்டுக்கொண்டிருப்பதுதான் நிஜமான டூப்.

★

முற்றும்.

அபுல் கலாம் ஆசாத்

சவூதி அரேபியாவிலும் ஐக்கிய அரபு அமீரகத்திலும் முன்னணி மின்தூக்கி நிறுவனங்களில் பொறியியல் பிரிவில் மேலாளராகப் பணிபுரிந்தவர். இப்போது சென்னையில் வசிக்கிறார். இவருடைய சிறுகதைகள் கிழக்கு பதிப்பகம் நடத்திய சென்னையர் சிறுகதைப் போட்டிகளில் தேர்வாகியுள்ளன. இவருடைய நாவல் ஸீரோ டிகிரி இலக்கிய விருது 2021 இல் ஆறுதல் பரிசுக்குத் தேர்வானது.

தென்றல், சொல்வனம், திண்ணை இணைய இதழ்களில் சிறுகதைகளும் கட்டுரைகளும் எழுதியுள்ளார். *கானா, கஜல், ஹஜ், மின்தூக்கி, உடல் வடித்தான், ஆக்கிரமிப்பு* ஆகிய நூல்கள் அச்சுப் பிரதிகளாகவும், *ஈற்றடி என்றும் இனிப்பு, துபை வெண்பா தொண்ணூறு, மின்தூக்கி, ஆக்கிரமிப்பு* ஆகிய நூல்கள் கிண்டில் பதிப்பாகவும் வெளிவந்துள்ளன.

திரைப்படங்களில் இடம்பெறும் சண்டைக்காட்சிகள் குறித்தும், பன்னாட்டுக் குத்துச்சண்டைப் போட்டிகள் குறித்தும் இணைய இதழ்களில், சமூக ஊடகங்களில் அவ்வப்போது எழுதுகிறார்.

www.ingramcontent.com/pod-product-compliance
Ingram Content Group UK Ltd.
Pitfield, Milton Keynes, MK11 3LW, UK
UKHW042133021026
15589UKWH00003B/795

9 789395 511278